புதுக்கவிதையின் தோற்றமும் வளர்ச்சியும்

வல்லிக்கண்ணன்

பரிசல் புத்தக நிலையம்

புதுக்கவிதையின் தோற்றமும் வளர்ச்சியும்
வல்லிக்கண்ணன்
பரிசல் முதல் பதிப்பு: செப்டம்பர் 2022

வெளியீடு: பரிசல் புத்தக நிலையம்
235, 'P' பிளாக், MGR முதல் தெரு,
MMDA காலனி, அரும்பாக்கம், சென்னை 600 106.
பேச: 9382853646, 8825767500
மின்னஞ்சல்: parisalbooks@gmail.com

புத்தக வடிவமைப்பு : விஷுவல் வினோத்
அச்சாக்கம்: கம்ப்யூ பிரிண்டர்ஸ், சென்னை – 600 086.

பக்கம்: 328   விலை: ரூ. 350

PUTHUKKAVITHAYIN THOTTRAMUM VALARCHIUM
Vallikkannan

Parisal First Edition: September 2022

Published by: Parisal Puthaga Nilayam
No. 235, 'P' Block, MGR First Street,
MMDA Colony, Arumbakkam, Chennai - 600 106.
Mobile: 9382853646, 8825767500
Email: parisalbooks@gmail.com

Book Layout : Visual Vinodh
Printed at Compu Printers, Chennai - 600 086.

ISBN : 978-93-91949-70-9

Pages: 328   Price: Rs. 350

முதற்பதிப்பு – முன்னுரை

'புதுக்கவிதையின் தோற்றமும் வளர்ச்சியும்' வரலாற்று நோக்கில் எழுதப்பட்ட கட்டுரைகளே ஆகும்.

'தீபம்' இலக்கிய ஏட்டில் 'சரஸ்வதி காலம்' பற்றிய கட்டுரைத் தொடர் எழுதி முடித்திருந்த சமயம், அடுத்து இலக்கியக் கட்டுரைத் தொடர் ஒன்றை நான் எழுதவேண்டும் என்று நண்பர் நா. பார்த்தசாரதி கேட்டுக்கொண்டார்.

அதே சந்தர்ப்பத்தில் எனக்குக் கடிதம் எழுதிய இலங்கை எழுத்தாளர் கலாநிதி க. கைலாசபதி இவ்வாறு கேட்டிருந்தார். 'புதுக்கவிதை பற்றி ஏதேதோ விவாதங்கள் நடைபெறுகின்றனவே. அதன் ஹிஸ்டரி உங்களுக்கு நன்றாகத் தெரியுமே, நீங்கள் ஏன் புதுக்கவிதையின் வரலாற்றை எழுதக்கூடாது?"

கவிஞர் மீரா (சிவகங்கை மன்னர் கல்லூரித் தமிழ்ப் பேராசிரியர்) 'புதுக்கவிதையின் தோற்றமும் வளர்ச்சியும்' என்ற தலைப்பில் நான் கட்டுரைகள் எழுதவேண்டும் என்று விருப்பம் தெரிவித்து வந்தார்.

இதனால் எல்லாம், புதுக்கவிதையின் வரலாற்றை 'தீபம்' இதழ்களில் தொடர்ந்து எழுதலானேன். 1972 நவம்பர் முதல் 1975 மே முடிய இக்கட்டுரைத் தொடர் வெளிவந்தது.

புதுக்கவிதை, ஆரம்பகாலம் முதலே பலத்த எதிர்ப்பு, பரிகசிப்பு, கண்டனம், கேலி, குறைகூறல் ஆகியவற்றுக்கு இடையிலேதான் வளர வேண்டியிருந்தது. அக்காலத்திய இலக்கிய ஏடுகளில் விவாதங்களும் நிகழ்ந்துள்ளன. அந்நாளையப் பத்திரிகைகள் இன்றைய ரசிகர்களுக்கும் இனி

வரவிருக்கும் இலக்கியப் பிரியர்களுக்கும் கிடைக்கக்கூடியன அல்ல. ஆகவே, விவாதக் கட்டுரைகளை இவ்வரலாற்றில் நான் விரிவாகவே எடுத்து எழுதியிருக்கிறேன்.

அதேபோல, முக்கியமான கவிதைகளைக் குறிப்பிடுகையில் ரசிகர்களுக்குப் பயன்படும் விதத்தில் அக்கவிதைகளை முழுசாகவே தந்திருக்கிறேன்.

இம்முறை ரசிகர்களுக்கும் இலக்கிய மாணவர்களுக்கும் ஆராய்ச்சியில் ஈடுபட்டுள்ளோர்க்கும் மிகவும் உதவியாக இருப்பதை நான் பின்னர் பலர் கூறக்கேட்டு அறிந்து மகிழ்வுற்றேன்.

இது புதுக்கவிதை வரலாறுதான். புதுக்கவிதைகள், கவிஞர்கள் பற்றிய விமர்சனமோ ஆய்வுரையோ அல்ல. புதுக்கவிதையின் தோற்றமும் வளர்ச்சியும் வருஷ ரீதியில் தொகுத்து எழுதப்பட்டுள்ளன இதில். போகிறபோக்கில் அங்கங்கே சிற்சில இடங்களில் எனது அபிப்ராயங்களையும் மேலோட்டமாகக் குறிப்பிட்டிருக்கிறேன்.

பாரதிக்குப் பிறகு தனி மலர்ச்சி காட்டிய ‘வசன கவிதை’ சில பேர்களது முயற்சியோடு குன்றி, 1940களுக்குப் பிறகு ஒரு தேக்கநிலையை எய்தியிருந்தது. பல வருஷங்களுக்குப்பிறகு ‘எழுத்து’ இலக்கிய ஏடு தோன்றியதும், புதுக்கவிதை புத்துயிர்ப்பும் புதுவேகமும் பெற்று ஓங்கி வளர்ந்தது. எனவே புதுக்கவிதை வரலாற்றில் ‘எழுத்து’க்கு பெரும் பங்கும் முக்கிய இடமும் உண்டு. அதனால்தான் இக்கட்டுரைகளில் ‘எழுத்து’ கால சாதனைகளுக்கு நான் அதிகமான கவனிப்பு கொடுக்க நேர்ந்தது.

‘தீபம்’ பத்திரிகையில் இக்கட்டுரைகள் பிரசுரமாகிக் கொண்டிருந்தபோதும், அதன்பின்னரும், பல இடங்களிலிருந்தும் - முக்கியமாகக் கல்லூரிகளிலிருந்து - பாராட்டுக்கள் கிடைத்து வந்தன. இவ்வரலாறு புத்தகமாக வரவேண்டும்; இலக்கிய மாணவர்களுக்கும் ஆராய்ச்சி செய்கிறவர்களுக்கும் பயனளிக்கும் என்ற கருத்தும் தொடர்ந்து கூறப்பட்டு வந்தது.

இப்போது புதுக்கவிதை வரலாறு 'எழுத்து பிரசுரம்' ஆக வெளிவருகிறது. உறுதியோடும் ஊக்கத்தோடும், அயராத தன்னம்பிக்கையோடும் நல்ல முறையில் நல்ல புத்தகங்களைத் தயாரித்து வருகிற நண்பர் செல்லப்பா இவ்வரலாற்றையும் பிரசுரிப்பது எனக்கு மகிழ்ச்சியும் பெருமையும் தருகிறது. அவருக்கு என் நன்றி உரியது.

என்போக்கில் இவ்வரலாற்றை எழுத எனக்கு ஊக்கம் தந்து முப்பது இதழ்களில் வெளியிட்டு உதவிய 'தீபம்' நா.பா. அவர்களுக்கும் என் நன்றியைத் தெரிவித்துக்கொள்கிறேன். இது புதுக்கவிதையின் வரலாறு மட்டுமே. இதை அடிப்படையாக வைத்துக்கொண்டு புதுக்கவிதைகளையும் கவிஞர்களையும் நன்கு விமர்சிக்கும் - ஆழமும் கனமும்கொண்ட - ஆய்வுரைகள் இனி வரவேண்டும். வரும் என நம்பிக்கையோடு எதிர்பார்க்கிறேன்.

ராஜவல்லிபுரம்   வல்லிக்கண்ணன்
மார்ச்-1977

முதற் பதிப்புரை

தனது இந்த நீண்ட நூலுக்கு மிகச் சுருக்கமானதாக நண்பர் வல்லிக்கண்ணன் எழுதி இருக்கும் ஆசிரிய முன்னுரையிலிருந்து பின்வரும் ஒரு பாராவை இங்கு எடுத்துக்காட்டிவிட்டு என் அறிமுக வார்த்தைகளை தொடருகிறேன்.

'இது புதுக்கவிதை வரலாறுதான், புதுக்கவிதைகள், கவிஞர்கள் பற்றிய விமர்சனமோ ஆய்வுரையோ அல்ல. புதுக்கவிதையின் தோற்றமும் வளர்ச்சியும் வருஷ ரீதியில் தொகுத்து எழுதப்பட்டுள்ளன இதில். போகிற போக்கில் அங்கங்கே சிற்சில இடங்களில் எனது அபிப்ராயங்களையும் மேலோட்டமாகக் குறிப்பிட்டிருக்கிறேன்.'

இதோடு, முன்னுரையின் முதல்பாரா இரண்டு வரிகளையும் கடைசி பாராவின் முதல்வாக்கியத்தையும் சேர்த்துப் பார்க்கும்போது ஆசிரியரின் வரையறுத்துக்கொண்ட உத்தேசம் நமக்கு தெளிவாகிறது. இந்த நூலில் நாம் எதிர்பார்க்க வேண்டியதையும் உணர்த்துவதாக இருக்கிறது.

புதுக்கவிதையின் தோற்றமும் வளர்ச்சியும் என்ற இந்தபுத்தகம் தமிழ் இலக்கியத் துறையில் ஒரு தலைசிறந்த முயற்சி. அதுமட்டுமல்ல, இது புதுவிதமானதும்கூட, சங்ககாலக் கவிதைகள், காவ்யகால கவிதைகள், பக்திகாலக் கவிதைகள், சிற்றிலக்கிய கவிதைகள் ஆகியவற்றின் தோற்றமும் வளர்ச்சியும் என்று வரலாற்றுரீதியாக நமக்கு புத்தகங்கள் இருப்பதாகத் தெரியவில்லை. அதுக்கு நியாயமான காரணங்கள்கூட சொல்லலாம். அந்த இலக்கியங்கள் நமது சமீபகாலத்தியவை இல்லை. வெகு புராதனமானவை. பராபரியாக கேள்விப்பட்டு தெரியவந்த தகவல்களுக்கு மேலேயோ அல்லது அந்த இலக்கிய படைப்புகளுக்குள்ளிருந்து தெரியவந்த தகவல்களுக்கு மேலேயோ வரலாற்று ரீதியாக இலக்கிய நடப்புக் குறிப்புகள் எதுவும் குறித்துவைக்கும் பிரக்ஞை இல்லாத நிலையில், நூற்றாண்டு

என்ற அளவுக்குத்தான் எந்த இலக்கியப் படைப்புக்கும் இடம் காலம் நிர்ணயிக்க சாத்யமாகி இருக்கிற நிலையில், ஏதோயூகத்தில் அல்லது சரித்திரத் தகவல் ஆதாரத்தில் முன்னேபின்னே வைத்து அநுமானித்து அந்த நூற்றாண்டு இந்த நூற்றாண்டு, இந்தப் பத்தாண்டுக் காலம், இந்த ஆண்டு என்று எதுவும் கணிக்கமுடியாத நிலைதான். எனவே நமது இலக்கிய கால கட்டங்கள் 'பொத்தாம் பொதுவாக'வும் குத்து மதிப்பாகவும் ஒரு மிக நீண்ட கால அளவுக்குள், எல்லைக்குள் அடக்கப்பட்டு கணிக்கப்பட்டிருக்கின்றன.

அதாவது போகட்டும், ரொம்பப் பழமையானவை என்று சொல்லிவிடலாம். சென்ற நூற்றாண்டு, இந்த நூற்றாண்டு பற்றி என்ன? இந்தக் காலத்தில் கூட தற்காலக் கவிதையின் தோற்றமும் வளர்ச்சியும் பற்றி வரலாற்று ரீதியாக புத்தகம் ஏதாவது இருக்கா என்பது எனக்கு சந்தேகமே. பாரதிக்குமுன், பாரதிக்குப்பின் என்றுகூட புதுவிதக் கவிதைகளின் தோற்றம் வளர்ச்சி பற்றி புத்தகங்களே இல்லையே. ஆராய்ச்சி அந்தப் பார்வையில் ஏதாவது செய்யப்பட்டிருக்கிறதா என்பதும் எனக்கு கேள்வி. கவிதை போகட்டும்; சிறுகதை, நாவல் பற்றிக் கூட அத்தகைய சரியான புத்தகம் வரவில்லை.

இந்த நிலையில் தமிழ் இலக்கியத்துக்கு சமீபத்தில் சேர்ந்த புதுக்கவிதை பற்றிய வல்லிக்கண்ணன் புத்தகத்தை ஒரு சாதனை என்றே சொல்ல வேண்டும். முப்பத்தைந்து ஆண்டுகளுக்கு மேலாக எழுதிவரும் வல்லிக்கண்ணன் ஏராளமாக எழுதுபவர். இலக்கிய உருவங்களில் அவர் தொடாத துறை கிடையாது. போதுமான, நியாயமான அளவு வாழ்க்கை வசதிகூட எழுத்தாள வாழ்க்கை மூலம் அவருக்கு கிடைக்க வராத நிலையிலும் அவரது ஆழ்ந்த இலக்கிய ஈடுபாடும் செயலீடும் தனித்துக் குறிப்பிடத்தக்கது. ஒரு முனகல் இல்லாமல் வாழ்க்கைச் சவாலை ஏற்றுக்கொண்டு, எழுத்தே குறிப்பாக செயல்படும் அவரை தமிழ்நாடு தக்கபடி பயன்படுத்திக் கொள்ளவில்லைதான். இருந்தும் அவரது தளராத பங்கு செலுத்தல் கணிசமானது. தன்னை விமர்சகர் என்று சொல்லிக்கொள்ளாமல் இலக்கிய ரசிகன் என்ற அளவிலேயே தன் அபிப்பிராயங்களை வெளிப்படுத்திக்கொண்டு வருகிறவர் அவர். எந்த இலக்கியப் புத்தகங்கள் படித்தாலும் தான் அதை ரசித்ததை உடனே வெளிச்சொல்பவர் அவர். படைப்பாளி, இலக்கிய ரசிகன் என்பதோடு அவர் ஒரு இலக்கியத் தகவல் களஞ்சியம். இந்த நாற்பத்தைம்பது வருஷ

இலக்கிய உலகத் தகவல்களோ போக்குகளோ, புள்ளி விபரமோ, புத்தகப்பட்டியலோ, அவற்றின் உள்ளடக்கமோ, அவரிடம் கேட்டால் ரெடிமேடாக கிடைக்கும். தவிர வெளியே எங்கும் கிடைக்காத தற்கால இலக்கிய நூல்களும் பத்திரிகைகளும் அவரிடம் கிடைக்கும். செல்லப்பாவிடம் கேட்டால் கிடைக்கும் என்று தகவல் கொடுக்கப்பட்டு என்னிடம் தகவல்கள் கேட்க வருபவர்களிடம் வல்லிக்கண்ணனிடம்தான் போகவேண்டும் என்பேன் நான். அவர் தேடித் தந்திராவிட்டால் பிச்சமூர்த்தி கவிதைகள் சில கிடைத்திராது.

இதையெல்லாம் சொல்லக் காரணம் இந்த புதுக்கவிதையின் தோற்றமும் வளர்ச்சியும் நூலை எழுத அவருக்கு உள்ள தகுதியை தெரியப்படுத்தத்தான். இந்த புத்தகத்தை அவரைத்தவிர வேறு யாரும் இவ்வளவு முறையாக எழுதி இருக்க முடியாது நிச்சயமாய். தற்கால புதுக்கவிதை இயக்கத்தோடு வளர்ந்திருந்த எனக்கே வியப்பு. இந்தக் கட்டுரைத் தொடரை நான் 'தீபம்' பத்திரிகையில் படித்து வந்தபோது, எனக்குத் தெரியவராத பல தகவல்கள், கட்டுரை விஷயங்கள், சிலகருத்துக்கள் எனக்கு முதன்முதலாக தெரியவந்தன. தீபம் பத்திரிகை ஆசிரியர் நா. பார்த்தசாரதிக்கு என் நன்றியை தெரிவித்தாகவேண்டும் இந்த இடத்தில். இலக்கிய உபயோகமான காரியமாக, அவர் தன் பத்திரிகையில் பி.எஸ்.ராமையாவை 'மணிக்கொடி காலம்' எழுதச் செய்துவிட்டு பிறகு வல்லிக்கண்ணனை 'சரஸ்வதி காலம்' எழுதவும் பயன்படுத்தி, தொடர்ந்து வல்லிக்கண்ணனை புதுக்கவிதை பற்றிய வரலாற்று நூலை எழுத வைத்தது ஒரு முக்கிய நிகழ்ச்சி. அவருக்கு இந்த யோசனையும் அக்கறையும் தோன்றி இராவிட்டால் இந்த நூல் பிறந்தே இருக்காது. வேறு யார், எந்த பத்திரிகை இதை செய்திருக்கக்கூடும்?

இந்த நூலைப்பற்றி நான் இன்னும் பேசவில்லை. பேசப் போவதும் இல்லை. இதன் பக்கங்களே வாசகர்களுடன் பேசும். இது எனக்கு மன நிறைவு தந்த நூல். ஒரு இலக்கிய வரலாற்று நூலை எழுத தகவல் அறிவு பெரும் அளவுக்கு இருக்கவேண்டும். அது இந்த நூல் மூலம் தெரிகிறது. ஆனால் தகவல் அறிவு மட்டும் போதாது. பொறுப்புணர்ச்சி இருக்க வேண்டும். விருப்பு, வெறுப்பு, மனச்சாய்வு, கொள்கை சார்பு இருக்கவே கூடாது. நான் இந்த வரலாற்று நூலை எழுதி இருந்தால் என்னை அறிந்தும் அறியாமலும் ஒரு பக்கமாக அழுத்தம் கொடுத்திருக்கக்கூடும். ஆனால் வல்லிக்கண்ணனோ

தான் புதுக்கவிதை ஆரம்பகர்த்தாக்களில் ஒருவராக இருந்தும் படைப்பில் தன் போக்கு என்று கொண்டிருந்தும் அந்த 'தான்'னை ஒதுக்கிவிட்டு புதுக்கவிதை முதல் இன்று வரை உள்ள படைப்புகளுக்கும் போக்குகளுக்கும் கொள்கைகளுக்கும் கிளை இயக்கங்களுக்கும் படைப்பாளிகளுக்கும் சரித்திரநியாயம் கிடைக்கச்செய்திருக்கிறார். தனக்கு உடன்பாடாக இருப்பதை அளவுகடந்து மெச்சியும் தனக்கு ஏற்காததை மறைத்தோ அலட்சியப்படுத்தியோ இகழ்ந்தும் எழுதவே இல்லை. ஒரு இலக்கிய சரித்திர ஆசிரியரால் இலக்கிய மாணவர்களுக்குச் சரியாக தரப்பட்ட புதுக்கவிதை இயக்க முதல் நூல். இதை எழுதி இருப்பதற்கு, ஒரு இலக்கிய கடமையை பொறுப்புடனும் நேர்மையாகவும் மனப்பூர்வமாகவும் சரியாகவும் நிறைவேற்றி இருப்பதற்கு நாம் வல்லிக்கண்ணனைப் பாராட்ட கடமைப் பட்டிருக்கிறோம். புதுக்கவிதை பற்றிய ஒரு 'ஆதான்டிக்' ஆதாரபூர்வமான புத்தகத்தை, இந்த அஸ்திவாரத்தின் மீது புதுக்கவிதை ஆராய்ச்சி செய்ய வழி செய்யும் இந்த புத்தகத்தை, அவரே முடிவுரையாக 'இது வரலாறு மட்டுமே இதை அடிப்படையாக வைத்துக்கொண்டு புதுக்கவிதைகளையும் கவிஞர்களையும் நன்கு விமர்சிக்கும், ஆழமும் கனமும்கொண்ட ஆய்வுரைகள் வரவேண்டும்' என்று சொல்வதுபோல, திறனாய்வுக்கு ஆதார ஆகாரம் தரும் இந்த புத்தகத்தை எழுத்து பிரசுரம் வெளியீடாக கொண்டுவருவதிலே எனக்குள் ஏற்பட்டிருக்கும் திருப்தியும் மகிழ்ச்சியும் எனக்குத்தான் தெரியும்.

27.4.77   சி.சு.செல்லப்பா
சென்னை

மூன்றாம் பதிப்பின் குறிப்புரை

'புதுக்கவிதையின் தோற்றமும் வளர்ச்சியும் பற்றி திரு.வல்லிக்கண்ணன் தீபம் இதழில் எழுதிய கட்டுரைத் தொடரை முதன்முதலில் (!977) நூல்வடிவில் திரு. சி.சு.செல்லப்பா தம் எழுத்து பிரசுரம் வெளியீடாகக் கொண்டுவந்தார்.

அதன் இரண்டாம் பதிப்பை அகரம் வெளியிட்டது; இப்போது மூன்றாம் பதிப்பை அன்னம் வெளியிடுகிறது. 'ஒரு விளக்கம்' என்னும் புது அத்தியாயமும் இதில் இடம்பெற்றுள்ளது. 1979 வரை வெளிவந்த புதுக்கவிதை நூல்களின் பட்டியல் ஒன்றும் நூலின் இறுதியில் தரப்பட்டுள்ளது.

1978 ஆம் ஆண்டின் சாகித்ய அகாடமிப் பரிசு இந்நூலுக்கு வழங்கப் பெற்றிருக்கிறது. திரு. வல்லிக்கண்ணனின் நாற்பதாண்டுக்கால இலக்கிய சேவைக்குக் கிடைத்த கௌரவமாக மட்டுமல்லாமல் புதுக்கவிதைக்குக் கிடைத்த அங்கீகாரமாகவும் இதனை அன்னம் மதிக்கிறது.'

பொருளடக்கம்

1. தோற்றம் 15
2. இரட்டையர் 22
3. சுவையான விவாதம் 27
4. சில விளக்கங்கள் 40
5. கு.ப.ரா. கவிதைகள் 55
6. புத்த பக்தி 61
7. பாரதி அடிச்சுவட்டில் 66
8. கிராம ஊழியனில் 71
9. மற்றும் சில 79
10. பிச்சமூர்த்தி கவிதைகள் (1937 - 1946) 85
11. சரஸ்வதியில் 102
12. எழுத்து - முதல் வருடம் 108
13. பிச்சமூர்த்தி கட்டுரை 115
14. புதுக்கவிதை பற்றி 123
15. எழுத்து 1960-61 கவிதைகள் 129
16. சாதனைகள் நிறைந்த வருஷம் 142
17. புதுக்குரல்கள் 148
18. வளர்ச்சி 154
19. குறை கூறல் 166
20. க.நா.சு. கருத்து 169

21. நாடும் போரும் 178
22. சி. மணி 183
23. பிந்திய விளைவுகள் 194
24. காலாண்டு ஏட்டில் 199
25. நடை 208
26. குருக்ஷேத்ரம் 217
27. 'எழுத்து'வின் கவிதைப்பணி 227
28. பிச்சமூர்த்தி கவிதைகள் 230
29. தாமரை 241
30. எழுபதுகளில் 251
31. கசடதபற 254
32. மேலோட்டமான பார்வை 267
33. வானம்பாடி 282
34. சின்னத் தொகுப்புகள் 295
35. புத்தகங்கள் 300
36. ஈழத்தில் புதுக்கவிதை 304
37. இன்றைய நிலைமை 310
38. எழுபதுகளின் பிற்பகுதியில் 314
39. ஒரு விளக்கம் 319
40. புதுக்கவிதைத் தொகுப்புகள் 323

தோற்றம்

'புதுக்கவிதை' என்ற பெயர் அநேகருக்குப் பிடிக்கவில்லை, இந்தப் பெயரைக் கண்டு பலர் மிரளுகிறார்கள். கேலி செய்ய வேண்டும் என்ற தூண்டுதலை இது சிலருக்கு ஏற்படுத்துகிறது. இதன் உருவத்தையும் உள்ளடக்கத்தையும் பார்த்துக் குழப்பம் அடைகிறவர்கள் பலர்.

காலவேகத்தில் கவிதைத்துறையில் இயல்பாக ஏற்பட்ட ஒரு பரிணாமம் இது. தமிழ்க் கவிதையில் மறுமலர்ச்சி பெற்ற இப்புதுமைக்கு 'புதுக்கவிதை' எனும் பெயர் 1960களில்தான் சேர்ந்தது 'நியூ பொயட்ரி' என்றும், 'மாடர்ன் பொயட்ரி' என்றும் ஆங்கிலத்தில் கூறப்படுவதை ஒட்டி, தமிழில் 'புதுக்கவிதை' என்ற பெயர் இம்முயற்சிக்கு இடப்பட்டது.

ஆயினும் ஆரம்பத்தில், யாப்பு முறைகளுக்கு கட்டுப்படாமல், கவிதை உணர்வுகளுக்கு சுதந்திரமான எழுத்து உருவம் கொடுக்கும் இப்படைப்பு முயற்சி 'வசன கவிதை' என்றே அழைக்கப்பட்டது. பின்னர், 'யாப்பில்லாக் கவிதை', 'இலகு கவிதை', 'கட்டிலடங்காக் கவிதை' (Free Verse) போன்ற பெயர்களை இது அவ்வப்போது தாங்க நேரிட்டது.

புதுக்கவிதை என்பதில் மிரட்சிக்கோ, பரிகாசத்துக்கோ, குழப்பத்துக்கோ எதுவும் இடம் இல்லை.

முன்பு பழக்கத்தில் இருந்து வருகிற - மரபு ரீதியாக அமைந்த - ஒன்றிலிருந்து மாறுபட்டு (அல்லது அதை மீறித்) தோன்றுவது புதுசு (புதிது). மரபு ரீதியான, யாப்பு இலக்கணத்தோடு ஒட்டிய கவிதைகளிலிருந்து மாறுபடும் இக்கவிதைப் படைப்பு புதுக்கவிதை எனப் பெயர் பெற்றது பொருத்தமேயாகும். பார்க்கப்போனால், கவி சுப்பிரமணிய பாரதி தனது எல்லாக் கவிதைகளையுமே 'புதுக்கவிதை' என்றுதான் குறிப்பிடுகிறார் - அந்நாள் வரை இருந்து வந்த தமிழ்க் கவிதைகளிலிருந்து

அவை மாறுபட்ட தன்மைகளைப் பெற்ற படைப்புகளாக விளங்கியதால்,

‘சுவை புதிது, பொருள் புதிது, வளம் புதிது,
சொற்புதிது, சோதிமிக்க
நவகவிதை’

என்று பாரதியார் தன் கவிதைகளைப் பற்றிப் பெருமையோடு பேசுகிறார்.

தனது கவிதா உணர்வுகளையும் உள்ளத்தின் எழுச்சிகளையும், கனவுகள் கற்பனைகள் எண்ணங்கள் அனைத்தையும் மரபு ரீதியான யாப்பு முறைகளுக்கு உட்படும் - கவிதைகளின் விதம் விதமான வடிவங்களில் வெளிப்படுத்திய கவிபாரதி, இலக்கணத்துக்கு உட்படாத புதிய வடிவத்திலும் உருக்கொடுக்க முயன்று வெற்றியும் கண்டார். அதுதான் ‘காட்சிகள்’ என்ற வசன கவிதைத் தொகுப்பு.

பாரதி தன் எண்ணங்களை எழுத்து ஆக உருவாக்குவதற்குப் பல சோதனைகளில் ஆர்வம் கொண்டிருந்தார் என்பது அவரது படைப்புகளை ஆராய்வோருக்குப் புரியும். கவிதைகளில் பல சோதனைகள் செய்ததுபோலவே, வசனத்தில் தராசு, ஞானரதம், நவதந்திரக் கதைகள் போன்ற புதிய முயற்சிகளை அவர் செய்திருக்கிறார். அதே தன்மையில், வசனத்தை மீறிய, ஆயினும் கவிதையின் பூரணத்துவத்தை எய்தாத ஒரு முயற்சியாக அவர் படைத்துள்ள வசன கவிதைகளே ‘காட்சிகள்’. எனவே, கவி சுப்பிரமணிய பாரதிதான் தமிழ்ப் ‘புதுக்கவிதை’யின் தந்தையாவார்.

பாரதியின் ‘காட்சிகள்’ வசனம்தான்; அவரது படைப்புகளைத் தொகுத்துப் பிரசுரித்தவர்கள் தவறுதலாக அவற்றையும் கவிதைகளோடு இணைத்து, வசன கவிதை என்று வெளியிட்டுவிட்டார்கள் என்று அந்தக் காலத்தில் ஒரு சிலர் எதிர்க்குரல் கொடுத்தது உண்டு.

பாரதி ‘காட்சிகள்’ என்ற தலைப்பில் எழுதியிருப்பது வெறும் வசனம் அல்ல. தவறுதலாகக் கவிதைத் தொகுதியில் இடம்பெற்றுவிட்ட வசன அடுக்குகள் என்று அதைக்கொள்வதும் சரியாகாது. என்றோ எழுதப்பட வேண்டிய கவிதைச் சித்திரங்களுக்காக அவ்வப்போது குறித்து வைக்கப்பட்ட துணுக்குகள் என்று மதிப்பிடுவதும் பொருந்தாது. பாரதியின்

கட்டுரைகள் என்ற பெயரில் துண்டு துணுக்குகள், எண்ணச் சிதறல்கள் பற்பல காணப்பட்ட போதிலும், 'காட்சிகள்' முழுமைபெற்ற - நன்கு வளர்க்கப்பட்ட - சிந்தனைக் கட்டுமானங்களாகவும், சொல் பின்னல்களாகவுமே அமைந்துள்ளன.

தனது எண்ணங்களுக்கும், அனுபவங்களுக்கும், உணர்ச்சிகளுக்கும் வெவ்வேறுவிதமான வடிவங்கள் கொடுக்க ஆசைப்பட்ட பாரதிக்குக் கவிதை 'தொழில்'; இதயஒலி; உயிர் மூச்சு. என்றாலும், கவிதை சிலசமயங்களில் சக்தியை இழந்துவிடுகிறது. வசனம் அநேக சமயங்களில் கவிதையைவிட அதிகமான வலிமையும் அழகும் வேகமும் பெற்றுவிடுகிறது. இதை பாரதியே உணர்ந்திருக்கிறார். இதற்கு 'பாஞ்சாலி சபதம்' நெடுங்கவிதையில் வருகிற 'மாலை வருணனை' எனும் கவிதைகளும், பாரதி எழுதியுள்ள 'ஸூர்யாஸ்தமனம்' என்ற வசனப்பகுதியும் நல்ல எடுத்துக்காட்டு ஆகும். ஆகவே அவர் 'வசன கவிதை' என்ற புதிய சோதனையை மேற்கொண்டார்.

மேலும் பாரதி 'வடிவம்' (Form) பற்றி தெளிவாக சிந்திக்கிறார் என்று கொள்ளவேண்டும். 'வசனகவிதை'யில் வருவது இது -

"என் முன்னே பஞ்சுத் தலையணை கிடக்கிறது.
அதற்கு ஒரு வடிவம், ஓரளவு ஒரு நியமம்
ஏற்பட்டிருக்கின்றது.

இந்த நியமத்தை, அறியாதபடி சக்தி
பின்னே நின்று காத்துக் கொண்டிருக்கிறாள்.
மனிதஜாதி இருக்குமளவும் இதே தலையணை
அழி வெய்தாதபடி காக்கலாம்.

அதனை அடிக்கடி புதுப்பித்துக் கொண்டிருந்தால்
அந்த வடிவத்திலே சக்தி நீடித்து நிற்கும்,
புதுப்பிக்கா விட்டால் அவ்வடிவம் மாறும்,
வடிவத்தைக் காத்தால்,
சக்தியை காக்கலாம்;
அதாவது, சக்தியை அவ்வடிவத்திலே காக்கலாம்;

வடிவம் மாறினும் சக்தி மாறுவதில்லை
எங்கும், எதனிலும், எப்போதும் எல்லா விதத்
தொழில்களும் காட்டுவது சக்தி.
வடிவத்தைக் காப்பது நன்று, சக்தியின் பொருட்டாக.

சக்தியைப் போற்றுதல் நன்று வடிவத்தைக் காக்குமாறு.
ஆனால் வடிவத்தை மாத்திரம் போற்றுவோர்
சக்தியை இழந்து விடுவர்." *('சக்தி')*

பாரதி தன்னுள் லீலைகள் புரிந்த சக்தியைப் போற்றினார். சக்தியை விதவிதமான வடிவங்களில் துதித்தார். பாம்புப் பிடாரன் பற்றி பாரதி கூறுவது அவருக்கும் பொருந்தும்.

"இஃது சக்தியின் லீலை.
அவள் உள்ளத்திலே பாடுகிறாள். அது
குழலின் தொளையிலே கேட்கிறது.
பொருந்தாத பொருள்களைப் பொருத்திவைத்து
அதிலே இசையுண்டாக்குதல் – சக்தி"

இப்படி 'பொருந்தாத பொருள்களைப் பொருத்தி வைத்து அதிலே இசையுண்டாக்கும்' முயற்சிதான் பாரதியின் வசனகவிதைப் படைப்பு ஆகும்.

"கருவி பல, பாணன் ஒருவன்.
தோற்றம் பல, சக்தி ஒன்று."

பாரதி என்னும் பாணன், தன்னுள் ஜீவனுடன் பிரவாகித்துக் கொண்டிருந்த சக்திக்கு புறத்திலே பலப்பல தோற்றங்கள் கொடுக்க விரும்பியபோது அவருக்குப் பயன்பட்ட கருவிகள் பல. முக்கியமானது கவிதை. வசனமும் வசன கவிதையும் பிற.

பாம்புப் பிடாரன் குழல் ஊதும் ஆற்றலை பாரதியின் வசன கவிதைச் சொல்லமைப்புக்கு ஒப்பிடலாம். பாரதி சொல்கிறார்:

"இதோ பண்டிதன் தர்க்கிப்பது
போலிருக்கின்றது.
ஒரு நாவலன் பொருள் நிறைந்த
சிறிய சிறிய வாக்கியங்களை
அடுக்கிக் கொண்டு போவது போலிருக்கிறது,
இந்தப் பிடாரன் என்ன வாதாடுகிறான்?
... பல வகைகளில் மாற்றிச் சுருள் சுருளாக வாசித்துக்கொண்டு
போகிறான்."

பாரதியின் வசனகவிதை முயற்சிகளும் 'பொருள் நிறைந்த சிறிய சிறிய வாக்கியங்களை அடுக்கிக்கொண்டு போவதும்' பல

வகைகளில் மாற்றிச் சுருள்சுருளாக' வாசிப்பதும் ஆகத்தான் அமைந்துள்ளன.

இந்த விதமான 'வசனகவிதைப்' படைப்பில் ஈடுபட வேண்டும் என்ற ஆசை பாரதிக்கு ஏன், எப்படி ஏற்பட்டிருக்கக்கூடும் என்று இன்று சர்ச்சை செய்வது சுவாரஸ்யமான யூகங்களுக்கே இடமளிக்கும். எனினும், பேராசிரியர் பி.மகாதேவன் கூறியிருப்பது ஏற்றுக்கொள்ளக்கூடிய ஒரு அபிப்பிராயமாகவே தோன்றுகிறது.

பாரதி ரவீந்திரநாத் தாகூருடன் போட்டியிடுவதில் ஆர்வம் காட்டினார்; தாகூரின் 'கீதாஞ்சலி' மாதிரி அவரும் இதை எழுதினார் என்று மகாதேவன் சொல்லியிருக்கிறார்.

தாகூரின் 'கீதாஞ்சலி' முதலிய படைப்புகளை ரசித்த பாரதி அவற்றைப்போல் வசனகவிதை படைக்க முன்வந்திருக்கலாம். அக்காலத்தில் அவருக்கு வால்ட் விட்மனின் 'லீவ்ஸ் ஆவ் கிராஸ்' பாடல்களும் அறிமுகமாகி இருந்தன. மேலைநாட்டு நல்ல கவிஞர்களின் திறமையை அறிந்துகொள்ளத் தவறாத பாரதி விட்மனையும் அறிமுகம் செய்துகொண்டிருந்தார். இதற்கு பாரதியின் கட்டுரையில் சான்று கிடைக்கிறது. வால்ட் விட்மன் பற்றி பாரதி இவ்வாறு எழுதியிருக்கிறார் - "வால்ட் விட்மன் என்பவர் சமீபகாலத்தில் வாழ்ந்த அமெரிக்கா *(United States)* தேசத்துக்கவி. இவருடைய பாட்டில் ஒரு புதுமை என்னவென்றால், அது வசனநடை போலேதான் இருக்கும். எதுகை, மோனை, தளை ஒன்றுமே கிடையாது. எதுகை மோனையில்லாத கவிதைதான் உலகத்திலே பெரிய பாஷைகளில் பெரும் பகுதியாகும். ஆனால், தளையும் சந்தமும் இல்லாத கவிதை வழக்கமில்லை. வால்ட் விட்மன், கவிதையை பொருளில் காட்ட வேண்டுமேயல்லாது சொல்லடுக்கில் காட்டுவது பிரயோஜனமில்லையென்று கருதி ஆழ்ந்த ஓசை மாத்திரம் உடையதாய் மற்றப்படி வசனமாகவே எழுதிவிட்டார். இவரை ஐரோப்பியர், காளிதாஸன், கம்பன், ஷேக்ஸ்பியர், மில்டன், தாந்தே, கெத்தே முதலிய மகாகவிகளுக்கு ஸமான பதவியுடையவராக மதிக்கிறார்கள். குடியாட்சி, ஜனாதிகாரம் என்ற கொள்கைக்கு மந்திர ரிஷிகளில் ஒருவராக இந்த வால்ட் விட்மனை ஐரோப்பிய ஜாதியார் நினைக்கிறார்கள். எல்லா மனிதரும், ஆணும் பெண்ணும் குழந்தைகளும், எல்லாரும்

ஸமானம் என்ற ஸத்யத்தை பறையடித்த மஹான்களில் இவர் தலைமையானவர்."   (பாரதி கட்டுரைகள்: 'சமூகம் - நகரம்')

புல்லையும் மண்ணையும் நீரையும் மனிதர்களையும் நாடுகளையும் உற்சாகத்தோடு பாடிப் பெருமைப்பட்ட விட்மனைப்போல பாரதியும் காற்றையும் கயிற்றையும் மணலையும் விண்ணின் அற்புதங்களையும் மண்ணின் மாண்புகளையும் போற்றி, 'பொருள் நிறைந்த சிறிய சிறிய வாக்கியங்களை அடுக்கி' தர்க்கித்துக் கொண்டுபோக விரும்பியிருக்கலாம். பாரதத்தின் பழங்கால ரிஷிகளைப்போல, உபநிஷத் கர்த்தாக்களைப்போல பாரதியும் ஒளியை, வெம்மையை, சக்தியை, காற்றை, கடலை, ஜகத்தினைப் போற்றிப் புகழ இப்புதிய வடிவத்தைக் கையாண்டிருக்கலாம்.

அது எவ்வாறாயினும், தமிழுக்குப் புதிய வடிவம் ஒன்று கிடைத்தது.

பாரதியின் வசனகவிதை இனிமை, எளிமை, கவிதை மெருகு, ஓட்டம் எல்லாம் பெற்றுத் திகழ்கிறது. இதற்கு ஒரு உதாரணமாகப் பின் வருவதைக் குறிப்பிடலாம்.

"நாம் வெம்மையைப் புகழ்கின்றோம்,
   வெம்மைத் தெய்வமே ஞாயிறே, ஒளிக்குன்றே,
அமுதமாகிய உயிரின் உலகமாகிய
உடலிலே மீன்களாகத் தோன்றும்
விழிகளின் நாயகமே
   பூமியாகிய பெண்ணின் தந்தையாகிய காதலே,
வலிமையின் ஊற்றே, ஒளி மழையே, உயிர்க்கடலே,
சிவனென்னும் வேடன் சக்தியென்னும்
குறத்தி உலகமென்னும் புனங்காக்கச்
   சொல்லி வைத்து விட்டுப் போன விளக்கே,
கண்ணனென்னும் கள்வன் அறிவென்னும்
தன்முகத்தை மூடி வைத்திருக்கும்
ஒளியென்னும் திரையே.
   ஞாயிறே, நின்னைப் பரவுகின்றோம்."   (ஞாயிறு புகழ்)

இது வெறும் வசனம்தானா? இல்லை, இது கவிதைதான் என்று எப்படிச் சொல்ல முடியும்?

வசனத்தின் வறண்ட, அறிவுப்பூர்வமான சாதாரண இயல்பை மீறியது. கவிதையின் தன்மையைப் பூரணமாகப் பெறாதது. எனவேதான் 'வசனகவிதை' என்று பெயர் பெறுகிறது.

பாரதி காட்டும் 'காட்சி'களின் பல பகுதிகள் கவிதை ஒளி பொதிந்த சிறு சிறு படலங்களாகவே திகழ்கின்றன. ஆயினும் அவை கவிதை ஆகிவிடா. 'வசனகவிதை' எனும் புதிய வடிவத்தின் ஜீவனுள்ள சித்திரங்கள் அவை. திரும்பத் திரும்பப் படித்துச் சுவைப்பதன் மூலம் அவற்றின் நயத்தையும் உயர்வையும் தனித்தன்மையையும் உணரமுடியும்.

~

இரட்டையர்

பாரதி தோற்றுவித்த வசனகவிதை முயற்சி பின்னர் 1930களின் பிற்பகுதியில்தான் துளிர்விடத் தொடங்கியது.

பாரதிக்குப் பிறகு புதுக்கவிதை முயற்சியில் ஆர்வத்துடன் முதன் முதலாக ஈடுபட்டவர் ந. பிச்சமூர்த்திதான்.

சிறுகதைத் துறையில் குறிப்பிடத்தகுந்த வெற்றி பெற்றிருந்த ந.பி., 'பிக்ஷு' என்ற பெயரில் கவிதைகள் எழுதலானார். அவர் எழுதிய முதல் கவிதை எது, அது எந்தப் பத்திரிகையில் பிரசுரமாயிற்று என்பது இப்போது தெரியவில்லை.

('நான் புதுக்கவிதை எழுத ஆரம்பித்தது 1934 'மணிக்கொடி'யில்; 'காதல்' முதல் கவிதை. தொடர்ந்து 'ஒளியின் அழைப்பு', 'கிளிக்குஞ்சு', 'பிரார்த்தனை', 'தீக்குளி' முதலியவை 1934ஆம் வருஷ 'மணிக்கொடி'யிலேயே பிரசுரமாயின. 1934 முதல் நான் புதுக்கவிதை தொடர்ந்து எழுதியிருக்கிறேன்' என்று ந.பி. ஒரு கடிதம் மூலம் பின்னர் அறிவித்தார்.)

நான் முதன்முதலாகப் பார்க்க நேர்ந்த பிக்ஷு-வின் கவிதை 'கிளிக்கூண்டு', 1937ஆம் வருடம் பிரசுரமான அருமையான இலக்கிய மலரான 'தினமணி' ஆண்டு மலரில் (புதுமைப் பித்தன் பொறுப்பில் தயாரானது அது) வெளிவந்தது.

"இருளின் மடல்கள் குவிந்தன,
வானத்து ஜவந்திகள் மின்னின.
காவிரி நாணல்கள் காற்றில் மயங்கின,
மேற்கே சுடலையின் ஓயாத மூச்சு,
காலன் செய் ஹோமத்தில் உடல் நெய்யாகும் காட்சி.
கிழக்கே பெண்களின் மட்டற்ற பேச்சு,
கட்டற்ற சிரிப்பு
காவிரி மணலில் குழந்தைகள் கொம்மாளம்..."

இப்படி இனிமையாக ஆரம்பிக்கும் அழகான வசனகவிதை அது. ('கிளிக்கூண்டு' என்ற இக்கவிதை, 1962ல் சி.சு.செல்லப்பா தயாரித்த எழுத்துப் பிரசுரம் 'புதுக்குரல்கள்' 1964ல் வெளியிட்ட ந.பிச்சமூர்த்தியின் 'வழித்துணை' ஆகிய இரண்டு தொகுப்புகளிலும் இடம்பெற்றுள்ளது. பின்னர் பிரசுரம் பெற்ற 'பிச்சமூர்த்தி கவிதைகள்' என்ற தொகுப்பிலும் உள்ளது.)

"சம்பிரதாயமான யாப்பு முறைகளுக்கு உட்படாமல் கவிதையைக் காணும் புதுக்கவிதை முயற்சிக்கு, யாப்பு மரபே கண்டிராத வகையில் அமெரிக்கக் கவிஞர் வால்ட் விட்மன் எழுதிய 'புல்லின் இதழ்கள்' என்ற கவிதைத் தொகுப்புதான் வித்திட்டது. அதைப் படித்தபோது கவிதையின் ஊற்றுக்கண் எனக்குத் தெரிந்தது. பின்னர் பாரதியின் 'வசனகவிதை'யைப் படிக்க நேர்ந்தது. என் கருத்து வலுவடைந்தது. இவற்றின் விளைவாக என் உணர்ச்சிப் போக்கில் இக்கவிதைகளை எழுதினேன்" என்று ந.பி. கூறுகிறார்.

வசனகவிதை ரீதியில் கவிதை எழுதுகிறபோதே, மரபுவழிக் கவிதைபோல் தோற்றம் காட்டுகிற, ஓசை நயமும் செவிநுகர் செஞ்சொல் ஓட்டமும் நிறைந்த கவிதை இயற்றுவதிலும் பிக்ஷு நாட்டம் கொண்டிருந்தார். 1937 இறுதியில் 'மணிக்கொடி'யில் பிரசுரமான 'அக்கா குருவி' இதற்கு நல்ல உதாரணம் ஆகும். 'வசனகாவியம்' என்றுதான் அது அச்சாயிற்று.

"சித்திரைச் சூரியன் செஞ்சூலம் பாய்ச்சலால்
ஆற்றுமணல் வெள்ளம் அனலாகக் காய்ந்தது;
பத்தரை மாற்றுச் சொர்ணப்பொடி போல்ரவி
ஏற்ற மணல்காடு அங்கங்கு மின்னிற்று.
செழிப்புற்ற தோட்டமும் பாவீனும் ஏற்றமும்,
பேணாது பொங்கிய கவிஞன் கனவைப் போல்
எழில் மண்டித் தூங்கும் விரிசடை மரங்களும்
நாணாத பச்சைக்கை நீண்டு பரவல்போல
வானப் பகைப்புல சித்திர மூங்கிலும்
மொக்கின் வரிசையும் மலர்களின் சூழ்ச்சியும்
கானமே உயிர்மூச்சாய்க் கொள்ளும் பறவையும்
கொக்கின் வர்ணங்கொள் கரையோர நாணலும்..."

இவ்வாறு மேலே மேலே வளர்கிறது கவிதை. 'துன்பத்தில் அக்காவுக்கென்றென்றும் ஏங்கும்' ஒற்றைக் குயிலின் சோகத்துடன் முடிகிறது.

அதே காலகட்டத்தில்தான் கு.ப.ராஜகோபாலனும் கவிதை முயற்சியில் ஈடுபட்டார். அவரும் சிறுகதையில் சாதனைகள் புரிந்தவர்தான்.

கு.ப.ரா.வின் வசனகவிதைகள் பிக்ஷுவின் கவிதைகளினின்று தொனியிலும், சொல்லும் பொருளிலும் மாறுபட்டிருந்தன.

ஏர் புதிதா?

முதல் மழை விழுந்ததும்
மேல் மண் பதமாகி விட்டது.
வெள்ளி முளைத்திடுது, விரைந்து போ, நண்பா!
காளைகளை ஓட்டிக் கடுகிச் செல், முன்பு!
பொன் ஏர் தொழுது, புலன் வழிபட்டு,
மாட்டைப் பூட்டி
காட்டைக் கீறுவோம்!

ஏர் புதிதன்று, ஏரும் நுகத்தடி கண்டது,
காடு புதிதன்று, கரையும் பிடித்ததுதான்,
கை புதிதா, கார் புதிதா? இல்லை!

நாள் தான் புதிது, நட்சத்திரம் புதிது!
ஊக்கம் புதிது, உரம் புதிது!

மாட்டைத் தூண்டி, கொழுவை அழுத்து.
மண் புரளும் மழை பொழியும்!
நிலம் சிலிர்க்கும் பிறகு: நாற்றும் நிமிரும்.
எல்லைத் தெய்வம் நிலம் காக்கும், கவலையில்லை!

கிழக்கு வெளுக்குது!
பொழுதேறப் பொன் பரவும் ஏரடியில்
நல்ல வேளையில் நாட்டுவோம் கொழுவை

பெண்மையை வியக்கும், பெண்ணை எண்ணி ஏங்கும், அகத்துறைக் கவிதைகளையே கு.ப.ரா. அதிகம் எழுதினார். ‘கருவளையும் கையும்’, ‘பெண்ணின் பிறவி ரகசியம்’, ‘விரகம்’ போன்ற பல இனிய கவிதைகள் ரசிகர்களுக்கு மகிழ்வூட்டும் படைப்புக்கள் ஆகும்.

கிராமியக் காதலர்கள் பற்றி, கிராமியப் பாங்கான முறையில் கவிதை எழுதுவதிலும் கு.ப.ரா. உற்சாகம் காட்டினார். நல்ல

வெற்றியும் கண்டார். அவரது அந்த ஆற்றலுக்கு ஒரு உதாரணம் 'ராக்கி நெனப்பு'. *(1939 - மணிக்கொடி, ஏப்ரல் 15)*

குட்டி அவ என்ன சோக்கு
என்ன 'சோரு' தெரியுமா?
தீண்டாத சாதியவ
கலியன் சாம்பான் பொண்ணுடா!

பட்டிக்குச்சு மோட்டு மேலே
பூத்த பறங்கி போலே
ஏண்டா அங்ஙணெ போயி பொறந்தா
கட்டுக் கொண்டெக்காரி?

மட்டசாதி ஈனசாதி
எண்ணு ஆர்ரா சொன்னவென்?
அவனெக் கொண்டு அவமுன்னே
நிறுத்தி யல்ல பாக்கணும்!

கெட்ட பயமவடா அவ
என்ன மயக்கு மயக்கரா!
மவராசி போலே அவ
மவா ராங்கிக்காரி!

ஓடக்கெர மரத்துங்கீளே
உருமத் துநேரம்
மாட்டை ஓட்டி மேயவுட்டு
படுத்திருக்கையிலே

கோடேவெயிலு காலுங்கீளே
கொளுத்திச் சுட்டுப் பொசுக்க
பாட்டை வெளியே போன ராக்கி
அங்கே வந்து ஒதுங்ணா!

வேத்துக் கொட்டி வெள்ளேச்சேலே
மேலே ஓட்டிப்போயி
அள்ளிச் சொருவியிருந்த மயிரு
அவுந்து மேலே கொட்டி

நேத்து தாண்டா அவளே கிட்டே
பாத்து சொக்கிப் போனேன்!

களளிப பசபபிப பேரைக கேட்டா
குனிஞ்சு நின்னு சிரிச்சா!

அடபோடா - நீ யென்ன
கண்டே அந்த அளவே?
பொளுதே மறந்தேன் போக்கை மறந்தேன்
பெறப்பெக் கூட மறந்தேன்

மொடவன் பேலே மரத்துங்கீளே
பாவிமய மாயம்
உளந்து கெடந்தேன், பொச்சாய
ஆத்தா வந்து பாத்தா!

ராக்கி நெனப்பு ராக்கி சிரிப்பு -
அது என்ன போடா -
ராப்பவலா எந்நேரம்
வேறே நெனப்பு இல்லே!

பாக்கி நாளு என்னா செய்வேன்
சொல்லு பாப்பம் சொக்கா!
சப்புன்னு இருக்கு சீவன்
செத்துப் போனாத் தேவலாம்,

இதேபோல 'கள்ளுப் போனா போகட்டும் போடா எனக்கு சொக்கி இருக்கா சொக்கா!' என்று முடியும் ரசமான கவிதை ஒன்றும் உண்டு.

~

சுவையான விவாதம்

க.நா.சுப்ரமண்யம் அந்நாட்களில் கவிதை எழுதுவதில் உற்சாகம் காட்டியதில்லை. என்றாலும், முதன்முதலாக யாப்பிலாக் கவிதையான வசனகவிதை சம்பந்தமாய் கருத்து மோதல்களுக்குக் களம் அமைத்துக் கொடுத்த பெருமை அவருக்கே உரியது.

'சூறாவளி' வாரப் பத்திரிகை 1939 ஏப்ரலில் பிறந்தது. க.நா. சுப்ரமண்யம் நடத்திய அப்பத்திரிகை கவிதையில் அதிக அக்கறை காட்டவில்லை. ச.து.சு.யோகியாரின் படைப்பு எப்பவாவது இடம் பெற்றுக்கொண்டிருந்தது.

என்றாலும், 'சூறாவளி' நான்காவது இதழில் 'மயன்' எழுதிய வசனகவிதை வந்தது. க.நா.சு.தான் 'மயன்'

மணப் பெண்

திரையிட்டு மறைத்த முகமும்
பெண்மை ஏசும் பட்டாடையும்
மறைத்து வைக்கும்
உண்மை அறியாவண்ணம்
அழகி என்று
அவளை அறிவ தெப்படி?

அவள் அழகி
ஆடை உடுத்தி
அழகு படுத்தி
அலங் கரித்து
மணமேடை யேற்றிக்
கண்டின் புற்றது
நாங்கள்.

அவள் அழகைத்
திரையிட்டு மூடுவானேன்?

அழகு கண்டு
கண் மங்காதிருக்க
அவன் அதிர்ஷ்டங் கண்டு
பிறர் பொங்காதிருக்க.

பின் அவளழகை
உரக்கப் பாடுவானேன்?
பாட்டை நம்புவார் யார்!
வெறும் சொல்லடுக் கென்று

எண்ணி ஏமாறுவார்
யாருமே என்று
அவளழகைப் பாடுவோம்

நாரியர் புடை சூழ
மேக மண்டலத்தில்
மின்னென நடக்கிறாள் –

மாலை வானத்திலே
மின்னும் சுடரெனவே
மணவறை சேருவாள் –

அவன் கூடுவான்
அழகுடன்
அழகு பொருந்த.

இந்தக் கவிதையைக் குறைகூறி ஒரு கடிதம் 'சூறாவளி' ஆறாவது இதழில் பிரசுரமாயிற்று. 'மகராஜ்' என்பவர் எழுதியது.

'சூறாவளியில் 'மயன்' எழுதிய பாட்டைப் படித்தேன். ஆங்கிலத்திலும், பிற பாஷைகளிலும் இந்தப் புதிய மோஸ்தரில் இதுபோன்ற பாட்டுகள் வெளிவருவதைப் பார்த்து அவ்வளவு வருத்தப்பட்டதில்லை. மற்ற பாஷைகளை பிடித்த பீடை தமிழையும் 'தொத்த' ஆரம்பித்துவிட்டதாகத் தெரிகிறது.'

செய்யுள் இலக்கண விதிகளையும், தளைகளையும் மீறி கட்டுப் பாடில்லாமல் எழுதப்படும் கவியை பிரஞ்சு பாஷையில் Vers Libre என்று சொல்லுவார்கள். இந்தக் கட்டுப்பாடில்லாத கவியினால் ஏற்படும் குணா குணங்களை நாம் ஆராய்ச்சி செய்ய வேண்டிய ஒரு நெருக்கடி ஏற்பட்டுவிட்டது.

கவிஞனுக்கு விலங்கிடலாமா என்று கேட்கலாம். கவிஞனுடைய கற்பனா சக்திக்கும், வெற்றிக்கும் ஓரளவு சுதந்திரம் அவசியந்தான். ஆனால், கவியானது சப்பாத்திக்கள்ளி படர்ந்ததுபோல சட்டதிட்டங்களுக்கு உள்படாமல் திமிறிக்கொண்டு செல்லுமேயானால் வியர்த்தமாகிவிடும் என்பது திண்ணம்.

தமிழ்க் கவியின் இயல்பையும், சம்பிரதாயத்தையும், தாளலயத்தையும் தள்ளி வைத்துவிட்டு வசனத்தையே கவிரூபமாக கடுதாசியில் எழுதிவிட்டால் கவியென்று ஒப்புக்கொள்ள முடியுமா?

உணர்ச்சி பாவத்திற்கேற்ற வார்த்தைகள், வார்த்தைச் சேர்க்கையினால் உண்டாகும் புதிய சக்தி; உணர்ச்சியின் ஏற்றத்தாழ்வுகள், துடிப்புக்காகக் காட்டக்கூடிய தாளம், Rythm இவைகள் உண்மைக் கவிக்கு இன்றியமையாத சாதகங்களில் சில. இவற்றில் சிரேஷ்டமானது தாளம்தான். தாளம் என்ற கருவியை வைத்துக்கொண்டுதான் கவிஞன் கேட்போருடைய ஹிருதயத்தைத் தட்டி எழுப்பப் 'பாடாகப்படுத்திவிடுகிறான்.'

இந்தப் "புதுரகக் கவிகளோ தாளத்தைக் கைவிட்டு விட்டார்கள். உரையும் செய்யுளுமில்லாத வெளவால் கவிதைக்கு தமிழில் ஒரு ஸ்தானம் - நிரந்தரமான ஸ்தானம் - உண்டா?"

28.5.1939 'சூறாவளி' இதழில் வந்த இதுதான் அச்சு ரூபத்தில், புதுக்கவிதைக்கு விரோதமாக எழுந்த முதலாவது எதிர்ப்புக் குரல் ஆகும்.

4.6.1939 இதழில் 'மயன்' சிறுபதில் ஒன்று கொடுத்திருந்தார்.

"Vers Libre" என்ற பதம் 'சுதந்திரத்தை நோக்கி' என்று அர்த்தப்படும் - மேல் நாடுகளில் சென்ற ஒரு நூற்றாண்டாகக் கலைகளின் தளைகளை அறுத்தெறியச் செய்யப்பட்டு வரும் முயற்சிகளுக்கு பொதுவாக இப்பெயர் வழங்கி வந்திருக்கிறது.

கவிகளுக்கு சுதந்திரம் வேண்டியதுதான் என்று ஒப்புக்கொள்ளும் மகராஜ் ஓரளவுக்கு மேல் அந்த சுதந்திரம் இருக்கக்கூடாது என்று சொல்லுகிறார். கட்டுப்பாடில்லாதது என்று சொல்லப்படும் இந்தக் கவிதைக்கும் சில கட்டுப்பாடுகள் உண்டு; அதை அனுசரித்து எழுதினால்தான் அது கவிதையாகும் என்பதை மறந்துவிட்டார் மகராஜ்.

என்னைப் பற்றிய வரையில் "எல்லா இலக்கியத்துக்கும் பொதுவான பாஷை, அர்த்தம் என்ற இரண்டு கட்டுப்பாடுகளே அதிகம் என்று சொல்லுவேன்".

அதே இதழில், வசனகவிதை முயற்சியைக் கேலி செய்யும் 'வசனகவிதை' என்னும் பரிகாசப் பாடல் ஒன்றும் வெளிவந்தது. அதை எழுதியவர் பெயர் வெறும் 'எஸ்' என்றே தரப்பட்டிருந்தது. அப்படி 'எஸ்' என்ற பெயரில் தானேதான் என்று 'சுந்தர்' பின்னர் என்னிடம் தெரிவித்துள்ளார்.

வசன கவிதை

எதுகையும் மோனையும்
வேண்டவே வேண்டாம்
சீரும் கீரும்
சுத்தச் சனியன்கள்
வெண்பாவும் கிண்பாவும்
விருத்தமும் திருத்தமும்
வேண்டாத தொல்லைகள்

மட மட வென்றும்,
கட கட வென்றும்,
மள மள வென்றும்
வசன கவிதை
எழுதித் தள்ளுவோம்
"ததாஸ்து"

வாணியின் விலங்குகள் –
கைவிலங்கும் கால்விலங்கும்
படார், படார்!
டணார், டணார்!

விலங்குகள் எல்லாம்
பொடிப் பொடியாகுக!
பொடிந்த பொடியை
ஹே காற்றே,
கடலில் சேர்ப்பாய்.

ஜல்தி! ஜல்தி!
டம், டம், டம்.
புரட்சி, புரட்சி

இலக்கிய உலகில் புரட்சி செய்வோம்
தாளத்தைப் போக்கிக்
கூளத்தைக் கூப்பிடுவோம்.
இசையைத் தகர்த்து
இம்சைகள் செய்வோம்.
அமைப்பை நொறுக்கி
அலங்கோலம் செய்வோம்
அகத்திய முனிவரை
"ஹோ ஹோ" வென்று
அலற வைப்போம்.
கம்பனைக் கதற வைப்போம்.
எத்தனை சாத்தனார்
எதிர்த்து வந்த போதிலும்
அச்சம் இல்லை; அச்சம் இல்லை
அச்சம்
என்பது
இல்லையே

இதற்குப் பதில் பரிகாசச் செய்யுள் ஆக 11.6.39 இதழில் வந்தது. 'நாணல்' எழுதியிருந்தார். அந்நாட்களில் நாணல் (பேராசிரியர் அ. சீனிவாசராகவன்) வசன கவிதை எழுதிக்கொண்டிருந்தார். அவரது அத்தகைய படைப்புக்கள் 'காலேஜ் மேகஸின்' களில் பிரசுரமாகி வந்தன. அவை இப்போது கிடைக்கமாட்டா.

'சூறாவளி'யில் அவர் எழுதிய பரிகாசம் 'யாப்பின் பெருமை'. அது பின்வருமாறு;

"சில ஆண்டுகளுக்குமுன், வளையாகேசி என்ற பழந்தமிழ் நூலைப்பற்றிய வரலாற்றை ஆராய நேர்ந்த பொழுது பஃறுளிப் பள்ளம் என்ற ஊரிலே வேளாண் மரபிலுதித்தவரும், புலவருக்கு வரைவிலாது வழங்கும் வள்ளலும், சிவநேசச்செல்வருமான உயர் திருவாளர் பலகந்தற் பிள்ளையவர்களிடத்திலே அருமையான பழஞ்சுவடிகள் பல இருப்பதைக் கண்ணுற்று, பிள்ளையவர்களின் பேரன்பின் வழியாக அமைவதைப் பெற்றுப் பல காலம் ஆராய்ச்சி செய்ததன் பயனாக தற்போது, வசனக்கவிதை என்று உலவி வருகின்றவிடமானது பல்லாயிர ஆண்டுகளுக்கு முன்னமேயே தமிழ் கூறும் நல்லுலகிற்றோற்ற, அவ்வமயம் பாற்கடலிற்றோற்றிய நஞ்சையுண்டு வானவர்க்கருளிய பெம்மானைப்போற் பல புலவர்கள் இந்நஞ்சைத் தலைசக்காட்ட

யொட்டா தடுத்து அமிழ்தினுமினிய தமிழ்மொழியைக் காத்தனர் என்பதும், 'ரிதம்' என்று இக்காலத்தில் வழங்கிவருஞ் சொல் ஆங்கிலச் சொல்லல்ல தமிழ்ச் சொல்லே என்பதும், இன்னன போறப்பிறவும் தெற்றென விளங்க, சூறாவளி ஏழாவது இதழில் வெளியாகியுள்ள 'வசனகவிதை' என்ற கட்டுரையைக் கண்ணுற்றுக் கலங்கியப்பின் பெருமையைக் காக்கத் தொல்காப்பியனார் மரபிற் தோன்றிய எதுகைக் கீரி, மோனைப் பூனை முத்தமிழ்க் கோடரி உளறுவாய்ப் புலவர் மாணாக்கனார் தவளைக் குரலார் யாத்த செய்யுளொன்றைக் கீழே வெளியிடத் துணிந்து ஏட்டுப் பிரதியிலுள்ளவாறே வெளியிட்டால் விளங்குவதரிதாமென நினைத்து சிற்சில மாறுதல்களோடு வெளியிடப் போந்துளமாகலின் அத்தொண்டைச் செவ்வனே ஆற்றற்குரிய ஆற்றலை அளித்த அருமறை முதல்வன் திருவடி சிந்தித்து வணங்குகின்றனம்;

கரும்பு போலத் தித்திக்கும்
    கற்கண்டைப் போலினிதாகும்
துரும்பு போல வலிதாகும்
    தூவென்றால் பின் சூவாகும்
கரும்பு மலர் கண்டிசை பாடும்
    கடுகற் பொதிய முனிவன் சொல்
விரும்பிச் சீர்தளை யெதுகையினை
    விரும்பிற் பொருளை விரும்புவரோ?

விரும்பு சோளக் கவின் கொல்லை
    வித்தங் காக்கு விம்மம் போல
திரும்பிப் பொருளைப் பாராமல்
    திருதிரு வென்று தயங்காமல்
அரும்பு சொல்லின் செல்வமெலா
    மசையில நிறைந்து நேராக
எறும்பு கல்லைத் தோய்ப்பதுபோ
    லிசைமின் னெதுகை சீர்தளையே.

தளையைத் தளர்த்த முற்படுவீர்
    தலைவேதனையைக் கவி யென்பீர்
கிளைக்கு மேலே நின்றிடுவீர்
    கீழ்மர மெய்யு மதியுடையீர்
தளைசீர் மோனை யெதுகைப் பாவும்
    பாவினமு மென்றாகி

விளைக்குஞ் சேற்றுநிலந்தனிலே
விழுத்தீராயி னெழுந்தீரே

எழுந்தீரென்றே னேதென்றா லெழுதாக்
கவிதை யெலா முமதே
செழுந்தீ சூழுஞ் சுடுகாட்டிற்
செந்நாப் பேய்களாடுவதும்
கொழுந்து விட்டே வுலக்கைத்தாய்
கோலா கலமாய் வளருவதும்
விழைந்து கண்டு விரைவில்நீர்
வீங்கு யாப்பாற் கவியாவீர்

கவியாம் பெருமை வேண்டுமெனிற்
கண்கள் முழுதும் பஞ்சாகத்
தவியாய்த் தவித்துத் தாளத்தைத்
தத்தித் தத்திப் போட்டிட்டு
அவியாவொளி போலணைந்திட்டே
அறியா 'ரிதுமை'க் கும்பிட்டுச்
செவியே யில்லாக் கட்செவி போற் -
செஞ் சொன் மேலே யூர்வீரே

வேறு

வெண்ணெயானது நெய்யா யுருகிடுங்
கண்ணி லாதவனைக் குருடனெனலாம்
அண்ணனானவன் தம்பிக்கு மூத்தவன்
எண்ணி யாப்பி சைத்தாற் கவியாகுமே.

வேறு

வாழ்க சீர்தளை மோனை
வாழ்க காரிகை யெதுகை
ஆழ்க வசனக் கவிதை
சூழ்க இலக்கண இருளே.

வசன கவிதைக்கு எழுந்த எதிர்ப்புக்கு விவாத ரீதியான பதில் ஒன்று சூறாவளி ஒன்பதாவது இதழில் (18.6.1939) இடம்பெற்றது. அதை எழுதியவர் 'கவிதைத் தொண்டன்'.

பொதுவாகவே வசனகவிதையைக் கண்டிப்பவர்களுடைய வாதம் நூதனமாக இருக்கிறது - வசன கவிதை நூதனமோ

இல்லையோ! வசன கவிதை நன்றாக இருக்கிறதா இல்லையா என்று வாசித்துப் பார்த்து குணத்தை நிர்ணயிக்க அவர்கள் இஷ்டப்படவில்லை. சீர், தளை, எதுகை, மோனைகளை அனுசரிக்காமல் எழுதிய கவிதை நன்றாக இருக்க முடியாது என்பதே அவர்களுடைய கட்சிபோல் இருக்கிறது. இல்லாவிட்டால் ஒரு புதுப் பரீக்ஷை என்பதற்காகவே அதை ஏன் கண்டிக்க வேண்டும்?

சில பண்டிதர்கள் வசன கவிதை புதிதொன்றுமில்லை என்று சொல்லுகிறார்கள். பழைய நூல்களில் இருக்கிறதாம். எனவே வசன கவிதையை எதிர்ப்பவர்களை இரண்டு பகுப்பாகப் பிரிக்கலாம். (1) பழைய முறையைப் பின்பற்றாமல் நவீனமாகப் புரட்சிப் பாதையில் போகிறது என்ற கட்சி. (2) வசன கவிதை நவீனம் ஒன்றும் இல்லை. எல்லாம் பழையதுதான்.ஆகையால் அதைப் புதுப் பரீக்ஷை என்று சொல்லிக்கொண்டு கூத்தாடுவது பிசகு என்ற கட்சி.

முன் கட்சியினருக்கு ஒரு பதிலும் சொல்லமுடியாது. ஏனென்றால் அவர்கள் குணத்தைப்பற்றியோ கவிதையைப் பற்றியோ பேசத் தயாரில்லை. கவிதையின் அணி அலங்காரத்தைப்பற்றித்தான் பேசத் தயார். பின் கட்சியினருக்குமட்டும் நான் ஒன்று சொல்ல விரும்புகிறேன். ஓரிருவரால் இப்பொழுது தமிழில் கையாளப்பட்டு வரும் வசன கவிதைமுறை புதிதுதான். நவீனம்தான். முற்காலத்தில் இருந்ததாக அவர்கள் குறிப்பிடும் வசன கவிதைக்கும் இதற்கும் சம்பந்தமே கிடையாது. கருத்திலும் சரி உருவத்திலும் சரி.

ஆம், வசன கவிதை என்பதற்கும் உருவமுண்டு. அதற்கும் அணி அலங்காரம் உண்டு. அதற்கும் தளையுண்டு. மோனையுண்டு. எல்லாவற்றிற்கும் மேலாக அதற்கும் 'ரிதம்' உண்டு. செய்யுள் எழுதுவதைக் காட்டிலும் வசன கவிதை எழுதி வெற்றிபெறுவது சிரமம். செய்யுளில் எப்பேர்ப்பட்ட வெறும் வார்த்தைக்கும் ஒரு இசை இன்பத்தை ஊட்டிவிடும். ஆனால் வசன கவிதையில் கருத்தின் வேகமும் உணர்ச்சியும் சொல்லில் தட்டினால்தான் கொஞ்சமாவது கவர்ச்சி கொடுக்கும். சொல்லில் கவிதையின் அம்சம் இல்லாவிட்டால் அது வசன கவிதையாகாது - வெறும் வசனம்தான்.

இந்த முறையில் வசன கவிதையைத் தமிழில் முதல்முதலாகக் கையாண்டவர் சுப்பிரமணிய பாரதிதான். 'காட்சிகள்' என்று

அவர் எழுதியிருக்கும் சித்திரங்களைப் படிப்பவர்கள் வசனம் எதுவென்றும், வசன கவிதை எதுவென்றும் தெளிவாக அறியலாம். அவருக்குப் பின்னால் அவரைப் பின்பற்றி எழுதி வருபவர்கள் ஒரு வேளை அவ்வளவு வெற்றி பெறாமல் இருக்கலாம். இன்னும் பரீக்ஷை நிலையிலேயே இருக்கலாம். அதனால் வசன கவிதை செய்யுளின் முன் நிற்க முடியாதென்றோ, அது கவிதையாகாதென்றோ யாரும் சொல்ல முடியாது. எட்வர்ட் கார்பென்ட்டரும், வால்ட் விட்மனும் ஆங்கிலத்தில் பெற்ற வெற்றிக்குப் பிறகு, பாரதியே தமிழில் பெற்ற வெற்றிக்குப் பிறகு, தமிழில் வசன கவிதையை எந்தக் கற்பனை உச்சியிலும் கையாளலாம் என்பது ஒரு சிலரின் தீர்மானம். முயன்று பார்த்துவிடுவது என்றும் ஓரிருவர் தீர்மானித்து இருக்கிறார்கள் என்று தெரிகிறது.

நாணல் பரிகாசமாக எழுதிய பிறகு இந்தப் பதில்கூடத் தேவையில்லை. ஆனாலும் காளிதாஸன் சொல்வதுபோல,

(புராணமித்யேவ நசாது ஸர்வம்.
நசாபி காவ்யம் நவமித்யவத்யம்)

'பழையது என்பதாலேயே எல்லாம் குற்றமற்றவையல்ல. புதிது என்பதால் மட்டும் எல்லாம் பேசத்தகாதவை அல்ல என்பதை ஞாபகப்படுத்த விரும்புகிறேன்.'

இவ்வாறு பதில் அளித்த 'கவிதைத் தொண்டன்' கு.ப.ராஜகோபாலன்தான். அவர் இதே கருத்தைப் பின்னர் தன் பெயரில் மேலும் சிறிது விரிவாக 'கலாமோகினி'யில் எழுதியிருக்கிறார்.

இந்த விவாதம் பூராவும், 'ஆசிரியருக்குக் கடிதம்' என்ற உருவத்தில், 'சொல்லுங்கோ' எனும் தலைப்பில்தான் அச்சாகி வந்தது.

பதினோராவது இதழில் விவாதத்திற்கு சம்பந்தம் இல்லாதது போன்ற கடிதம் ஒன்று பிரசுரமாயிற்று.

"ஐயா, தற்போது தங்கள் பத்திரிகை வாயிலாக ஒரு விவாதம் ஆரம்பமாகியிருக்கிறது, அந்த விவாதத்தின் முடிவைப் பற்றி எனக்குக் கவலையில்லை. ஆனால் பாரதி ஒரு இடத்தில் 'ஸரஸ்வதியும் இலக்கியமும்' என்ற தலைப்பில் சில வரிகள் எழுதியிருக்கிறார். அது தற்கால இலக்கியத்திற்கு (இலக்கியமென்று கருதிச் செய்யப்படும் கவிகளுக்கு) பொருத்தமா?"

அந்த வரிகள் வருமாறு:

'உலக நடையிலே, உண்மை முதலிய குணங்கள் ஸரஸ்வதி தேவியின் கருணைக்கு நம்மைப் பாத்திரமாக்கி, நம்மிடத்திலே தேவவாக்கைத் தோற்றுவித்து நமது வேள்வியைக் காக்குமென்பது கண்டோம். இலக்கியக்காரருக்கோவென்றால் இத்தெய்வமே குலதெய்வம், அவர் இதனைச் சுடர் செய்யும் உண்மையுடனே போற்ற வேண்டும். எதுகை மோனைகளுக்காக சொல்ல வந்த பொருளை மாற்றிச் சொல்லும் பண்டிதன் ஸரஸ்வதி கடாஷத்தை இழந்துவிடுவான். யமகம், திரிபு முதலிய சித்திரக் கட்டுக்களை விரும்பிச் சொல்லுக்குத் தக்கபடி பொருளைத் திரித்துக்கொண்டு போகும் கயிறுப் பின்னிப் புலவன் வாணியின் திருமேனியை நோகும்படி செய்கின்றான். அவசியமில்லாத அடைமொழிகள் கோப்போன் அந்த தெய்வத்தின் மீது புழுதியைச் சொரிகின்றான். உலகத்தாருக்குப் பொருள் விளங்காதபடி இலக்கியஞ் செய்வோன் அந்த சக்தியைக் கரித் துணியாலே மூடுகின்றான். வெள்ளைக் கலையுடுத்துவதில்லை. மனமறிந்த உண்மைக்கு மாறு சொல்லும் சாஸ்திரங்ககாரனும், பாட்டுக்காரனும் ஸரஸ்வதிக்கு நிகரில்லாத பாதகம் செய்கின்றனர்.

இலக்கியத்துத் தெளிவும் உண்மையுமே உயிரெனலாம். இவ்வுயிருடைய வாக்கே அருள்வாக்கு என்று சொல்லப்படும்,

'இலக்கிய ரஸிகன்'

மீண்டும் 'எஸ்' தனது அபிப்பிராயத்தை வெளியிட்டார். பதிமூன்றாவது இதழில்.

'மகராஜ'ுக்குப் பக்கபலமாக நான் வந்ததுபோல, 'நாண'லுக்குப் பக்கபலமாக (வசன) 'கவிதைத் தொண்டன்' வந்தார். அவர் முதல் பாராவில் சீர், தளை, எதுகை, மோனைகளை அனுசரிக்காமல் எழுதிய கவிதை நன்றாக இருக்க முடியாது என்பதே அவர்களுடைய கட்சிபோல் இருக்கிறது' என்று சொல்லுகிறார். ஆனால், மூன்றாவது பாராவில் 'ஆம், வசன கவிதை என்பதற்கும் உருவமுண்டு. அதற்கும் அணி, அலங்காரம் உண்டு, அதற்கும் தளையுண்டு, மோனையுண்டு' என்று சொல்லிக்கொண்டே போகிறார். இந்த வாக்கியங்களில் எதை ஆதாரமாகக்கொள்வது என்று தெரியாமல் தயங்குகிறேன்.

'செய்யுளில் எப்பேர்ப்பட்ட வெறும் வார்த்தைகளுக்கும் ஒரு இசை இன்பத்தை ஊட்டிவிடும்' என்று சொல்லுகிறாரே அப்படி ஒரு இசையானது வெறும் வார்த்தைக்கு இன்பத்தை ஊட்டுவதும் ஒரு தூஷணையா என்ன? வார்த்தைக்கு வார்த்தை இசை பொங்குவதில்தானே இன்பம் இருக்கிறது யாப்பின் பெருமையே அதுதானே?

பாரதி 'காட்சிகள்' மூலமாக வசன கவிதைக்கு வெற்றிமாலை சூட்டி விட்டாராம்! கண்ணன் பாட்டுக்களையும், தேசியகீதங்களையும், ஸ்தோத்திர பாக்களையும், வேதாந்தக் கவிகளையும், பாஞ்சாலி சபதத்தையும் பாடிய பாரதியார், 'காட்சிகள்' எழுதியதன் மூலமாகத் தமது பெருமையைக் குறைத்துக்கொண்டார் என்பதுதான் எனது அபிப்பிராயம். இந்தக் 'காட்சி'களில் அடங்கிய வசன கவிதைகளை கவிதைத்தொகுதியில் சேர்த்ததே எனக்குப் பிடிக்கவில்லை.

'மாதமோர் நான்காய் நீர் - அன்பு வறுமையிலே என்னை ஆழ்த்தி விட்டீர்' என்று பாரதியார் வாணியைக் குறித்துப் பாடுகிறார் அல்லவா? அப்படி வாணியின் அன்பு தோன்றாத காலத்தில், அதாவது தூண்டுதலும் ஆர்வமும் ஆற்றலும் இல்லாத காலத்தில்தான் பாரதியார் இந்த வசன கவிதைகளை எழுத நேர்ந்தது என்று நினைக்கிறேன்.

ஆங்கிலத்தில் எட்வர்ட் கார்பெண்டரும், வால்ட்விட்மனும், ஹென்லியும், ஆமிலோவல்லும், இவரும் அவரும், கவிதை எழுதுகிறார்களே என்பதற்காக நாமும் எழுத வேண்டுமா என்ன? தமிழில் வெண்பா என்ன, விருத்தம் என்ன, மெட்டுப் பாட்டுகள் என்ன, இவைகள் ஒவ்வொன்றிலும் அநேக விதங்கள் என்ன, இவைகளையெல்லாம் ஒரு நல்ல கவி, சிறந்த கவி எவ்வளவு அற்புதமாகக் கையாளுகிறான் என்பதை ஏன் நாம் மறக்க வேண்டும்? இவைகள் மூலமாகக் காட்ட முடியாத எந்த ரசபாவத்தை இந்த வசன கவிதை காட்டப் போகிறது?

'எஸ்'ஸின் கடிதத்துக்கு, 'கவிதைத் தொண்டன்' பதில் கூறவில்லை. அவருக்குப் பதிலாக 'ரஞ்சன்' என்று கையெழுத்திட்டு பின்வரும் கடிதம் பதினான்காவது இதழில் வெளியாயிற்று.

'கவிதைத் தொண்டனுக்கு' 'எஸ்' பதிலளித்திருக்கிறார். சிறிய விஷயங்கள் எவ்வளவு அனாயாசமாகத் தட்டுக் கெட்டுப்போய் விடுகின்றன என்பதற்கு அவருடைய பதில் ஒரு அத்தாட்சியாக

விளங்குகிறது. முதல் பாராவையும் மூன்றாவது பாராவையும் வைத்துப் பொருத்திப் பார்க்க முயன்ற 'எஸ்' கடைசி வரியை மறந்து விட்டார். அதையும் சேர்த்து யோசித்திருந்தால்தான் விஷயம் விளங்கிப் போயிருக்கும்!

'இனிமேல் என் நடையில் கொஞ்ச நஞ்சமிருக்கும் கவிதையும்கூட வடிகட்டி எடுத்துவிடுகிறேன்' என்று 'கவிதைத் தொண்டன்' கன்னத்தில் போட்டுக்கொள்கிறார்! ஏனெனில் அவர் அப்படி எழுதாமல் 'வசன கவிதைக்கும் இலக்கணம் உண்டு; ஆனால் அது பழைய இலக்கணம் அல்ல' என்று மட்டும் சொல்லியிருந்தால், அது 'எஸ்'ஸுக்குத் தெரிந்திருக்கும்!

பாரதியாரின் காட்சிகளைப் பற்றி 'எஸ்' அபிப்பிராயம் கூறும் இடத்துக்கு வந்த உடனே எனக்குத் தூக்கிவாரிப் போடுகிறது. 'எனக்குப் பிடிக்கவில்லை' என்பதற்குப் பிறகு வாதமே இல்லை. எங்கள் வீட்டுக் குழந்தைக்கு 'அல்வா'வே பிடிக்காது! பாகற்காய்தான் பிடிக்கும். உண்மைத் தமிழ்க் கவிதைக்கு (வசன கவிதை அல்ல) இவ்வளவு பாடுபடும் நண்பர்கூட கடைசியில் 'எஸ்' என்று போட்டுக்கொண்டிருப்பது 'எனக்குப் பிடிக்கவில்லை'.

ஆங்கிலத்தில் 'அவரும் இவரும்' எழுதியதற்காக நாமும் வசன கவிதை எழுதவேண்டாம். 'வேண்டும் என்று கவிதைத் தொண்டனும் பிடிவாதம் பிடிக்கவில்லை. ஆங்கிலத்திற்கும் அதனுடைய வெண்பா, விருத்தங்கள், எல்லாம் இருக்கின்றன. அவைகள் ஒரு உன்னத முறையில் கையாளப்பட்டும் இருக்கின்றன. அவர்களுக்குப் பிறகும் வால்ட் விட்மன் முதலியோர் வேறுவிதத்தில் வெற்றியடைந்திருக்கிறார்கள் என்பதே அவ்வாதத்தின் சாரம். 'யாப்புத் தளைகளை சற்றுத் தளரவிட்டு, மனத்தில் பொங்கிவரும் கவிதா உணர்ச்சிகளுக்கு கொஞ்சம் அதிக இடம் கொடுப்போம்' என்கிறார் கவிதைத் தொண்டன். உணர்ச்சிகள் வசனத்தை மீறி வரும்போதும், யாப்பின் சங்கிலிகள் அதைக் கட்டியணைத்துவிட முயற்சிக்கும் போதும்தான் எல்லாவற்றையும் உடைத்துக்கொண்டு வசனகவிதை பிறக்கிறது. இதில் 'கவிதைத் தொண்டனை'விட நான் ஒருபடி அதிகமாகவே போக விரும்புகிறேன். வசன கவிதை, கவிதா உணர்ச்சிகளைக் கொட்டுவதில் கவிதைக்கும்மேல் போய்விடுகிறது என்பதே என் எண்ணம்.

'கவிதை மூலமாகக் காட்ட முடியாத எந்த பாவத்தை இந்த வசன கவிதை காட்டப் போகிறது?' என்று 'எஸ்' கேட்கிறார். அவர் இருக்கும் திக்கு நோக்கி வணங்குகிறேன். ஏன் காட்டக் கூடாது என்றுதான் கேட்கிறேன்?

இத்துடன் இந்த விவாதம் நின்றுவிட்டது.

ந.பிச்சமூர்த்தி 'சூறாவளி'யில் கதை, கட்டுரை, கவிதை எழுதவுமில்லை, வசன கவிதை பற்றிய விவாதத்தில் கருத்துத் தெரிவிக்கவுமில்லை. அவர் அவ்வப்போது கவிதைகள் எழுதிக்கொண்டுதானிருந்தார். எப்போதாவது அவருடைய கவிதை 'சக்தி' போன்ற பத்திரிகையில் இடம்பெற்று வந்தது.

1940களில் 'கலா மோகினி' தோன்றிய பின்னரே புதுக்கவிதை புது வேகத்தோடு வளர இடம் கிடைத்தது. 1942ல்தான் பிச்சமூர்த்தி வசன கவிதை பற்றிய தமது எண்ணத்தை ஓரளவு வெளியிட்டார்.

~

சில விளக்கங்கள்

திருச்சியில் 1942 ஜூனில் தோன்றிய 'கலாமோகினி' (மாதம் இருமுறை) மரபுவழிக் கவிதைகளுக்கு இடம் அளித்ததோடு, வசன கவிதைக்கும் ஆதரவு காட்டியது. பிக்ஷுவும், கு.ப.ரா.வும் அதில் தங்கள் படைப்புக்களை வெளியிட்டார்கள். பிச்சமூர்த்தியின் காற்றாடி மழைக்கூத்து ஆகிய கவிதைகள் கவனிப்பையும், பாராட்டுதல்களையும் அதிகம் பெற்றன. அதேவேளையில் எதிர்ப்பையும் கண்டனங்களையும் ஏற்றுக்கொண்டன.

மழைக்கூத்து

1. பார்த்தீரோ அதிசயம்.
   கேட்டீரோ அதிசயம்,
   நேற்று நள்ளிரவினில்
   நடைபெற்ற நடிப்பினை...
   மந்தை மந்தையாக மேகங்கள் சரிய
   மலைகள் போல் இலைகள் போல
   மேகங்கள் விரிய,
   விந்தை நிமிஷத்தில் விரிந்த மேகங்கள் போய்.
   யானையாய், மசிதோய்ந்த குட்டையாய்
   கடைசியில்,
   ஊமை இருள் தேவின் சோகம் சொட்டிடுமோர்
   சோனையாய், தாரையாய்,
   அமைந்த மழைக்கூத்தை...

2. காற்று முழங்கிட
   உயிரொலி மறைந்திட,
   பொங்கிப் பேசிடுமோர்
   சீற்றம் பிறந்திட,
   ஆற்றலா வேகத்தோடரக்கி
   வெம் கைநீட்டி,
   வெகுநாளாய் விளங்கிய

அல்லியை வேரோடு ஆட்டி
தண்ணீரில் வெள்ளியால்
மின்னல்செய் அதிசயம்
பார்த்தீரோ?
நேற்று கேட்டீரோ?

3. யானை இடிகள்
அதிர்ந்து நடந்திட,
எட்டுத்திசைகளும் இடிந்து விழுந்திட,
பானைக்கருப்பைப்
பழிக்கும் பேய் வானக
மார்பினில் மின்னல்
சரங்கள் ஒளிர்ந்திட,
காற்றதன் கைகளைக்
குலுக்கி வாதாடியும்
பேய்போல் மழையைப்
படுத்திவைத்த பாட்டைக்
கேட்டீரோ?
நேற்று பார்த்தீரோ?

இதற்குப் பின்னர் ந.பி. வசன கவிதை பற்றி ஒரு கட்டுரை எழுதினார்:

"கவிதைக்கும் வசனத்திற்கும் உள்ள வித்தியாசம் உருவத்தினாலேயே ஏற்படுவதென்பது பலருடைய கருத்து. அக்கருத்து சரியல்ல என்பது எதிர்க்கட்சி. தத்துவரீதியாகப் பார்த்தால் மனிதனிடம் பல படிகள் இருக்கின்றன. ஊண், உறக்கம், புணர்ச்சி இவை ஒரு படியைச் சார்ந்தவை. உடல் அவைகளுக்கு வேர். இவைகளைப் பெறுவதற்கான முயற்சியில் ஈடுபடுவது உள்ளம். அது ஒரு படி.

இச்செய்கைகளுக்கெல்லாம் அப்பாற்பட்ட உலக ரகசியத்தை அறியத் துடித்து நிற்கும் அறிவு வழி ஒன்றுண்டு. உணர்ச்சி வழியும் ஒன்றுண்டு. வசனத்தின் வழி அறிவுநிலையைச் சார்ந்தது. கவிதையின் தர்க்கபாதை உணர்விலேயே ஓடும். அறிவின் வரம்பை மீறி வசனம் போகுமானால் அந்த நிமிஷத்திலேயே அது கவிதையாகிவிட்டது என்று நிச்சயிக்கலாம்.

'தீ இனிது' என்று பாரதியார் சொல்லுகிறார். இனிது என்ற சொல் ருசியைச் சார்ந்தது. 'தீ சுடும்' என்றால் வசனம் 'தீ இனிது'

என்றால் கவிதை. இது ஏன்? வார்த்தை வெறும் விஷயத்தை மட்டும் சொல்லாமல், உவமையைப்போல் உணர்வினிடம் பேசுமானால் கவிதை பிறந்துவிடும். 'தீ சுடும்' என்னும் பொழுது சுடும் என்ற பதம் தீயின் குணத்தை அறிவுக்குத் தெரியப்படுத்துகிறது. 'தீ இனிது' என்று சொல்லும்பொழுது அறிவு அதை மறுக்கும்; தீயாவது இனிமையாவது என்று கலவரப்படும். ஆனால் உணர்ச்சி என்பது ஏது? அதனால்தான் தீ இனிது என்பதை உணர்ச்சி ஒப்புக்கொள்ளுகிறது.

இப்பொழுது கம்பரைக் கேட்போம்.

'அமுதம் நிறைந்த பொற்கலசம்
இருந்தது இடைவந்து எழுந்த தென
எழுந்த தாழி வெண் திங்கள்'

என்கிறார் கம்பர். வசனம் என்று இதை வைத்துப் பேசினால் அமுதம் என்பது உண்டோ? பொற்கலசம் கடலில் மிதப்பானேன்? திருடர்கள் தொழில் மறந்துவிட்டார்களா? பொற்கலசம் என்ன நீர்மூழ்கிக் கப்பலா - வேண்டும்பொழுது மேலே எழுந்துவர? - என்றெல்லாம் அறிவு கேட்கக்கூடும். அதனால்தான் உணர்ச்சி சொல்லுகிறது; இந்த வார்த்தைகள் உணர்ச்சியின் வெளியீடு. உணர்வின் உலகுக்குச் சமர்ப்பிக்கப்பட்டவை, உனக்கல்ல, 'கடலில் முழுமதி எழும்பொழுது உணர்வு வயப்பட்ட மனிதன் கம்பர் பாடியதைக் கடுகளவும் மறுக்க மாட்டான்'.

ஆகவே சம்பிரதாயமான உருவம் கவிதையாக்குவதற்கு உதவியாக இருந்தபோதிலும் அடிப்படைகளைப் பற்றிப் பேசும்பொழுது கவிதைக்கும் வசனத்திற்கும் வித்தியாசம், எதனுடன் அது உறவாடுகிறது - அறிவுடனா உணர்ச்சியுடனா என்பதைப் பொறுத்தே நிற்கும். எவ்வளவுக்கெவ்வளவு உணர்வைத் தீண்டாமல் அறிவுடன் கவி பேசுகிறானோ அவ்வளவுக்கவ்வளவு வசனமாய்விடும். உருவத்தில் கவிதையாக இருந்தபோதிலும், இப்பொழுதெல்லாம் வசனகவிதை என்று பேசுகிறார்கள். உண்மையில் வசனமாக இருந்தால் கவிதையாக இருக்க முடியாது. கவிதையாக இருந்தால் வசனமாக இருக்க முடியாது. ஆனால் புதுமையையும் பழமைக்குள் புகுத்தி சமரசம் செய்வதே மனித இயல்பாதலால் நடைமுறையில் அவ்வாறு சொல்லுகிறார்கள் என்று சொல்லலாம். ஆகையால் கவிதையின் குறியும் வசனத்தின் உருவும் கலந்த இப்புதுப் பிறவிக்கு இந்தப் புதிய பெயர் கொடுத்திருப்பதை ஒருவாறு ஒப்புக்கொள்ளலாம்.

இந்த மாதிரியான வசன கவிதையை பாரதியார் கையாண்டிருக்கிறார்.

'ஞாயிறு வையமாகிய கழனியில் வைர ஒளியாக நீர் பாய்ச்சுகிறது.
அதனை மேகங்கள் வந்து மறைக்கின்றன.
அஃது மேகங்களை ஊடுருவிச் செல்கிறது,
மேகமாகிய சல்லடையில் ஒளியாகிய புனலை வடிகட்டும் போது
மண்டி கீழும் தெளிவு மேலுமாக நிற்கின்றன.

இதில் கவிதையின் லட்சணத்தைக் காணாவிட்டால் வேறு எங்குதான் காணப்போகிறோம்? இம்மாதிரி கவிதை அடங்கிய தொகுதி ஒன்றை பாரதியார் 'காட்சி' என்ற தலைப்பின்கீழ் வெளியிட்டிருக்கிறார். வழி என்னவோ புதியது. அழகு மட்டும் உலகு தோன்றிய நாளாகக் காண்பது.

'இவ்வுலகம் இனியது. இதிலுள்ள வான் இனிமை உடையது.
காற்றும் இனிது.
தீ இனிது. நீர் இனிது. நிலம் இனிது., ஞாயிறு நன்று.
திங்களும் நன்று.
வானத்துச் சுடர்களெல்லாம் மிக இனியன.
மழை இனிது மின்னல் இனிது இடி இனிது.
கடல் இனிது. மழை இனிது. காடு நன்று.

இது வசனமா? கவிதைக்கும் வசனத்திற்கும் வார்த்தைகள் என்னவோ பொதுவானாலும், கவிதையின் சுருதி வேறு. வசனத்தின் சுருதி வேறு. வாய் விட்டோ விடாமலோ இதைப் படித்தாலும், நாம் வசன உலகில் காலால் நடக்கவில்லை என்றும் கவிதை உலகில் இறகு கட்டிக்கொண்டு பறக்கிறோம் என்றும் உணர்ச்சி சொல்லும். வசனத்திற்கும் கவிதைக்கும் மற்றொரு பெரிய வித்தியாசம் உண்டு. 'வியஷ்டி' என்கிறார்களே, அந்தப் பன்மையையே வசனம் வற்புறுத்தும். கவிதை ஒருமையை வற்புறுத்தும். உடலுக்கு எலும்புக்கூடு எப்படியோ அதைப்போலவே, இந்த ஒருமை என்னும் குணம் கவிதையின் அஸ்திவாரமும் அழகும் ஆகும். சிருஷ்டியின் பன்மையை ஒருமையாக்காத கவிதையில் பெருஞ்சிறப்பு இருக்க முடியாது.

'இஃது சக்தியின் லீலை.
அவள் உள்ளத்திலே பாடுகிறாள்.
அது குழலின் தொளையிலே கேட்கிறது.
தொம்பைப் பிள்ளைகள் பிச்சைக்குக் கத்துகின்றன.

பிடாரன் குழலையும் தொம்பைக் குழந்தைகளின்
குரலையும் யார் சுருதி சேர்த்து விட்டது? சக்தி.
ஜரிகை வேணும் ஜரிகை என்றொருவன்
கத்திக்கொண்டு போகிறான்.
அதே சுருதியில்.
ஆ! பொருள் கண்டுகொண்டேன்.
பிடாரன் உயிரிலும், தொம்பக் குழந்தைகளின் உயிரிலும்,
ஜரிகைக்காரன் உயிரிலும் ஒரே சக்தி லீலையாடுகின்றது.
அவள் தேன். சித்த வண்டு அவளை விரும்புகின்றது.
வடமேருவிலே, பலவாகத் தொடர்ந்து வருவாள்.
வானடியைச் சூழ நகைத்துத் திரிவாள்.
அவளுடைய நகைப்புகள் வாழ்க.
தெற்கே நமக்கு ஒருத்தியாக வருகின்றாள்:
அன்பு மிகுதியால், ஒன்று பலவினும் இனிதன்றோ?
வைகறை நன்று; அதனை வாழ்த்துகின்றோம்,

ஒன்று பலவினும் இனியதன்றோ என்கிறார் கவி. ஆமாம் அதனால்தான் கவிதைக்கு மதிப்பு.

கவிதையின் முக்கிய லட்சணம் இந்த ஒருமையில் இருப்பதினால்தான். யாப்பலங்காரங்களில் பல உண்டாகியிருக்கின்றன. ஒரு புலனால் உணரப்படுவதை மற்றொரு புலனால் அறிவதுபோல் காட்டும்பொழுது ஒரு புதுமையும் கவர்ச்சியும் தோன்றும்.

செந்தமிழ் நாடென்னும் போதினிலே
இன்பத்தேன் வந்து பாயுது காதினிலே,

தேன் காதில் பாய்ந்து இன்பத்தைத் தருவதென்றால் அது கவிதை உலகில்தான் நடக்கும், இரவியின் ஒளியிடைக் குளிப்பதும், ஒளி இன்னமுதினை உண்டு களிப்பதும் வசனத்திற்குப் பொருந்துமா?

"பாரதியின் 'காட்சி' கவிதையின் மாற்றுக்கு எந்தவிதத்திலும் குறையாதது. தமிழ்நாட்டு வசன கவிதையில் அதுதான் முதல் முயற்சி". (கலாமோகினி, இதழ் 9)

வசன கவிதை, மறுமலர்ச்சி என்பதெல்லாம் அர்த்தமற்றவை என்று கூறி, அம்முயற்சிகளில் ஈடுபட்டோரைக் குறைகூறியும் கோபித்தும் பொழுதுபோக்கிய பண்டிதர்களை 'கலாமோகினி' தாக்க முன் வந்தது. காரசாரமான ஒரு கவிதை எழுதி அதன்

ஆசிரியர் (சாலிவாஹனன்) வி.ரா.ராஜகோபாலன் எழுதியது இது:-

பழமையின் பாதை, கற்ற
பண்டிதர் நடை. முன்னோர்கள்
வழமைஈ தெல்லாம் எங்கள்
வசனமொத் ததுவே யென்று
கிழமை கொண்டாடி ஏதோ
கிறுக்கிவைப் பார்கள் இந்த
இழவினைச் சகியாதேதும்
எம்மனோர் சொன்னால் வைவார்

குப்பையைக் கூட்டி வைத்துக்
கொண்டிதோர் கவிதை என்பார்
எப்படி யேனும் அஃதை
ஏற்றமாம் கவிதை என்று
ஒப்பிட வேண்டும் என்பார்
உணர்ந்தவர் தவறென்றாலோ
எப்படிச் சொல்வீரென்று
இழிமொழி பலவும் சொல்வார்.

உணர்ச்சியும் சொல்லும் கூடில்
உண்மையில் கவிதையாமிப்
புணர்ச்சியில் லாததெல்லாம்
புலவர்வாய்ச் சொல்லென்றாலும்
மணமிலா மலர்தானென்போம்
மானிடர் மாண்டுபோனால்
பிணமெனவே நாம் சொல்வோம்
பிறர்சொல்லும் வசவுக்கஞ்சோம்

ஆவியே யில்லாமேனி
அதனையோர் மனிதன் என்று
கூவிடல் போலச் சொல்லைக்
கூட்டிவைத் திதுவும் ஓர்மா
காவியம் என்பார் அஃதைக்
கற்றவர் பிழையென்றாலோ
'பாவிகள் தமிழைக் கொல்லப்
படைதிரண் டனரே' என்பார்.

கோப்பில்லா இனிமையில்லா
கொள்ளவோர் சுவையு மில்லா
வேப்பிலைக் கவிதை தன்னைக்
காட்டிலும் உணர்ச்சிமிக்க
யாப்பில்லாக் கவிதை மட்டும்
யாதினால் தாழ்ந்ததையா
மூப்புடைப் பெரியீர் என்றால்
முனிந்தெமை ஏசு கின்றார்

மதுமலர்க்கொடி தான் என்றும்
மறுமுறை மலராதானால்
அதுவல எங்கள் நாட்டு
ஆன்ற செந்தமிழ் என்றென்றும்
புதுமலர் நித்த நித்தம்
பூத்திடும் புதிய இன்ப
மதுவினைச் சிந்தும் இந்த
மகிமைநீர் அறியமாட்டீர்.

விலைமகள் கற்பை ஒத்த
விதமல எங்கள் நாட்டம்
கலைகளை வாழ்த்த நாங்கள்
கண்டதோர் வழியில் வந்தோம்
மலைவுறோம் மூண்ட ஓரோர்
மனிதர்கள் வசவுக் கஞ்சோம்
நிலைகுலை வடையோம் எங்கள்
நேரிய வழியே செல்வோம் *(கலாமோகினி - 10)*

வசனகவிதை பற்றி கு.ப. ராஜகோபாலன் எழுதிய கட்டுரையும் பிரசுரமாயிற்று. அது பின்வருமாறு:

'வசன கவிதையை ஏளனமாகப் பேசுவது இப்பொழுது இலக்கிய ரசிகர்களிடையே பாஷன்'.

'அதென்ன வசனகவிதையா? இப்பொழுது யாப்பிலக்கணம் தெரியாதவர்களெல்லாம் இப்படி ஆரம்பித்து விட்டார்கள். வாய்க்கு வந்ததை எழுதி வசனகவிதை என்கிறார்கள்' என்று ஒரு சிலர் கேலி.

'வசன கவிதை புதிதொன்றுமில்லை. பண்டைத் தமிழில் இருந்ததுதான் அது. அகவல் வசனகவிதைதானே? இவர்கள்

என்ன புதிதாகக் கண்டுபிடித்து விட்டார்கள்' என்று மற்றும் சிலர் தாக்குதல்.

வேடிக்கை என்னவென்றால் எதிர்ப்பவர்கள் இருதரப்பினர்களாக இருக்கிறார்கள். ஒருவர் ஆட்சேபணை மற்றொருவரதுபோல் அல்ல. ஒருவர் வசன கவிதையே கூடாது என்கிறார். மற்றவர் அது புதிது இல்லை என்கிறார். விசித்திரம்தானே இது?

யாப்பிலக்கணம் தெரியாததால் வசன கவிதையைப் பிடித்துக்கொண்டார்கள் அதை எழுதுகிறவர்கள் என்ற வாதம் சுத்த அசட்டுத் தனத்தைத் தவிர வேறொன்றுமில்லை. எழுதுகிறவர்களுக்குத் தேவையானால் யாப்பிலக்கணத்தைக் கற்றுக்கொள்ள எத்தனை நாழிகைகள் ஆகும்? அதென்ன அப்படி எளிதில் கற்றறிய முடியாத வித்தையா? தமிழ்ப் பண்டிதருக்கு வருவது கவிதை எழுத முனைகிறவனுக்கு வராமல் போய்விடுமா என்ன? அப்படிப்பட்ட பிரம்ம வித்தை ஒன்றுமில்லை. அது நிச்சயம். யாப்பிலக்கணத்தைப் படிக்காமல்கூட கண்களை மூடிக்கொண்டு செய்யுள் பாடலாம்.

அது கிடக்கட்டும். வால்ட்விட்மனும், எட்வர்டு கார்பெண்டரும் ஆங்கில யாப்பிலக்கணம் கற்றறியத் தெரியாமல்தான் கவிதை எழுதினார்களோ? புது யாப்பிலக்கணமே ஏற்படும்படி வங்காளியில் பாக்கள் பாடிய ரவீந்திரர் கடைசி காலத்தில் வங்காளியில் வசன காவியத்தில் எழுதித் தொலைத்தார். அதுதான் போகட்டும் என்றால் சுப்பிரமணிய பாரதி, யாப்பிலக்கண முறையில் ஏராளமாக எழுதினவர் 'காட்சிகள்' என்ற வசன கவிதையையும் ஏன் எழுதினார்? காட்சிகளையும் யாப்பிலக்கண முறையில் எழுதியிருக்கக் கூடாதோ?

மேற்சொன்ன ரசிகர்களுக்குப் பயந்து பாரதி காட்சிகளை யாப்பிலக்கண முறையில் எழுதியிருந்தால் கவைக்குதவாமல் போயிருக்கும். காட்சிகள் யாப்பிலக்கண முறையில் அமையாததால்தான் அவ்வளவு சிறப்பும் அழகும் வேகமும் கொண்டிருக்கின்றன.

யாப்பிலக்கணத்துக்குக் கட்டுப்பட்டு வரும் கவிதையும் உண்டு அதற்குக் கட்டுப்படாமல் வரும் கவிதையும் உண்டு. கவிதை என்ற வஸ்து நேரசை நிரையசையிலில்லை. அவை ஒழுங்காக இருந்தால் மட்டும் கவிதை வந்துவிடாது. கவிதை

என்பது நடைமட்டுமல்ல, கருத்தும் இருக்க வேண்டும். செவிநுகர் கவிதை என்று கம்பன் சொன்னதைத் திரித்து செவிநுகர்வதுதான் கவிதை என்று கொள்வது தப்பு. கவிதை செவி நுகர்வதாக இருக்க வேண்டும் என்பதுதான் பொருள். செவி நுகர்வதெல்லாம் எங்காவது கவிதையாக முடியுமா? கவிதையெல்லாம் செவி நுகர்வதாக இருக்கும்.

வசன கவிதையைச் செவி நுகருமா என்றால் நுகரும். ஏனென்றால் வசன கவிதைக்கும் யாப்பிலக்கணம் உண்டு. அதிலும் மாவிளங்காய், தேமாங்கனி எல்லாம் வந்தாக வேண்டும். வரும்வகை மட்டும் வேறாக இருக்கும். அவ்வளவுதான்.

வசன கவிதைக்கும் எதுகை, மோனை கட்டாயம் உண்டு. ஏனென்றால் இந்த அலங்காரங்களை எல்லாம் உண்டாக்கினது கவிதை. இலக்கணமல்ல. அது அவற்றை இஷ்டம்போல, சமயத்திற்கேற்றவாறு மாற்றிக்கொள்ளும். முதலில் உண்டாக்கினபடியே இருக்க வேண்டும் என்றால் இருக்காது. இலக்கியம் கூறுவதுதான் இலக்கணம். இலக்கணம் கூறுவது இலக்கியமாகவே முடியாது. எல்லாம் நன்னூல் யாப்பிலக்கணத்தை ஒட்டியே இருக்க வேண்டுமென்று இலக்கணம் பிடிவாதம் செய்தால் நடக்காது. நன்னூலுக்கும் மேலான ஒரு புது நூலை இலக்கியத்தின் போக்கிற்கொப்ப (இலக்கணம்) தயாரித்துக்கொள்ள வேண்டும்.

காம்போதி ராகம் போட்டுப் பாட வருவதுதான் கவிதை என்று யாராவது வாதித்தால் அவர்களுக்குக் கவிதை இன்னதென்றே தெரியாது என்றுதான் நாம் பதில் சொல்ல வேண்டும். ஆங்கிலக் கவிதையை நாம் ராகம் போட்டுப் பாடியா அனுபவிக்கிறோம்? அவர்களுடைய ராகத்தைப் போட்டுப் பாடினால்தான் அது நன்றாக விளங்கும் என்று சொல்ல யாராவது முன் வருவார்களா?

பொதுவாகக் கவிதைக்கு, எந்த பாஷையிலிருந்தாலும் சரி, ஒரு தனி ராகமும் தாளமும் இருக்கின்றன. அதை அனுபவிக்க கர்நாடக சங்கீதத்தின் ஒத்தாசையோ, ஹிந்துஸ்தானி சங்கீதத்தின் ஒத்தாசையோ, ஐரோப்பிய சங்கீதத்தின் ஒத்தாசையோ வேண்டியதே இல்லை. கவிதையின் ராகம் உள்ளத்தில் கிளம்புகிறது. ஹிருதயம் தாளம் போடுகிறது. 'வீ ஸீ ஹெவன் இன்தி ஒயில்ட் ஃபிளவர் அண்ட் எட்டர்னிட்டி இன் எ கிரைன் ஆப் ஸாண்ட்' *(We see Heaven in a Wild Flower and Eternity in a Grain of Sand)* என்ற சித்த வாக்கை அனுபவிக்க நாம் ஐரோப்பிய சங்கீதத்தைக் கற்க வேண்டியதில்லை.

'புல்லினில் வைரப்படை தோற்றுங்கால்' என்பதை அனுபவிக்க காம்போதி ராகமா வேண்டும்?

நமது விழிகளிலே மின்னல் பிறந்திடுக!
நமது பாட்டு மின்னலுடைத்தாகுக!'

என்ற மகாவாக்கு கவிதையாக எந்த சங்கீதத்தின் உதவி வேண்டும், கேட்கிறேன். *(கலாமோகினி - 13)*

இலக்கணத்துக்கு ஏற்ப இனிய கவிதைகள் படைப்பதில் தன் ஆற்றலை ஈடுபடுத்தி வெற்றிகள் கண்டவர் கவிஞர் கலைவாணன். (திருவானைக்காவல் க.அப்புலிங்கம்) ஆயினும் அவர் வசன கவிதைகளை வெறுக்கவில்லை. இப்புது முயற்சி பற்றிய தன் கருத்துக்களை அவர் 'கலாமோகினி'யில் கட்டுரையாக்கினார். அதுவும் அறிந்துகொள்ளப்பட வேண்டிய ஒன்றே:

தமிழில் இலக்கிய அமைப்பு. வசனம் அதாவது உரைநடை; கவிதை அல்லது செய்யுள் நடை என இரண்டே பிரிவாகத்தான் இதுவரை இருந்து வந்திருக்கிறது. இப்பொழுது சிலர் இவைகள் இரண்டிலுமுள்ள சிற்சில அம்சங்களைக் கூட்டி ஒரு அவியலாகச் செய்து அதனை 'வசன கவிதை' என்று சொல்லுகிறார்கள். இவ்வழி தமிழ் பாஷைக்கே புதுமையானது - புரட்சிகரமானதுங்கூட.

வால்ட் விட்மன்னும், எட்வர்ட் கார்ப்பென்டரும் ஆங்கிலத்தில் 'வசன கவிதை' புனைந்திருக்கலாம். நான்கு வேதங்களும் வடமொழியில் வசன ரூபத்தில் இருக்கலாம். கவினொழுகும் காதம்பரி சமஸ்கிருத வசன காவியமாக இருக்கலாம். தாகூர் வங்காளியில் வசன கவிதை எழுதிக் குவித்துமிருக்கலாம். ஆனால் தமிழுக்கு வசன கவிதை புதிது என்பது மட்டும் நிச்சயம். பல்லாயிர வருஷங்களாக பனம்பாரனார் காலத்திலிருந்து பாரதியார் காலம் வரையில் கையாளப்படாத ஒரு நவீன முயற்சி இது.

அகவலை வசன கவிதை என அறியாதோர் கூறலாம். அது தவறு. அகவலுக்கு யாப்புக்குரிய எல்லா லட்சணங்களும் உண்டு. வசன கவிதைக்கு இந்தச் செய்யுள் லட்சணங்களில் ஒன்றிரண்டு குறையும். இதுதான் தாங்கள் எழுதுவது 'கவிதை'

யல்ல, 'வசன கவிதை' என்று அதை எழுதுபவர்களே கூறுவதன் காரணமும்கூட.

தமிழ் இலக்கிய சரித்திரத்திலேயே நான் அறிந்த மட்டில் இதுவரை கவிதைகள் யாப்பிலக்கணத்துக்கு அடங்கியே வந்திருக்கின்றன. மாங்குடி மருதனார் முதல் மகாமகோ பாத்தியாய சுவாமிநாத ஐயர் வரை செய்யுள் பாடிய எவரும் இதே முறையைத்தான் அனுசரித்து வந்திருப்பதாகத் தோன்றுகிறது. இளங்கோவும், சாத்தனாரும், கம்பரும், சேக்கிழாரும் இப்பழவழி சென்றே பெரும்புகழ் கண்டனர். இந்த முதுமுறையைத் தகர்க்க அவர்கள் முயன்றதாகத் தெரியவில்லை.

அசையாலும் சீராலும் மட்டும் அழகான கவிதை ஆகிவிடாது. கவிதை என்பது நடைமட்டுமல்ல. ஆனால் அது கருத்து மாத்திரமும் அல்ல. உதாரணமாக, வ.ரா.வின் நடைச் சித்திரங்களில், நல்ல செய்யுள்களில்கூட இல்லாத அழகான கவிதைக் கருத்துகள் இருக்கின்றன. அதனால் அதைக் கவிதை என்று விடலாமா? குமாரசம்பவம்போலவும், சிலப்பதிகாரம்போலவும், கு.ப.ரா.வின் சிறுகதைகள் இனிக்கின்றன. ஆனால் அதைக்கொண்டே அக்கதைகளைக் காவியங்கள் என்று சொல்ல முடியுமா? இதுதான் மறுப்பாளர்களின் வாதம். அவர்களுக்கு துணையாக பழஞ்சுவடிகளான தொல்காப்பியச் செய்யுளியலும், யாப்பருங்கலவிருத்தியும், தண்டியலங்காரமும் இலக்கணம் பேசுகின்றன. அழகான புதுமைகளை ஆக்குவதில் அறிவு முனைகிறது. அதன் பயன்தான் இலக்கணக் கட்டுகளை உடைத்துவிட்டு வெளிவந்த இப்புது முயற்சியும்.

இதுவரையில் தமிழ் இலக்கியத்தில் இல்லாத அழகான அருமையான எண்ணங்கள் வசன கவிதைகளிலே காணக்கிடைக்கின்றன. 'சீர்பூத்த' என்று தொடங்கி செய்யுள் இலக்கண முறைப்படி பணங்கொடுத்த எவனையோ ஒரு பாவலர் பாடிய பாட்டுக்களைவிட தளை தட்டும் 'பூக்காரி' ஆயிரம் மடங்கு அழகாகத்தான் இருக்கிறது. இலக்கண வழூஉ ஒன்றையே ஆதாரமாகக்கொண்டு இவைகளை ஒதுக்குவது வடிகட்டின மடமை. இலக்கியப்பேழையில் வைத்துக் காப்பாற்ற வேண்டிய புது இரத்தினங்கள் இவ்வசன கவிதைகள்.

பழுத்த மாம்பழம் தித்திக்கிறது. பழுக்காத காய் புளிக்கிறது. இவைகள் இரண்டையும் நீங்களும் நானும் உண்டு சுவைத்திருக்கிறோம். ஆனால் பழுத்தும் பழுக்காமலுமாய்

செங்காயாக இருக்கும்பொழுது நீங்கள் சாப்பிட்டிருக்கிறீர்களா; இல்லையென்றால் சாப்பிட்டுப் பாருங்கள். காயின் புளிப்பும், கனியின் இனிப்பும் கலந்த ஒரு புதுச்சுவை. இனிய ருசி – அதில் இருக்கக் காண்பீர்கள்.

கனிந்த கனி போன்றது கவிதை. காயொத்தது உரைநடை. இவைகள் இரண்டையும்தான் நாம் நன்றாய் அனுபவித்திருக்கிறோம். காயும் கனியும் இல்லாத செங்காய்பதம் வசன கவிதை. 'கவிதையின் இனிமையும் உரை நடையின் விறுவிறுப்பும் இதில் இருக்கிறது. செங்காயைச் சுவைப்பதிலும் ஒரு புது இனிமை உண்டு." *(கலாமோகினி-30)*

இக்கட்டுரைக்கு எதிரொலி இலங்கையில் தோன்றியது. 'ஈழ கேசரி'யில் வழக்கமாக எழுதிவந்த 'இரட்டையர்', வசன கவிதை புதிய தோற்றம் அல்ல; முன்னரும் அது வெவ்வேறு வடிவங்களில் தமிழில் வழங்கி வந்தது என்று வாதாடியிருந்தார்கள். சுவாரஸ்யமான அக்கட்டுரை 'கலா மோகினி'யில் மறு பிரசுரம் செய்யப்பட்டது. இரட்டையரின் சுவையான கருத்துக்களை நீங்களும் தெரிந்துகொள்ளலாமே என்பதற்காக அந்தக் கட்டுரையை இங்கே தருகிறேன்;

"பிஞ்சுமாகாது பழமுமாகாது" 'செங்காய்' என்று சொல்வார்களே, அந்த நிலைதான் வசனகவிதைக்குரியது. யாப்பிலக்கண வரம்பை மீறியதாய் ஆனால், கவித்வம் பெற்றதாக உள்ள – சிறந்த வசனங்களையே வசனகவிதை எனப் பெயரிட்டழைக்கிறோம்.

பாரதியாரின் பாஞ்சாலி சபதம், கண்ணன் பாட்டு முதலியவற்றிலுள்ள பாடல்களையே பார்த்து, 'இவை எல்லாம் பாவா? பாவினமா? இவற்றுக்கென்ன பெயர்? எந்த யாப்பிலக்கணத்தின்படி பாடப்பட்டவை? என்று ஓச்சம் சொல்லும் பழைய மரபினர் எவ்வித இலக்கணமும் அமையாத இந்த வசன கவிதைக்கு இடம் கொடுப்பார்களா? அவர்கள் இதை எதிர்க்கிறார்கள்.'

'நல்லது! அந்தப் பண்டித சிகாமணிகள் வெறும் புளி மாங்காயையும், கருவிளங்காயையும், கருவிள நறு நிழலில் சுவைத்துக் கொண்டிருக்கட்டும்' என்று அவர்கள் எதிர்ப்பு அசட்டை செய்யப்பட்டு, வசன கவிதைக்குரிய ஆக்க வேலைகளும் நடந்துகொண்டிருப்பதை இன்று நாம் காண்கிறோம்.

இப்புதிய முயற்சியின் பயனாயெழுந்த, சுவை நிறைந்த சில வசன கவிதைகளை நாம் பார்த்திருக்கிறோம். ஆனால் பண்டிதர்களைப் பழிப்பதையே இலக்காகக்கொண்ட சில தண்டடி மிண்டர் செய்யும் சொற் பிரபஞ்ச அடுக்குகளை வசன கவிதை என்று ஒப்புக்கொள்வதற்கில்லை.

நடை சிறிது இறுக்கமாக இருப்பினும், வசனகவிதை வடிவமென்று சொல்லத்தகும் சில பகுதிகள் - வசன கவிதையைப் பற்றிய பேச்செழுவதற்கு - முன்னரும் இருந்தன எனக் காட்டுவது இங்கு பொருத்தமாகும்.

1. ஆசையார்த் தலைக்கும் நெஞ்சத்து
அரசிளங் குமரன்,
துஞ்சிலன், பள்ளி கொள்ளாது
துள்ளியெழுந்து மெல்ல, நடந்து,
கள்ள மறியா, உள்ள நெறியால்
கவலை கதுவாத் தூய சேக்கையில்
கண்வளரும்அறைவந் துற்றான்.

2. அச்சமும் விதுப்புந் தூண்டி,
அவலமுந் துணிவு மூட்ட
அமலரும் வஞ்ச நெஞ்சன்
அறைக்கத வகற்றப் புக்கான்.

3. நள்ளிருளில், கண்வளரும்
தன்னருகே தனிவந்துற்ற
அவன் தறுகண்மை தனக்கஞ்சி
மெய் விதிர்த்து மறுகலானாள்.

4. புரைவீரப் பொய் நண்பன்.
தன்னிருள் நெஞ்ச நிறைகாம அழலுழல்வான்
முறையற்ற துறை சொல்ல,
குறையர் நிறையுடையாள் முனிவுற்றாள்.

இத்தொடர், உரை நடையிற் செல்வதாயினும், கவிதைப் பண்பு நிறைந்ததாகவே காணப்படுகிறது. வசன கவிதை என்ற பெயரில் இல்லாவிடினும் அதன் உருவமிருத்தல் கண்டின் புறத்தக்கது. தமிழறிஞர் சோமசுந்தர பாரதியாரின் கட்டுரையொன்றில் இது மிளிர்கின்றது.

'சந்தனமும் சண்பகமும்
தேமாவும் தீம்பலாவும்
ஆசினியும் அசோகமும்
கோங்கமும் வேங்கையும் குரவும்விரிந்து
நாகமும் திலகமும்நறவமும் மாந்தியும்
மரவமும் மல்லிகையும் மௌவலோடு மணங்கமழ்ந்து
பாதிரியும் பராரை ஞாழலும்
பைங் கொன்றையொடு பிணியவிழ்ந்து
பொரிப்புன்கும் புன்னாகமும்
முருக்கொடு முகை சிறந்து
வண்டறைந்து தேனார்ந்து
வரிக்குயில்கள் வரிபாடத்
தண்டென்றல் இடைவிராய்த்
தனியவரை முனிவு செய்யும்
பொழிலது நடுவண் மாணிக்கச்
செய்குன்றின் மேல்
விசும்பு துடைத்துப் பசும்பொன்பூத்து,
வண்டு துவைப்பத் தண்டேன் துளிப்பதோர்
வெறியுறு நறுமலர் வேங்கை கண்டாள்.'

களவியலுரையாசிரியர், இதனை வெறுமனே சொல்லடுக்குச் செய்திருக்கிறார் என்று கொள்வது ஆகாது, பொருள் பொலிவும் ஓசை நயமும் செறிந்த, தமது இனிய சொற்சாதுரியத்தினாலேயே படிப்பவர் மனதைப் பரவசப்படுத்தி இயற்கையாயமைந்த ஒரு சோலையின் உருவத்தை அங்கு தீட்டிவிடுகிறார் ஆசிரியர். விந்தையிதே!

கட்டுரைத் தன்மை செறிந்ததாயினும் கவிதை வனப்பும் நிறைந்ததாகவே இத்தொடர் பரிமளிக்கின்றது. ஆதலின் இதுவும் வசன கவிதைக்குப் புறம்பானதன்று.

'குருவியோப்பியும் கிளிகடிந்தும்
குன்றத்துச் சென்று வைகி
அருவி யாடியும் சுனைகுடைந்தும்
அலர்வுற்று வருவேமுன்
மலை வேங்கை நறுநிழலின்
வள்ளி போல்வீர் மனநடுங்க
முலையிழந்து வந்து நின்றீர்;
யாவிரோ வென முனியாதே

மணமதுரையோ டரசுகேடுகற
வல்வினைவந் துருத்த காலை
கணவனையங் கிழந்து போந்த
கடுவினையேன் யானென்றாள்.'

சிலப்பதிகாரக் 'குன்றக் குரவை'யில் வரும் 'உரைப் பாட்டு மடை' இது. உரைப்பாட்டை 'நடுவே மடுத்தல்' என அடியார்க்கு நல்லார் பொருள் கூறுகிறார். அரும்பதவுரையாசிரியரும் அதனை, 'உரைச் செய்யுளை இடையிலே மடுத்தல்' என்பர். (வேட்டுவ வரி, 7ஆம் அடியின் பின்வரும் 'உரைப் பாட்டை'ப் பார்க்க)

இன்னும் இவ்வாறே 'ஆய்ச்சியர் குரவை, வாழ்த்துக் காதை' முதலியவற்றிலும் இவ்வுரைப் பாட்டு இடம்பெறுகின்றது. இவ்விதம் வரும் உரைப்பாட்டு எல்லாம் வசன கவிதை உணர்ச்சியையே உண்டாக்குவன. உரை - கட்டுரை என்பன வசனத்தையும், பாட்டு - செய்யுள் என்பன கவிதையையும் குறிப்பிடுவதால், உரைப்பாட்டு - கட்டுரை செய்யுளென்று சிலப்பதிகாரத்தில் கூறப்படுவனவெல்லாம் வசன கவிதையே என்று தெளிய இடமுண்டு.

சிலப்பதிகாரப் பதிகத்தில் 'உரையிடையிட்ட பாட்டுடைச் செய்யுள்' என வரும் பகுதிக்கு 'உரையிடை இட்டனவும் பாட்டுடையனவுமாகிய செய்யுளை' என்று கருத்துரைக்கும் அடியார்க்கு நல்லார், பின்னரும் 'உரைபெறு கட்டுரை' இவை முற்கூறிய கட்டுரை - இவை முற்கூறிய 'கட்டுரைச் செய்யுள்' எனக் குறித்திருப்பதும் இங்கு நோக்கத்தக்கது.

1.10.43ல் வெளியான கலாமோகினி இதழில் 'வசன கவிதை' பற்றி கலைவாணன் எழுதிய கட்டுரையின் எதிரொலி இது. 'வசன கவிதை தமிழுக்குப் புதிது' எனும் கொள்கையை மறுத்து, அது முன்னரும் - வெவ்வேறு பெயர் வடிவில் - இலைமறை காய்போல - வழங்கியதெனக் காட்டுவதே எமது நோக்கம்.
(கலாமோகினி-33)

கு.ப.ரா. கவிதைகள்

புதுக்கவிதை வரலாற்றில் கு.ப.ராஜகோபாலனின் கவிதைகளுக்குத் தனியான - முக்கியமான - ஒரு இடம் உண்டு. அவர் வசனகவிதைகள்தான் எழுதினார். அதிகமாகவும் எழுதிவிடவில்லை. 'மணிக்கொடி' நாட்களில் 24 கவிதைகள், 'கலா மோகினி'யில் 5 கவிதைகள். இவ்வளவே - நான் அறிந்தவரை - அச்சில் வந்தவை.

'நமக்குத் தொழில் கவிதை, நாட்டிற்கு உழைத்தல்; இமைப்பொழுதும் சோராதிருத்தல்' என்று கொள்கை அறிவிப்பு செய்துகொண்டு, மறுமலர்ச்சி இலக்கிய மாதம் இருமுறையாகப் புது வடிவம் பெற்ற 'கிராம ஊழியன்' பத்திரிகையில், 1943 ஆகஸ்ட் 15 முதல் டிசம்பர் 1 முடிய, கௌரவ ஆசிரியர் என்றும், டிசம்பர் 15 முதல் 1944 ஏப்ரல் இறுதிவரை ஆசிரியர் ஆகவும், கு.ப.ரா பணிபுரிந்திருக்கிறார். கவிஞர் திருலோக சீதாராம் அதன் ஆசிரியராகவும், நிர்வாக ஆசிரியராகவும் செயலாற்றினார். இந்த ஒன்பது மாதங்களில் கு.ப.ரா 'கிராம ஊழிய'னில் கதை, கட்டுரை, வரலாறு என்று பல படைப்புகள் எழுதியிருப்பினும், ஒரு கவிதைகூட எழுதவில்லை. இது குறிப்பிடப்பட வேண்டிய ஒரு (அதிசயச்) செய்தியாகவே எனக்குப் படுகிறது.

ந.பிச்சமூர்த்திகூட இரண்டே இரண்டு கவிதைகள்தான் எழுதியிருக்கிறார். கதைகள், 'மனநிழல்' கட்டுரைகள் பல எழுதியுள்ளார். அவ்விரு கவிதைகளில் மிக அருமையானது.

ஏனோ?

>   சந்த்ரன் நல்லாக் காயுரண்டா
>   சின்ன ராயப்பா - அந்த
>   மந்த்ரத்துலே மயங்கி நிக்கிது
>   மட்டை குட்டை எல்லாம்,

பாம்பெறிந்த சட்டைபோல
சின்ன ராயப்பா - இந்த
ஆம்பல் வர்ணரோட்டு ரொம்ப
அழகு பொங்குது,

வெளிச்சத்தாலே ஆகாசத்தை
சின்ன ராயப்பா - யாரோ
பளிங்கைப்போல் பண்ணிவிட்டா
சின்ன ராயப்பா.

அழகும் சொகமும் சொக்குதடா
சின்ன ராயப்பா - எங்கும்
மழலை பேசும் காத்தெக்கேளு
சின்ன ராயப்பா.

நிலவும் நீயும் எனக்கிருந்தும்
சின்ன ராயப்பா - நல்ல
நெல்லும் நெழலும் நெறஞ்சிருந்தும்
சின்ன ராயப்பா அந்த

பனங்கொளத்து வீட்டுக்காரி
நடை குலுக்கிலே - தொலை
உலவிச் செல்லுதாவியேனோ
சின்ன ராயப்பா.

கு.ப.ரா. தனது கவிதைகளை 'கருவளையும் கையும்' என்ற தலைப்பில் தொகுத்துப் புத்தகமாக வெளியிட வேண்டும் என்று பெரிதும் முயற்சி செய்தார். ஆனால் அவருடைய ஆசை அவர் காலத்திலும் சரி, அதன் பின்னரும் சரியே; நிறைவேற வழி ஏற்படவில்லை. அந்தத் தொகுப்பு வெளிவந்திருந்தால் அது தமிழ்க்கவிதை உலகில் குறிப்பிடத்தகுந்த ஒரு அருமையானப் படைப்பு நூலாகத் திகழ்ந்திருக்கும்.

'கருவளை யொலியில் கொள்ளை கொண்டென்னை
ஆழ்த்தின காதலில், கருத்திழந்துருகினேன்;
பருவமப்போது பெண் எழிற் குவியலில்
சூழ்ந்திருந்த சோர்வில் சுவை கண்ட கோலம்'

அந்தச் சுவையில் அவர் 'உள்ளப் பூவை உதிர்த்தெடுத்து, மாலை தொடுத்தவுடனே மங்கை கை கொடுத்த' அன்பு அஞ்சலிகளே கு.ப.ரா.வின் பெரும்பாலான கவிதைகள்.

கருவளையும் கையும், தலைவியின் தேர்தல், கவிதைப் பெண்ணுக்கு, பெண்ணின் பிறவி ரகசியம், ஏன்? சதையை மீறியது, எப்பொழுது புத்துயிர், நிச்சயம், இடைவேளை உருவம், நீயும் நானும், சோர்வும் குழைவும், என்னதான் பின்? விடுதலை, விரதம், உரம், உயிர், தரிசனம், மாங்கனிச் சுவைப்பு ஆகியவை மென்மையான உணர்வுகளை இனிமை எழிலாய், கற்பனை நயத்தோடும் கவிதை வளத்தோடும் சித்திரிப்பனவாகும்.

இவற்றிலே பல கவிதைகள் பின்னர் 'எழுத்து' இதழ்களில் மறுபிரசுரம் செய்யப்பட்டன. அவற்றில் அநேகம் 'வாசகர் வட்டம்' பிரசுரமான 'சிறிது வெளிச்சம்' என்பதில் இடம் பெற்றுள்ளன என்று நினைக்கிறேன்.

பெண்மையை வியந்து போற்றும் இவ் அகத்துறைக் கவிதைகள் தவிர, வேறு பொருள்களைப் பாடும் சில கவிதைகளையும் கு.ப.ரா. எழுதியிருக்கிறார். 'வாழ்க்கை' பற்றிய அவரது சிந்தனை விசேஷமானது -

வாழ்க்கை ஒரு வெற்றி. ஒரு துடிப்பு
ஒரு காதற்பா, ஒரு இசை,
மண்ணின் மாயமோனையில் பிறந்தது.
அரைத் தூக்கத்திலும் அதிசயத்திலும் அது உதிக்கிறது

விடியற்காலை விடுதலையில் வளர்கிறது -
செயல் செய்யும் தேவையில்,
கண் கண்டதற்கு மேல் ஓடுகிறது கனவு,
பாதையெல்லாம் பூரிக்கிறது பேரவா -
யௌவனம் மாறுகிறவரை
பிறகு வருகிறது யோசனை,

கரும வெற்றிகளில் பிறந்த களிப்பு,
உற்பத்தி செய்வதிலிருக்கும் உள்ள நெகிழ்ச்சி,
அரை குறையற்றதின் அழகு,

நிறைவின் நிம்மதி,
மண்ணின் மற்றெல்லா மகிழ்ச்சிகள் -
மாலை வரை!

இருண்டதும்,
மனிதன் மறுபடியும் பிரயாணமாகிறான் தன் வழியே -
அமைதியாக.

வாழ்வின் இனிமைகளை ரசித்து மகிழ வேண்டும் என்று கருதி இன்பங்களை வியந்து போற்றுவதில் கு.ப.ரா. ஆர்வம் கொண்டிருந்தார் என்பதை அவர் எழுத்துக்கள் கூறும். அவரது வாழ்க்கைத் தத்துவத்தைப் பிரகடனப்படுத்துவதுபோல் அமைந்துள்ளது 'நண்பனுக்கு' என்ற கவிதை.

ஓயாமல் எண்ணியும் பேசியும்,
சளைத்துப்போய் விட்டோம், அல்லவா?
வார்த்தையை வைத்து வாதாடி
வீண் வித்தியாசம் கொண்டோம். போதும்!
மாயையும் தத்துவமும் என்ன
என்று தெரியவே வேண்டாம்;
கண்கண்ட சுகத்தைக் கடைந்து
உண்போம், இனிமேல், வா!

இவ் வாழ்க்கை நதி வரண்டு
மணலாகும் மரணம் வரை
அதன் கரைபுரளும் வெற்றியை
ஒப்புக்கொள்வோம், அதனாலென்ன?

உயிரின் இன்ப ஊழியத்தில்
அடிமைகளாவோம். பாதகமில்லை!
ஆத்மா, பரமாத்மா - இந்தப் பேச்சு -
யுகம் யுகமாக, காது துளைத்துப் போச்சு!

அது வேண்டாம் நமக்கு!
மதுக்கிண்ணத்தைப் பற்றிப் பேசினானே
அவன் யார்? - உமர்கயாம் -
அவனைத் தொடர்வோம். அப்பா!

கு.ப.ரா. இறந்தபின், அவரது கவிதைகள் அனைத்தும் 'கிராம ஊழியன்' இதழ்களில் தொடர்ந்து பிரசுரிக்கப்பட்டன. *(1944 ஏப்ரல் கடைசியில் கு.ப. ராஜகோபாலன் மரணம் அடைந்தார். ஏப்ரல் முதல் வாரத்தில் நான் 'கிராம ஊழிய'னில் பணிபுரியச் சேர்ந்திருந்தேன்.)*

எந்தப் பிரச்சனையையும் புதிய பார்வையில் நோக்கும் ஆற்றலை கு.ப.ரா.வின் அறிவு பெற்றிருந்தது. இதை அவருடைய 'எதற்காக?' என்ற கவிதை விளக்கும்.

1   பாம்பே, படமெடுத்து நீ ஏன் இப்படி
    மகுடி முன் மெய் மறந்து ஆடுகிறாய்?
    பாம்பாட்டிக்கு பிழைப்பளிக்கவா?
    இல்லை, இல்லை!
    ஆடியாடியுன் ஆவலைத் தீர்த்துக்கொள்ள!

2   ராதே, குழலோசை கேட்டேன் நீ
    காதல் கொண்டு கானகமெல்லாம் ஓடுகிறாய்!
    கண்ணனுக்குன் கண்ணோக்கின்ப மளிக்கவா?
    இல்லை. இல்லை!
    ஓடியோடியுன் உள்ளப் பூரிப்பைக் கொட்ட!

3   பெண்ணே, புருஷனுக்கேன் இப்படிப் பணிந்து
    அடிமைபோல இட்டதெல்லாம் செய்கிறாய்?
    'பண்ணு' என்று சொல்லும் புருஷனுக்கஞ்சியோ?
    இல்லை, இல்லை!
    இட்டதைச் செய்து செய்து உணர்ச்சியை அடக்க

இது 'கலாமோகினி' யில் வந்தது. அதே பத்திரிகையில் பிரசுரமான கவிதைகளில் 'யோகம் கலைதல்' என்பது தனிச்சுவையும் நயமும் கருத்தாழமும் கொண்டது. கவிதை அன்பர்களின் ரசனைக்காக அதையும் இங்கே தருகிறேன்.

1   கரிச்சான் ஒன்று கூரை மேலிருந்து
    மருட்சியுடன் மெல்ல மெல்லத் தயங்கி
    வாய் திறந்து வேதம் பாடக் கேட்டு நான்
    அவ்வின்பம் அலையெடுத்த இடத்தைப் பார்க்க
    பரிந்து வந்தேன்; பாட்டை நிறுத்திப் பறவை
    என்னைக் கண்டு எழுந்தோடி விட்டது!

2   கோதை யொருத்தி குளத்துநீரில் தனிமையில்
    அழகு பார்த்து ஆனந்தம் கொண்டு நின்றாள்;
    பாதையில் ஒளிந்து பார்த்துப் பரவசமெய்திய நான்
    நிலைதடுமாறி நெட்டுயிர்ப்பு விட்டுவிட்டேன்;
    மாததைக் கேட்டு மிரண்டுபோய் மேலாக்கிழுத்து
    குடமெடுத்துக் கொண்டு கடுகியே போய்விட்டாள்!

3   கவியொருவன் கனவில் ஆழ்ந்து
    கற்பனை கண்டு கருத்தை வெளியிட
    செவிமூடிச் செய்யுள் செய்ய விருந்தான்;

தெரியாமல் அங்கே திட்டென்று போய்நான்
கவி அழித்தேன்; சொல் இழந்து அவன்
கடுந்துயருடன் கீழே சாய்ந்தான்!

இக்காலகட்டத்தில் ந.பிச்சமூர்த்தி சிறுசிறு கவிதைகள் எழுதுவதை நிறுத்திக்கொண்டு நீண்ட கவிதைகளும், சிறு காவியங்களும் எழுதலானார். அவை 'கலாமோகினி'யில் வந்தன. பின்னர் 'கிராம ஊழிய'னில் அவர் பலரகமான கவிதைகளும் எழுதித் தனது சோதனைகளைத் தொடர்ந்தார். அவை குறித்து உரிய இடத்தில் விரிவாக எழுதுவேன்.

~

புத்த பக்தி

'பிக்ஷு'வின் கவிதைகளால் வசீகரிக்கப்பட்டு, நானும் கவிதைகள் எழுதலானேன் - *1942* முதல், *1943*ல் நான் 'சினிமா உலகம்' என்ற மாதம் இருமுறைப் பத்திரிகையின் துணை ஆசிரியர் ஆனதும், எனது கவிதைகள் அதில் அவ்வப்போது அச்சாயின. அந்த சமயத்தில் நாட்டியக்காரி, ஆடும் அழகி, கலை, சினிமா போன்றவையே என் கவிதைப் பொருள்கள் ஆயின.

அவ்வருடத்தின் இறுதியில் நான் சென்னை சேர்ந்து, 'நவசக்தி' மாசிகையில் பணிசெய்ய முற்பட்டேன். திரு.வி.க. வாரப் பத்திரிகையாக நடத்தி வந்த 'நவசக்தி'யை சக்திதாசன் சுப்பிரமணியனிடம் கொடுத்து விட்டார். சக்திதாசன் அதை இலக்கிய மாத இதழாக நடத்திக்கொண்டிருந்தார். கே. ராமநாதன் அதன் துணை ஆசிரியர். அவர் கம்யூனிஸ்ட். 'முற்போக்கு இலக்கியவாதி'. 'நவசக்தி'யை 'முற்போக்கு இலக்கிய இதழ்' ஆகக் கொண்டுவருவதில் மிகுந்த உற்சாகம் காட்டி வந்தார். அந்த சந்தர்ப்பத்தில்தான் நானும் போய்ச் சேர்ந்தேன்.

அது யுத்த காலம், ஜப்பானியரையும், பாசிஸ வெறியையும் எதிர்த்து கவிதைகள், கதைகள், கட்டுரைகள் உருவாகிக்கொண்டிருந்த காலம். கவி ரவீந்தரநாத் தாகூர் ஜப்பானியரின் பலாத்காரத்தை வெறுத்தும், கண்டித்தும், எழுதிக்கொண்டிருந்தார். ஜப்பானியர்கள் யுத்தம் மூலம் ஆசிய நாடுகளில் நாசத்தை விதைத்து வந்தபோதே, தங்கள் முயற்சியில் வெற்றி பெற வேண்டும் என்று புத்தர் ஆலயத்தில் பூஜைகள் நடத்தினார்கள் என்றொரு செய்தி வந்தது, அதைக்கண்ட தாகூர், 'மிருக வெறியைப் பரப்புகிற ஜப்பானியர் புத்தருக்கு பக்தி செலுத்துகிறார்களாம்' என்று குத்தலாகச் சுட்டிக்காட்டி 'புத்த பக்தி' என்ற கவிதையை எழுதினார். அதையும் ஆஸ்திரேலியத் தொழிலாளி வர்க்கக் கவிதை ஒன்றையும் தமிழாக்கி 'நவசக்தி' யில் வெளியிட விரும்பினார் கே.ராமநாதன். அவ்வாறே செய்தேன்.

உறுமின முரசுகள்;
வெறி கொண்ட மக்கள்
கோர உரு ஏற்று
பற்களைக் கடித்தனர்;
சாவுக் கோட்டையில்
மனித ஊன் சேர்க்கும்
துடிப்புடன் ஓடும் முன்
கூடி நிற்கின்றார்
புத்தன் முன்னிலே,
கருணை வள்ளலின்
ஆசிகள் வேண்டியே:
வெளியே –
அண்டங்கள் அதிர
பேரிகை முழங்குது!

என்று ஆரம்பித்து, வளரும் 'புத்த பக்தி'யின் கடைசிப் பகுதி இது:

காயம் பட்டவர்
செத்து வீழ்ந்தவர்
கணக்கைக் காட்டிட
அடிக்கடி விம்மி
ஒலிக்கும் வீர எக்காளம்;
பெண்கள் பிள்ளைகள்
அங்கங்கள் இழக்கும்
வார்த்தையைக் கண்டே
பேய்கள் பிசாசுகள்
கைகொட்டி நகைக்கும்;
மனித மனத்திலே
பொய்மைப் புகை பரப்பவும்,
தெய்விகக் காற்றிலே
நச்சு மணம் கலக்கவும்
பக்தி செய்கின்றார்
புத்தன் முன்னிலே,
கருணை வள்ளலின்
ஆசிகள் வேண்டி!
வெளியே –
அண்டங்கள் அதிர
பேரிகை முழங்குது.

'பாசிச பூதம்' பற்றிய வர்ணனை பின் வருமாறு:

காலம் எனும் இருள் வெளியின் ஊடே
வாலில்லாக் கருங்குரங்கு போலே
ஊர்ந்து வந்தது இப்பூதம்
இருள் மனமும் பெருவாயும் திறந்து
வியந்து நின்றது அறியாமை
முன்னைப் பொறாமை
திடுக்கிடும் பயத்துடன்
பண ஆசை உந்திட
துரோகத்தைத் தழுவிய வேளையில்
ஓர் வாணிபமாய்
பிறந்தது இதுவே.
வறண்ட வருடத்தில் பிறந்த பின்னர்
பொன்னுக்குத் தலைவணங்கி
பாபப் பால் பருகி,
கொடூரச் சேற்றிலும்
பயங்கர கதியிலும்
சிக்கி, நெடிதாய், குளிருருவாய்
வளர்ந்தது பாசிச பூதம்.
கண்ணீரும் துயர இருளும்
கவிந்த குகைகளில் வளர்ந்தது.
அழுகையும் அரற்றலும் அதற்கு
இன்னிசை ஆயின,
கனவும் மக்கி மடிந்தது.

கஞ்சக் குழுவினர், மிருக வெறியினர்
அஞ்சா நெஞ்சொடு கொலைத் தொழில் புரிவோர்,
பிறவிக் குறையினர், ரத்தம் செத்தவர்,
மூளை திரித்தோர், தற்கொலைப் பித்தர்,
காமவெறியர், இன்னோரன்ன
தன்னிலை தவறிய தறுதலைகளுடனே,
பருத்த தொந்தி, கதுப்புக் கன்னம்
பித்தப் பேச்சுடன் பணமும் படைத்தவர்
அதிகார வெறிபற்றி மனிதம் இழந்தோர்
பிணக் கழுகின் பெருமூக்கும் பேழ்வயிறும்
நடையில் ஓர் நடிப்பும் பிணக்களை மூஞ்சியும்
பெற்ற பேதலித்த மனசினர்,
நொண்டும் குள்ளர்கள்,

ராப்பகலாய் துயரால் துடித்து
அலறிடும் அபலையர் தம் ஓலத்தில்
மகிழ்வு காண்போர்
இவரே பாசிசப் பணியாளர்கள்!

இப்படி மேலும் வளர்வது அந்தக் கவிதை.

சென்னை நகரத்தில் ரேஸ் புத்தகங்கள் விற்பனை செய்யும் சிறுவர்கள்; சுட்டெரிக்கும் வெயிலிலும் சோற்றுக் கூடைகளைச் சுமந்து பலப்பல ஆபீசுகளுக்கும் போய் உரியவர்களிடம் அவற்றைச் சேர்ப்பிக்கும் கூலிக்காரிகள்; வறுமையில் வாடும் பலதர மக்களின் உடமைகளைப் பெற்று வளமாய் வளரும் வட்டிக்கடை; யுத்தத்துக்குச் சென்று திரும்பிய வீரர்களிடம் தன் மகனைப்பற்றி விசாரிக்கும் ஏழைத் தாயின் அன்பையும்; அன்பனின் வருகையை எதிர்நோக்கி ஏங்கும் காதலியின் மனத்துடிப்பையும் எடுத்துக்காட்டும் ஒரு நிகழ்ச்சி - இவற்றை எல்லாம் நடைச் சித்திரங்களாக எழுதியிருந்தார் கே.ராமநாதன். அவற்றையும் கவிதைகளாக்க விரும்பினார். அவ்வாறே ஆக்கினேன்.

இந்தியா ரேஸ்!

மவுண்ட்ரோடு மூலை
கோட்டையின் பக்கம்
பஸ் ஸ்டாண்ட் ஓரங்கள்
அங்கெழும் கூச்சல்
"இந்தியா ரேஸ்...
புல் ரிசல்ட், வேணுமா?"

மோட்டார் அலறல்
டிராமின் ஓலம்
ரேடியோக் கூச்சல்
பற்பல நாதங்கள்
குழம்பினும் என்!
மேலோங்கி ஒலிக்கும்
மனிதக் குரல்
"இந்தியா ரேஸ்
புல் ரிசல்ட், வேணுமா?"

கை சைகை கண்டால்
குதித்தே வருவான்

ஓடும் டிராமிலே
தொத்திப் பாய்வான்:
டிக்கெட் டில்லாமலே
டிமிக்கி கொடுப்பான்!
'சில்லரை, சில்லரை' என்றே
ஓசிப் பயணம்
ஒன்றிரண்டு செய்வான்
அவன் வாய்ப் பல்லவி
இந்தியா ரேஸ்!

இவ்வாறு வர்ணித்து, பந்தயப் புத்தகங்கள் விற்பனை செய்யும் பையன்களின் பரிதாப நிலைமையை விளக்குவது இந்தக் கவிதை. ஏனைய கவிதைகளும், வாழ்க்கை வசதிகள் வஞ்சிக்கப்பட்டவர்களின் அவலத்தைச் சித்தரிப்பனவே.

நான் 'நவசக்தி'யில் நான்கு மாதங்கள்தான் வேலை பார்த்தேன். 1944 ஏப்ரலில், திருச்சி ஜில்லா துறையூரில் வளர்ந்துகொண்டிருந்த 'கிராம ஊழியன்' சேவைக்காகப் போய்விட்டேன். அதன் பிறகு, கே.ராமநாதன், 1944 மே மாதம் 'புத்த பக்தி முதலிய வசன கவிதை'களைத் தொகுத்து சிறு புத்தகமாக வெளியிட்டார். தமிழில் வெளிவந்த முதல் வசனகவிதைப் புத்தகம் இதுவே ஆகும். ஏழுவசன கவிதைகள் கொண்டது. 31 பக்கங்கள்.

~

பாரதி அடிச்சுவட்டில்

பாரதிக்குப் பிறகு மேற்கொள்ளப்பட்ட வசன கவிதை முயற்சிகள் பாரதி காட்டிய வழியில் செல்லவில்லை; பாரதியின் 'காட்சிகள்'போல் அவை அமையவில்லை என்று கவிஞர் திருலோக சீதாராம் கருதினார். எனவே, 'பாரதியின் அடிச்சுவட்டில், 'காட்சிகள்' என்ற படைப்பு முயற்சியை நாமும் தொடர்ந்து செய்வோமே; நாம் இருவரும் அத்தகைய படைப்புக்களை உருவாக்குவோம்' என்று அவர் என்னிடம் சொன்னார். 'இரட்டையர்' என்று நாங்கள் இருவரும் எழுதத் தீர்மானித்தோம்.

'பாரதி அடிச்சுவட்டிலே' என்பதுதான் அதற்குத் தலைப்பு. அதற்கு ஒரு முன்னுரை 'கிராம ஊழியன்' 16.6.1944 இதழில் பிரசுரிக்கப்பட்டது. அதில் சில முக்கியமான பகுதிகள்:

பாரதியின் ரசிகர்கள் நாங்கள். கலைஞனின் சிருஷ்டிகளைப் படித்து ரசிப்பது மட்டுமே எங்கள் தொழில் அல்ல. அவைகளைப் போற்றுவதுடன் நிற்பது எங்களுக்கு திருப்தி தராது. ஒரு கலைஞனின் ஆசைகளும், கனவுகளும் அவனுடன் முடிந்து விடாமல், அவன் சிந்தனைச் சரம் தொடர்பற்று விடாமல் அவனது புதுமைப்பாதை வெறும் பாலை நடுவே கலந்து, இருந்த இடம் தெரியாது மங்கிவிடாமல் காப்பதும் ரசிகர்கள் கடமை.

இலக்கியக் குலத்திலே பாரதி பரம்பரையில் வந்தவர்கள் நாங்கள். எங்கள் சகோதரர்கள் செய்துவரும் முயற்சிகளை நாங்கள் கவனித்து வந்தோம். கவனிக்கிறோம். எங்களுக்கு முந்திய தலைமுறையினரும், பிறரும் செய்யாத காரியங்கள் பல பாரதி இலக்கிய சரித்திரத்தில் செய்யப்பட வேண்டும் என்று நாங்கள் உணர்கிறோம்.

இதுவரை எல்லோரும் பாரதியின் கவிதைகளைப் பின்பற்றியுள்ளனர். வசனத்தையும் பின்பற்றியிருக்கிறார்கள். ஆனால் பாரதி கையாண்ட புது முயற்சியை யாரும் தொடர்ந்து

செய்யவில்லை. நன்கு ஆராயக்கூட இல்லை. அதுதான் பாரதியாரின் ‘காட்சிகள்’.

மகுடி நாகத்து இசை போன்றதுதான் பாரதியின் புது முயற்சியான ‘காட்சிகள், பொருள் நிறைந்த சிறிய சிறிய வாக்கியங்களை அடுக்கிக்கொண்டு போவது, மகுடி நாதத்திலே ஒலிக்கும் வாதுபோலவே பாரதியின் எழுத்துக்களிலும் ஒரு வேகம் துள்ளுகிறது, கவிதை யாவும் தனக்கெனக்கேட்ட பராசக்தியின் புகழ் பாட பாரதி எனும் பாணன் கையாண்ட சொல் கருவியிலே பற்பல தோற்றம் சிருஷ்டிக்க முயன்றதன் விளைவுதான் ‘காட்சிகள்’. ‘பாட்டினிலின்பமும் கற்பனை விந்தையும் ஊட்டியெங்கும் உவகை பெருகிட ஓங்குமின்’ கவி ஓதிய பாரதியார், பொருந்தாத பொருள்களைப் பொருத்தி இசைத்த ஜாலம்தான் ‘காட்சிகள்’ ஜகத்சித்திரம் முதலியன என்பதும் எங்கள் கருத்து. பாரதி சென்ற சுவட்டிலே நாங்களும் துணிந்து அடியெடுத்து வைக்க முன்வந்து விட்டோம்.

நாங்கள் செய்யப்போவது மாரீசம் அல்ல. பாரதி இலக்கியத்தின் புது அத்தியாயத்தை வளர்க்கப் போகிறோம். எங்கள் உள்ளத்து மூச்சை சொல்லெனும் மகுடியிலே ஒட்டி சக்தியின் லீலையைப் பரப்புவோம். பாரதி பெருமையைப் பாடுவோம். பாரதியின் பக்தர்கள் நாங்கள்.

எங்கள் முயற்சிக்கு நீங்கள் என்ன பெயரிட்டாலும் சரி; நாங்கள் கவலைப்படப் போவதில்லை. ஒரு எழுத்தாளன் சொன்னதைப்போல, “எமது எழுத்துக்களை கவிதை, கட்டுரை, வசன கவிதை என்று எப்பெயரிட்டு வேண்டுமானாலும் அழையுங்கள்; நாம் கையாள விரும்புவது சொற்கள்தான்; சொற்களுக்கு உயிரூட்டுவதே எமது நோக்கம்”.

முதலாவதாக, ‘அழகு’ பற்றி நான் எழுதினேன் -

உமையின் கவிதை
உலகின் உயிர்ப்பு. உயிரின் சக்தி.
சக்தியின் சிரிப்பு. சிவத்தின் மலர்ச்சி.
மலரின் சிறப்பு. ஜீவனின் ஒளி. ஆத்மாவின் சுடர்.

அழகு எங்கும் நிறைந்தது. கண்ணுக்கு தெரிவது. தெரியாமல் ஒளிர்வது

கலையின் கலை. காவியநயம்.
அழகே அனைத்தும். அது வாழ்க.
வியன் வானத்திலே மோன நகை புரிகிறது அழகு,
விரிகடலில் தவழ்கிறது. புரள்கிறது. குதிக்கிறது.

துள்ளுகிறது அழகு.
பூங்காவில் புன்னகை பூத்து ஒளிர்கிறது.
பகலின் ஒளியில், இரவின் இருளில். நிலவின் கதிரில்,
வெள்ளியின் சிமிட்டில், மின்னலின் பாய்ச்சலில் ஆட்சிபுரிகிறது
அழகு.

மங்கையின் மேனியில், அவள் அங்கங்களில், கண்களில்
கன்னத்தில், குமிண் சிரிப்பில் அழகு நெளிகிறது.
மனிதனின் உள்ளத்தில் உறையும் அழகு.
பார்வையில் பிறக்கிறது எழிலுறு காட்சியாக
நரம்பில் புரளும் அழகு
கைவிரல் அசைவில் மலர்கிறது கலையாக
காலில் ஜதி பேசுகிறது நடனத்தில்.
உடலின் துவள்தலில் மின் எழில் பிரகாசிக்கிறது.
இதயக் குரல் முனகும் அழகு.
கவிதையில், காவியத்தில், இலக்கியத்தில்
கனவாய் சிரிக்கிறது.
அழகு இல்லாத இடம் எது?
அழகின் சிரிப்பு பொலிவுறுத்தாதது எது?
அழகு அடியற்றது. முடிவற்றது.
அழகு ஆனந்தமானது. அகண்டமானது ஆழமானது.
அழகை உணரலாம். ஸ்பரிசிக்க முடியாது.

அழகை வியக்கலாம். வர்ணிக்கலாம். விளக்க முடியாது.

அழகு ஒரு கலை, அதுவே தத்துவம்.
அழகே சக்தி, அதுவே சிவம்.
அழகைப் போற்றுகிறேன். துதிக்கிறேன். வணங்குகிறேன்.
அது வாழ்க.

அழகு அழிவற்றது என்று மனம் பேசியது
குபுக்கென்று சிரித்தது மலர்.
அழகாய் அரும்பி, எழில் மிக்க போதாகி,
வனப்பாய் மிளிர்கிறது மலர்.

அழகின் களஞ்சியம்.
காலையில் மலர்ந்தது. மாலையில் சோர்ந்தது.
மறுநாள் வாடி விழுந்தது.
செடி 'பாரடா அழகின் தன்மை!' என்றது.
அழகு மாறுதலற்றது என்றேன்.

களுக்கெனச் சிரித்தாள் மங்கை. கண்களில் கவிதை பேசியது. முறுவலில் காந்தம் சுடரிட்டது. கன்னக் கதுப்பிலே கதை சுவை காட்டியது. கரும் பட்டுக் கூந்தலில், சங்குக்கழுத்தில் மார்புமொட்டுகளில், ஏன் - அவள் மேனி முழுவதும் - அழகு சிரித்தது முன்பு.

இன்றோ?

மலரின் வாட்டம் அவள் உடலில் உறக்கம் காட்டியது.
'விழித்து உணராத மூடனே, அழகின் வாழ்வை நேரில் பார்'
என்றது அவள் உருவம், தலை குனிந்தேன்.
அழகு மூப்பற்றது. வளர வளர வனப்புறுவது என்று உள்ளம் பேசியது.

குழந்தை சிரித்தது, கிழவனைச் சுட்டியது,

குழந்தையின் சிரிப்பில் மின்மினிக் கண்களில், தளிர் நடையில், மழலை மொழியில், எழில் விளையாடியது.
குழந்தை வளர்ந்தால், பெரியவன் ஆனால், கிழவனாகிடில்...?

எங்கே அழகின் சக்தி?
நரை, திரை, பிணி. மூப்பு, சாவு
போதும், போதும்!

அழகு அழிவுறுவது. சோர்வது. வாடுவது. வதங்குவது. திரிவது. பிரிந்து மாறுவது. மண்ணாவது.

'நிறுத்தடா பித்தனே!' என்றது வானம், என்னைப்பார். என் எழிலைப் பார் என்றது கடல்.

விழித்து நோக்கடா விந்தைக் காட்சியை என்றது அந்தி.
தூக்கக் கண்களை துடைத்துப் பாரடா என்றது உதயம்.
என்னைப் பார்க்க வெள்ளெழுத்தா என்றது மலை.

இயற்கை இரவெனும் முத்துப் போர்வையை இழுத்துப் போர்த்தது. வெள்ளிகள் மின்னின.

பிறை அழகு புதுப்பெண்ணின் இளமுறுவல்போல் மிளிர்ந்தது. அதன் மார்பில், மயில் கழுத்துப் பட்டுப்போல் கணமோர் வியப்புக்காட்டும்.

வான் உடையில் அவள் கர்வமுடன் தலை நிமிர்ந்தாள்.

அருவி அவள் புகழ் பாடியது. பாடிக்கொண்டே இருக்கிறது. 'பேதையே, இவை மாறுமா? அழகு இவற்றின் ஒளி. உயிர். சக்தி. அது மயங்குகிறதா, மறைகிறதா? தேய்கிறதா? பாரடா! பார்க்கப் பார்க்க வியப்பூட்டுவது.

சக்தி காவியம் இயற்றுகிறாள். அது அழியாதது நிலைத்திருப்பது, இனியது; மரணத்தைப்போல.
உண்மைதானோ?
ஆனாலும்...
அழகு இன்பம் தருகிறது. சாந்தி ஊட்டுகிறது. கவலையைப் போக்குகிறது. களிதுள்ளச் செய்கிறது.
அது வாழ்க.

~

கிராம ஊழியனில்

'**பா**ரதி அடிச்சுவட்டில்' என்ற தலைப்பில் பாரதியின் 'காட்சிகள்' போன்ற வசன கவிதைகள் தொடர்ந்து எழுதுவது; முதலில் ஒரு பொருளைப் பற்றி நான் எழுத வேண்டும்; அடுத்து அதை வெட்டியும் ஒட்டியும் அவர் எழுதுவது என்று திருலோக சீதாராம் யோசனை கூறினார். ஆயினும், அழகு பற்றி நான் எழுதிய பின்னர், அதைத் தொடர்ந்து வெட்டியோ அல்லது ஒட்டியோ, எழுதுவதில் அவர் ஆர்வம் கொள்ளவில்லை. என்னையே தொடர்ந்து எழுதும்படி சொல்லிவிட்டார்.

ஆகவே, பாரதி அடிச்சுவட்டில் நான் மட்டுமே முன்னேற நேர்ந்தது. 'இளவல்' என்ற பெயரில், அழகு, திங்கள், அந்தி, வானம், மழை பற்றி எழுதினேன். அடுத்து, 'ஜகத்சித்திரம்' மூன்று இதழ்களில் வந்தன.

அவை ரசிகர்களின் பாராட்டுக்களை மிகுதியும் பெற்றுத் தந்தன. அதேசமயம் குறை கூறல்களையும், கண்டனங்களையும் எழுப்பின. சாந்தி, ஒலி, காலம், கனவு, மனம், இன்பம், சிந்தனை ஆகியன பற்றியும் 'காட்சிகள்' முறையில் வசன கவிதைகள் எழுதினேன்.

அவை பிரசுரமாகிக்கொண்டிருந்த சமயத்திலேயே வேறு பலரகமான வசனகவிதைகளையும் நான் கிராம ஊழியனில் எழுதி வந்தேன். தமிழின் - தமிழ் இலக்கியத்தின் பாதுகாவலர்கள் தாங்களேதான் என்று சொல்லிக்கொண்டிருந்த பலரும் என்னையும், 'கிராம ஊழியன்' போக்கையும் ஏசுவதில் உற்சாகம் கண்டார்கள். இலக்கியத்துடனும், கவிதையோடும் தொடர்பே இல்லாத - என்றாலும் தமிழை வளர்ப்பதே தங்கள் கட்சிதான் என்று பெருமை பேசிக்கொண்ட - அரசியல் கட்சியின் பிரசங்கிகள், மேடைகளிலும், அவர்கள் நடத்திய பத்திரிகைகளிலும் என்னைக் குறை கூறியும் தாக்கியும் மகிழ்ந்து

போனார்கள் நான் தமிழைக் கொலை செய்துகொண்டிருக்கிறேன் என்று குற்றம் சாட்டி.

பிச்சமூர்த்தி அடிக்கடி கவிதைகள் எழுதி உதவினார். திருலோக சீதாராமும், கு.ப. ராஜகோபாலனும் தயாரித்த ‘கிராம ஊழியன்’ பொங்கல் மலரில் (ஜனவரி 1944) பிக்ஷுவின் ‘மழை அரசி’ எனும் புதுமையான, அருமையான, காவியம் பிரசுரமாயிற்று. அந்த மலரில்தான் புதுமைப்பித்தன், வேளூர் வெ.கந்தசாமிபிள்ளை என்ற பெயரில் தனது முதல் கவிதையை வெளியிட்டார்.

“கடவுளுக்குக் கண்ணுண்டு
கண்ணோ, நெருப்பு வைக்க;
தலையில் பிறையுண்டு -
தணல் கையில் உண்டுண்டு”

என்று ஆரம்பிக்கும் கவிதை அது. ‘கடவுளுக்குக் கண்ணுண்டு’ என்பது அதன் பெயர்.

1944 அக்டோபரில் வெளிவந்த ‘கிராம ஊழியன்’ ஆண்டு மலரில் வேளூர் வெ. கந்தசாமி பிள்ளையின் இரண்டாவது கவிதை ‘ஓடாதீர்!’ பிரசுரமாயிற்று. அது அச்சில் வருவதற்கு முன்னரே எழுத்தாளர்கள் மத்தியில் மிகவும் பிரசித்தி பெற்றுவிட்டது. கோவையில் நடைபெற்ற ‘முதலாவது தமிழ் எழுத்தாளர் மகா நாடு’ மேடையிலும், நண்பர்கள் நடுவிலும் திருலோக சீதாராம் அதை உணர்ச்சிகரமாகப் பாடி ஒலி பரப்பியதே காரணமாகும்.

வேகமும், உணர்ச்சியும், கருத்தாழமும்கொண்ட ‘ஓடாதீர்’ புதுமையானது; புரட்சிகரமானதும்கூட.

I ஓகோ, உலகத்தீர், ஓடாதீர்,
சாகா வரம் பெற்ற,
சரஸ்வதியார் அருள் பெற்ற.
வன்னக் கவிராயன்
நானல்ல.

II உன்னிப்பாய் கேளுங்கள்,
ஓடாதீர்;
வானக் கனவுகளை
வக்கணையாச் சொல்லும்

உண்மைக் கவிராயன்
நானல்ல.

III சத்தியமாய்ச் சொல்லுகிறேன்
சரஸ்வதியார் நாவினிலே
வந்து நடம் புரியும்
வளமை கிடையாது.

IV உம்மைப் போல் நானும்
ஒருவன் காண்;
உம்மைப் போல் நானும்
ஊக்கம் குறையாமல்
பொய்கள் புனைந்திடுவேன்
புளுகுகளைக் கொண்டும்மை
கட்டி வைத்துக் காசை –
ஏமாந்தால்,
கறந்திடுவேன்.

V ஊருக்கு மேற்கே
ஊருணியில் கண்டவளை
ஆருக்கும் வாய்க்கா
அரம்பை என்று கனவென்று
சொல்லில் வளைந்திடுவேன்.
சோற்றுக்கு அலைக்காதீர்

VI கன்னி எழில் வேண்டாம்;
காதல் கதை வேண்டாம்;
சொன்னபடி
தேச
பக்தி எழுப்பிடுவாய்
என்றக்கால்,
அப்படியே, 'ஆஹா
அடியேன் இதோ' என்று
கல்லும் உயிர் பெற்று,
காலன் போல், நடமாட,
'வெல்லு', 'வெல்லு'
என்று குத்தும்
வீறாப்புத் தார்க்குச்சி

எத்தனை வேணும், செய்து
இணையடியில் வைத்திடுவேன்.

VII சற்று பொறும் ஐயா
சங்கதியை சொல்லுகிறேன்;
இன்றைக்குக் காசு
இருக்கிறது;
இனிமேலே
என்றைக்கோ, எப்போதோ
எதிரில் எனைக் கண்டக்கால்
ஓடி ஒளியாதீர்!
உம்மிடம் நாம் கேட்கவில்லை

VIII இத்தனைக்கும் மேலே
இனி ஒன்று;
ஐயா நான்
செத்ததற்குப் பின்னால்
நிதிகள் திரட்டாதீர்!
நினைவை விளிம்புகட்டி,
கல்லில் வடித்து
வையாதீர்;
'வானத்து அமரன்
வந்தான் காண்!
வந்தது போல்
போனான் காண்' என்று
புலம்பாதீர்;
அத்தனையும் வேண்டாம்
அடியேனை விட்டு விடும்.
'சித்தெ' பசியாற
செல்லரிக்கும் நெஞ்சாற
மெத்தப் பழங்கதைக்கு
மெத்தப் பழங்கதையை
புத்தி தடுமாறிப்
புகன்றாலும்
அத்தனையும், ஐயோ
அவை யாவும் லட்சியங்கள்!
வானத்துக் கற்பனைகள்!
வையம் வளர்க்க வந்த

மோகன மந்திரங்கள்!
மோட்ச வழி காட்டிகள் ஓய்!
அத்தனையும் உங்கள்
அறிவை வளர்க்க வந்த
சொத்துக்கள் ஓய்!...
சொல்லுக்குச் சோர்வேது
சோகக் கதை என்றால்
சோடி இரண்டு ரூபா!
காதல் கதை என்றால்
கை நிறையத் தரவேணும்!
ஆசாரக் கதை என்றால்
ஆளுக்கு ஏற்றது போல்.
பேரம் குறையாது
பேச்சுக்கு மாறில்லை
ஆசை வைத்துப் பேசி எமை
ஆட்டிவைக்க முடியாது!
காசை வையும் கீழே. பின்
கனவு தமை வாங்கும்;
இந்தா!
காலத்தால் சாகாது,
காலத்தின்
ஏலத்தால் மலியாது!
ஏங்காணும்
ஓடுகிறீர்
ஓடாதீர்!
உமைப்போல நானும்
ஒருவன் காண்!
ஓடாதீர்!

திருலோக சீதாராம், 1944 டிசம்பரில் கிராம ஊழியனை விட்டு விலகி, திருச்சி சேர்ந்து 'சிவாஜி' வாரப்பத்திரிகையின் பொறுப்பை ஏற்றுக்கொண்டார். பிச்சமூர்த்தி எப்பவாவது அவ்வார இதழிலும், 'சிவாஜி' ஆண்டு மலரிலும் கவிதைகள் எழுதி வந்தார்.

யாப்பில்லாக் கவிதைகள் எழுதிக்கொண்டிருந்த ந.பி. இலக்கணத்துக்கு உட்பட்ட கவிதைகள் எழுதுவதிலும் கவனம்

செலுத்தலானார். அதன்படி அவர் எழுதிய சில கவிதைகளும் ஊழியனில் பிரசுரமாயின.

1945ல் அவர் அகலிகை கவிதைக்குப் புது அர்த்தம் கற்பித்து அகலிகையை உயிர் என்றும், கோதமனை மனம் என்றும், இந்திரனை இன்பஉணர்வுகள் என்றும் உருவகித்து, ஒரு காவியம் படைத்தார். கட்டிலடங்காக் கவிதைகளில் அமைந்த 'உயிர் மகள்' என்ற அந்தப் படைப்பும் ஊழியன் இதழில் வெளிவந்தது.

எம்.வி. வெங்கட்ராமும் புதுக்கவிதை எழுதுவதில் உற்சாகம் காட்டினார். அவர் கவிதைகளை 'விக்ரஹவிநாசன்' என்ற புனை பெயரில் எழுதினார். 'அன்னபூரணி சந்நிதியில்', அவரது கவிதைகளில் குறிப்பிடப்பெற வேண்டிய படைப்பு ஆகும்.

சிலா சுந்தரி, தேவி, அன்னபூரணி!
எனது நகைமுகமும் நிறை கலசமும்
கலைக்கு ஓர் இலக்கு ஆயின;
காவியரும் ஓவியரும் எழுத முயன்று
எழுதுகோல் தேய்ந்தது!
என்று மமதையுடன் நிமிர்ந்து நிற்கிறாயல்லவா? நில்!

மண்ணையும்
எங்கோ உள்ள விண்ணையும்
ஒன்றாகப் பிணைப்பேன் என்று
அன்று சிற்பி கண்ட கனவைத்தான்
மண்ணும் எங்கோ கிடந்த கல்லும்
கரமும் கொண்டு,
சிலையாக்கி – உன்னைக்
கடவுளாக்கினான் எனில் –
காரணம்?
கலையன்றி வேறன்று என்றறி!

கலையை இகழ்வாரும்
கலையை அறியாரும்
கல்லே! உன்னைப் பணிகிறார் எனில் –
காரணம்?
கலையன்றி வேறன்று என்றறி!

கலையும் அழகும் மனமுவந்து
கலவி கொண்டதால்
விளைவான தேவி!

அன்று சிரித்தாய்,
நாளை சிரிப்பாய்,
இன்றும் சிரிக்கின்றாய் எனில் –
காரணம்?
கலையின்றி நீ இல்லை என்றறி!

தி.க. சிவசங்கரனும் ஊழியனில் புதுக் கவிதைகள் எழுதி வந்தார். அன்று அவர் வெறும் இலக்கியவாதி. கால வேகத்தில், கம்யூனிஸ தத்துவம் அவர் கருத்தைக் கவர்ந்தது. அதன் பாதிப்பு படிப்படியாக எழுத்துக்களில் படியலாயிற்று. சமூக நோக்குடன், 'எதார்த்த இலக்கியம்' படைப்பதில் அவரது கவனம் திரும்பியது. வாழ்க்கை வசதிகள் வஞ்சிக்கப்பட்டோர், முதலாளி வர்க்கத்தினரால் சுரண்டப்படுவோர், வறுமையின் கோரப்பிடியில் சிக்கியோர் பற்றி எல்லாம் அவர் கவிதைகள் எழுத ஆசைப்பட்டார். அந்த எண்ணங்களைப் பிரதிபலிக்கும் அவரது வசனகவிதைகள் ஒன்றிரண்டு ஊழியனில் இடம் பெற்றன. என்றாலும், அந்நோக்கில் அன்று அவர் தீவிரமாக ஈடுபட்டிருக்கவில்லை. மின்னல், அழகுப் பெண் போன்ற விஷயங்களும் அவருடைய ரசனைக்கும் எழுத்துக்கும் உரிய பொருள்களாகத்தான் இருந்தன. அக்காலத்திய அவரது கவிதைக்கு இதோ ஒரு உதாரணம்:

உலவும் கவிதை

பில்லுக் கட்டைத் தலை சுமக்க
பில்லரிவாள் இடையிருக்க
அந்தி ஒளி சாய்கையிலே
அவள் அசைந்து போறாளே!

புதுக் கள்ளின் நுரைபோலே
பொங்கி வரும் புத்தழகு
மங்கி வரும் கதிரொளியில்
மயக்கந்தரு குதையோ!

அணில் கடித்த மாம்பழம் போல்
அழகு சொட்டும் செவ்விதழ்கள்
சருகான வெற்றிலையில்
அமுதினிமை கண்டனவோ!

காதிற் சுருளோலை
கண்டத்தில் பாசிமணி
அரையிற் கிழிந்த உடை
அமைவான குலுக்கு நடை

அத்தான் வந்திடுவான்
அந்திவரை உழுது விட்டு;
சித்தெ முந்திப் போகவேணும்
செம்மறியைக் கட்டவேணும்

என்றெண்ணம் ஓடி வந்து
இங்கு முகம் திருப்பி நிற்க...
சலங்கை ஒலி சிந்தி விட்டு
சாடி வரும் இளமறியும்;

அப்போது பார்த்து விட்டேன்
அவளழகு முழுவதையும்
என் நெஞ்சைக் கிளறிவிட்ட
எழுதவொண்ணாக் காவியத்தை!

1947 மே மாதம் 'கிராம ஊழியன்' நின்று விட்டது. இறுதிவரை அந்த மாதம் இருமுறைப் பத்திரிகை வசன கவிதை வளர்ச்சிக்காக முழு மூச்சுடன் உழைத்து வந்தது.

~

மற்றும் சில

'கிராம ஊழியன்' நின்ற பின்னர், நான் அவ்வப்போது, 'சினிமா உலகம்' இதழ்களில் கவிதை எழுதிக்கொண்டிருந்தேன்...

ஊழியன் மூலம் எழுத்துலகுக்கு அறிமுகமான திருவனந்தபுரம் எஸ்.சிதம்பரம் (வைரம்) 1946ல் 'கவிக்குயில்' என்ற பெயரில் மலர் ஒன்றை தயாரித்தார். அதற்கு என்னுடைய ஒத்துழைப்பு அதிகம் இருந்தது. 1947ல் இரண்டாவது மலர் வெளியிட்டார். இரண்டு மலர்களிலும், மரபுக் கவிதைகளும், புதுக்கவிதைகளும் மிகுதியாகவே இடம் பெற்றன.

தி.க. சிவசங்கரனின் 'சமுதாயப் பார்வைக் கவிதைகள், அம்மலர்களில் பிரசுரமாயின. அவரது பரிணாமத்தைக் காட்ட 'அங்கே' என்ற கவிதை உதவும்...'

1 சாக்கடைச் சோற்றை
யாம் உண்கிறோம்;
அங்கு
சர்க்கரைப் பொங்கலை
ஜமாய்க்கிறார்!

2 கந்தையால் மானத்தைக்
காக்கிறோம்; வாடைக்
காற்றிலே நடுங்கித்
துடிக்கிறோம்.
சிந்தையில்அருளிலாப்
பாதகர் - அங்கே
சீமைத்துணிக்கு
அலைகிறார்.

3 மெத்தைக்குப் பூந்துகில்
வேண்டுமாம்!
மேனியைப் பஞ்சணை

உறுத்துமாம்!
செத்தையில் குப்பையில்
படுக்கிறோம்!
தேள்களும்! ஈக்களும்,
மூட்டையும்
கொத்திப் பிடுங்கினும்
துங்குறோம்;
கோடையில், வாடையில்
சாகிறோம்.

4 கூழுக்கு விதியின்றி
அலைகையில் – அங்கே
கோப்பையில் சாராயம்
ஓடுது!
அம்மையின் மார்பில்
ரத்தத்தை – எங்கள்
அருமைக் குழந்தை
குடிக்கையில்
‘ஆர்லிச்சு’ மாவுக்கு
அலைகிறார்; அதற்கு
ஆயிரம் பேரு
சிபாரிசு!

5 கொண்டவன் சீக்கிலே
சாய்ந்திட,
கூடவே யிருந்து
குமைகிறோம்.
அங்கே –
அண்டை வீட்டுக்காரன்
குட்டியை
அடித்துக் கொண்டுபோக
யோசனை.

6 எங்கள் குறைகளை
இயம்பினேன்.
அதற்கென்றே பரிகாரம்
தேடுவீர்!
‘இல்லாத சாதி’ யென்
றிகழ்ந்திடில் – இனி

நில்லாது எங்கள்
கைச் சுத்தியல்!

புதுமைப்பித்தனின் ‘மாகாவியம்’ – காளான் குடை நிழலில் கரப்பான் அரசிருக்க என்று ஆரம்பித்து வளரும் கவிதை - கவிக்குயில் இரண்டாவது மலரில் வெளிவந்தது.

‘தமிழ்க்குமரி’, ‘அகல்யா’ முதலிய அற்புதமான கவிதைகளை இயற்றிய கவிஞர் ச.து.சு. யோகியாரும் சோதனை ரீதியாக ‘காட்சி’ என்ற தலைப்பில் சில வசன கவிதைகள் எழுதி வைத்திருந்தார். அச்சில் வந்திராத அவற்றை ‘சினிமா உலகம்’ இதழ்களில் நாங்கள் பிரசுரிக்க முற்பட்டபோது, அவர் தடுத்து விட்டார்.

அவரது படைப்புக்கு உதாரணமாக ஒரு காட்சியைத் தர வேண்டியது அவசியம் எனக் கருதுகிறேன். இது ‘சினிமா உலகம்’ இதழில் பிரசுரமானது.

1 அவள் யார்?
வான் கடல் மீது மதியத் தோணி
மிதக்கும் போது விரிகடல் மீதோர்
புது மதி மிதந்து புன்னகை பூத்தது
அவள் யார்?
அழகுக் கடலை அமுதக் கோலால்
கடையத் திரண்ட காதலின் வெண்ணெய்

2 கூந்தல்
காதற் பறவையின் கவினுறுஞ் சிறகுகள்
வகிடு
கருமுகில் திரளிடைக் கதிர்விடும் மின்வரி

3 மதிமுகம் என்பார்;
மதியை யம்முகத்திற் கொப்பிடல் மடமை
ஓண் மதி யவள் முகம் ஓரளவொக்கும்

4 கண்கள்,
வான் போல் விரிந்தவை, வாரி போல் ஆழ்ந்தவை
கால் போற் கலங்கும், பனி போல் மயங்கும்.
வசந்தமாய்ச் சிரிக்கும், வேனிலா யெரிக்கும்,
காதலிற் களிக்கும், கடை நுனி சுளிக்கும்;
கண்ணூடாடும் கருவிழிப் பாவைகள்

வெள்ளை மதுவில் மிதக்கும்
நாகப் பழம்;
வைர வெள்ளத்தே மரகதத் தோணிகள்,
நிலவுக் கடலில் நீந்தும் வண்டுகள்
அக்கண்ணுக் கிணை இக்கண்.

5 பூவிற் கனியுண்டாம், கனியிற் பூ மலரா;
ஆயினும் அவளது
கன்னம் என்னும் கனிந்த மாங்கனியில்
காதலாம் ரோஜாக் கவின் மலர் சிரிக்கும்

6 காதல் மதுக் கடல் கனிவாய், அதன் கரை
கன்னம் என்னும் கண்ணாடி மலர் வனம்
அவ்வன மலர்கள் யாவினும் பெருமையாய்
வாசனை வீசும் நாசிப் பொன் மலர்.

7 உள்ளவான் பூத்த உவகை மதியம்
பற்கத வூடு பகல் நிலாப் பொழியும்
அந் நிலாக் கள்ளை யருந்திய உதடுகள்
செவ்விதழ் மலர்ந்து சிரித்துச் சிவப்பதேன்?
அழகுக் கரசன் மன்மதன் அவளது
பேச்சுக் கிள்ளையைப் பிடிப்பதற்காகக்
கொவ்வைக் கனிகளைக் கண்ணி வைத்தானெனச்
சிவந்தன உதடுகள், சிரித்தன மலர்ந்தே.

8 மகர யாழ் வினையும் தோண் மிசை மன்மதன்
நாளமாம் வலம்புரி நாடிய கழுத்தாம்
தண்டிலே முகமெனும் தாமரை பூக்கும்.

9 மார்பகம், அழகுக் கடல் வெடித்த அமுதக் குமிழிகள்,
ஆசை விதை வளர்த்த நேசக் கனிகள்:
புத்தின்பப் புதுமைத் தேன் பூரித்த கலசங்கள்

10 புலர்ந்தும் புலராப் பொழுதிற் சிறிதே
அலர்ந்தும் அலரா அரும்புச் சிறுமி
கலந்தும் கலவாக் கனவுக் காலையில்
மலர்ந்தும் மலரா வசந்த வாயிலில்
நின்றாள், நெஞ்சில் நிச்சயம் பிறந்தது.
கூடாக் கூந்தலைக் கூட்டி முடித்தாள்
கூசா மெல்லிடை கூசக் குழைந்தாள்

நாடாச் சொல்லாள் நயமொழி பகர்ந்தாள்.
மன்மதன் அவளொளி மலரும் கிண்ணியில்
யௌவனம் என்னும் அமுதை வார்த்தான்.

11 வெள்ளை நிலவின் வியப்புக் கிண்ணியில்
வான வில்லின் வர்ணக் கலவையைச்
சூரியன் சுடர்க் கதிர் தூரியம் தொட்டு
வார்த்த பொற்சித்திரம் வசந்தக் காற்றில்
உயிர் பெற்றுலாவும், உலகம் மயங்கும்.

12 நீ என்ன?
கனவா, நினைவா, கற்பனையா?
அழகு வயலின் ஆசை மலரே - உன்
காம்பெது வேரெது விதையெது? மணியாய்
வியப்புறு விளைவே வெறியன் கண்ட

13 காற்றவளுடலைத் தழுவக் காதலாய்
வருவதைக் கண்டவன் வனை துகிற்பட்டு
காற்றொடு பொறாமையாய்க் கடும்போர் புரியும்,
தங்கச் சரிகை வான் பொங்கிக் குதிக்கும்
அல்ல, அல்ல; அவளிப்போது தான்
வானத் திருந்து வையத் திறங்கினாள்
இன்னும்
பட்டுச்சிறகு பட படக்கின்றது.

14 முதல் முதலாய்க் காதலியைச் சந்தித்த மோகனத்தில்
கண்களவன் கண்ணுக்குக் களவா யொளித்தமையால்
கண்ணைப் பிடிக்கக் கருத்தோடிப் போனதுவே.
கருத்தைப் பிடிக்கக் கவினுள்ளம் தானேகும்.
உள்ளம்தனைப் பிடிக்க உயிரோடிப் போயிற்றால்
ஓடமுடியாத உடல் மட்டும் ஓய்ந்ததுவே.

15 கண்ணும் கண்ணும் கவ்வின, எண்ணம்
எண்ணம் ஒன்றாயிணைந்தன; இருவர்
பார்வையும் ஒரு கண நெடுமைப் பார்வையாய்ப்
பளிச்செனச் சுளித்தது; ஒளிச்சது ஒருவரை
ஒருவர் காண வெட்கினோம்; உடலம்
நடுங்கக் கவிழ்ந்தோம். ஆயினென் நாட்டம்
வேறொன்றும் காண்கில; விம்மிதமுற்றோம்.

ச.து.சு. யோகியார், வால்ட் விட்மனின் 'லீவ்ஸ் ஆஃப் கிராஸ்' தொகுதியிலிருந்து தேர்ந்து எடுக்கப்பட்ட கவிதைகள் பலவற்றைத் தமிழாக்கினார். அவ்வசன கவிதைத் தொகுப்பு 'மனிதனைப் பாடுவேன்' என்ற பெயரில் பின்னர் 'ஜோதி நிலைய வெளியீடு' ஆகப் பிரசுரமாயிற்று.

இவ்வாறாக 1940கள் வசன கவிதையின் வளமான வளர்ச்சிக்கு ஏற்றகாலகட்டமாக விளங்கியது. அந்த - தசாப்தத்தின் இறுதியில், வசன கவிதைக்கு ஆதரவு தந்த பத்திரிகைகள் நின்று போயின. ந. பிச்சமூர்த்தி ஒருவித விரக்தி மனநிலையில், கதை, கவிதை; கட்டுரை எதுவுமே எழுதாமல் ஒய்ந்து ஒதுங்கிவிட்டார். ஆகவே 'புதுக்கவிதை' தேக்க நிலையுற்றது.

~

பிச்சமூர்த்தி கவிதைகள்
(1937 - 1946)

1934 முதல் புதுக்கவிதை எழுதத் தொடங்கிய பிச்சமூர்த்தி 1946க்குப் பிறகு பதினான்கு வருடங்கள் எதுவுமே எழுதாமல் இருந்துவிட்டு 1959ல் புது விழிப்புப்பெற்றவர்போல, மீண்டும் கவிதைகளும் சிறுகதைகளும் எழுதலானார். அவரது பிந்திய கவிதைகள் (1960கள் காலத்தவை) 'எழுத்து' பத்திரிகையில் பிரசுரமாயின.

ஆகவே, பிக்ஷுவின் கவிதைகளை, 1940களில் பிறந்தவற்றை முதல் கட்டக் கவிதைகள் என்றும், அறுபதுகளைச் சேர்ந்தவற்றை இரண்டாவது கட்டக் கவிதைகள் என்றும் ஆராய வேண்டும். முதல்கட்டக் கவிதைகளின் நோக்கிற்கும் போக்கிற்கும், கருவுக்கும் கருத்துக்கும், பிற்காலக் கவிதைகளின் தன்மைகளுக்கும் மாற்றங்கள் உண்டா என்று கணிக்க வேண்டும். அறுபதுகளில் புதுக்கவிதை பெற்ற வேகத்துக்கும் கருத்தோட்டங்களுக்கும் தத்துவ தரிசனங்களுக்கும் ஏற்றபடி, கவிஞர் பிச்சமூர்த்தியின் கவிதைகளிலும் வளர்ச்சி காணப்படுகிறதா என்று கவனிக்க வேண்டும். அப்போதுதான் புதுக்கவிதைத் துறையில் பிச்சமூர்த்தியின் ஸ்தானத்தைப் பற்றி வாதங்களும் விதண்டா வாதங்களும் கிளப்புகிறவர்களுக்கு உரிய - நியாயமான - பதிலை நாம் பெறமுடியும்.

1945ல் ந.பிச்சமூர்த்தி சிறுகதைகள் எழுதாமல் புதுக்கவிதைகள் எழுதிக்கொண்டிருப்பதைக் குறைகூறி இலக்கிய ரசிகர் ஒட்டப்பிடாரம் ஆ. குருசுவாமி அவருக்கு ஒரு கடிதம் எழுதினார். அந்த ரசிகருக்கு ந.பி. எழுதிய பதில் கருத்தில் கொள்ளத்தக்கது.

11.8.1945 தேதியிட்டு செட்டிகுளத்திலிருந்து பிச்சமூர்த்தி எழுதிய அந்தக் கடிதத்தின் முக்கிய பகுதி இது;

"கவிதையைப்பற்றி நான் சில திட்டவட்டமான கருத்துக்கள் உடையவன். கருத்தாழமோ உணர்ச்சியோ இயற்கையின் தரிசனமோ இல்லாத ஓசைப்பந்தலைக் கட்டும் தந்திரத்தைப் பிற்காலத்துத் தமிழ்க்கவிகள் கற்றுவிட்டார்கள். அதன் விளைவாக ஓசை இன்பமே கவிதை என்ற கொள்கை பரவிவிட்டது. இக்கொள்கைக்கு என் கவிதை மறுப்பு.

பழைய ஓசை இன்பக் கவிமரபை மறந்துவிட்டுக் கவிதையைப் படித்துப் பாருங்கள். மழை அரசி, தீ என்ற தாயும் குஞ்சும், உயிர்மகள், ஒளியும் இருளும், மாகவிகள் முதலியவற்றைப் படித்திருக்கிறீர்களா?

இம்மாதிரி கவிதை புது முயற்சியானதால் பழைய யாப்பு முறையை அனுபவித்த காதுகளுக்கு இது பிடிக்காமல் இருக்கலாம். ஆனால் யுகம் மாறிவிட்டதென்ற உண்மையைக் காதுக்குச் சொல்ல வேண்டும். கவிதை இனி காதுக்கு மட்டுமல்ல. அச்சு இயந்திரத்திற்குப் பிறகு கவிதையில் கண்ணுக்கும் முக்கிய இடமுண்டு. உரைநடைக் கவிதை இதை நன்றாய் உணருகிறது.

சிறுகதைகள் எழுதிய காலத்தில் தலையுமில்லாமல் காலுமில்லாமல் இதென்ன என்று சொன்னவர்கள் அநேகர்.

சிறுகதையை ரசிப்பதற்கு எப்படிச் சில காலம் சென்றதோ, அதேபோல் இப்புதுக் கவிதையையும் ரசிக்க சில காலம் போகவேண்டி இருக்கலாம். திறந்த மனத்துடன் ஈடுபட்டால் கவிதையைக் காணலாம். ஓசையுடன் கூடக்காணலாம்."

(இந்தக் கடிதத்தைப் போற்றிப் பாதுகாத்து, இப்போது அது எனக்குப் பயன்படக்கூடும் என்று கருதி எனது பார்வைக்கு அனுப்பி உதவிய இலக்கிய நண்பர் ஒட்டப்பிடாரம் ஆ.குருசுவாமிக்கு என் நன்றி உரியது.)

பிச்சமூர்த்தி இயற்கையின் அழகுகளையும் தன்மைகளையும் நன்கு கண்டுணர்ந்தவர். வாழ்க்கையை விழிப்புடன் ஆராய்ந்தவர். இயற்கையும் வாழ்வும் கற்பிக்கும் பாடங்களைக் கவிதைக் கருத்துக்களாகத் தர முயன்றவர்.

அழகின் பக்தரான அவர் கூறுகிறார்:

வாழ்க்கையும் காவிரி
அதிலெங்கும் கிளிக்கூண்டு;
வார்த்தையே மணல்

ஓசையே ஜலம்
என் தீராத வேட்கையே
குவிக்கும் விரல்கள்.
பாட்டென்னும் கூண்டொன்று அமைத்தேன்;
அழகென்னும் கிளியை அழைத்தேன்.
ஆறெங்கும் கிளிக்கூண்டு கட்டுவேன்
அழகினை அழைப்பேன் நான் எந்நாளும்.

வாழ்க்கையை, இயற்கை இனிமைகளை ரசித்து அனுபவிக்கும்படி தூண்டுபவை அவர் கவிதைகள்.

மனக்கிளியே! ஏங்கி விழாதே.
சந்நியாசியின் மலட்டு வார்த்தையை ஏற்காதே.
உடல் பஞ்சரமல்ல.
புலன்கள் பஞ்சரத்தின் கம்பியல்ல –
வெளியும் ஒளியும் நுழையும் பலகணி.
தெய்வப் பேச்சு கேட்கும் காது.
தெய்வ லீலையைப் பார்!
அதோ வானத்துக் கோவைப்போல் பரிதி தொங்குகிறான்!
மலரின் மூச்சிலிருந்து மாட்டின் குமுறல் வரையில்,
குழலின் பேச்சிலிருந்து கடலின் ஓலம் வரையில்;
நாதமே அசைகிறது;
குரல் கொடுக்கிறது
மனமே! காய்கனிகளின் ரஸமே தெவிட்டா அமுதம்.
மலர்களின் மணமே தெய்வ வாசனை.
ஸ்பர்சமே தெய்வத் தீண்டல்.
பார்வையே ஒளியின் அலை.
உலகின் ஒலிகளே பரத்தின் நாதம்.
மனமே! புலன்கள் தளையல்ல,
விடுதலைக் கால்வாய்.
அவைகளுக்கு சக்தி தந்தவன் ஈசன் –
அவனை அறிய,
ஆதி அழகில் மூழ்கி எழ,
கிளியே! ஈசனே ஊனாய், உருவாய், மலர்ந்திருக்கிறான்.
புலன்களொரு ஏணி,
ஏணியைத் தூற்றாதே! *(கிளிக்குஞ்சு)*

வாழ்க்கை என்பதே போராட்டம்தான். அதில் சோனியாகி ஒடுங்கிப்போவதில் பயனில்லை; இன்பமுமில்லை. எதிர்த்து

நின்று போராட வேண்டும். இயற்கையும் அதைத்தான் கற்றுத் தருகிறது. இந்தத் தத்துவத்தை பிக்ஷு 'ஒளியின் அழைப்பு' என்ற கவிதையில் விளக்குகிறார்.

பட்டப்பகலில் இரவைக் காட்டும் நிழல்கொண்ட பெரிய மரம். அதனடியில் ஓர் கமுகு.

'ரத்தம் செத்த, சோனிக் கமுகு,
சோனியாவானேன்?
அதான் வாழ்க்கைப் போர்!'

பெருமரம், கபந்தன் தேவையோடு, சிறு மரத்தைச் சுரண்டுகிறது. ஏழைக் கமுகு தன் பங்கை, ஒளி, வெளி, காற்று, நீர் அவ்வளவையும் - பறிகொடுத்து நிற்கிறது. வாழ்க்கைப் போர் அது.

'கமுகு நோஞ்சலாகாமல் என்ன செய்யும்?
அதற்காக விதியென்று பேசி, செங்குத்தாய் வளருமோ?
தியாகம் செய்தேனென்று புண்யம் பேசுமோ?
அட பிதற்றலே!
விதியைப் போற்றினால் தமஸில் உழலலாம்
பிறந்த இடத்தில் வளர்வேனென்றால் சாவை உண்ணலாம்.
ஆ! கமுகறியும் வளர்ச்சியின் மந்திரம்.

சோனிக் கமுகு குறுக்கே படர்கிறது. பிறவி இருளைத் துளைத்து, சூழலின் நிழலை வெறுத்து, முகமுயர்த்தி, விண்ணின்று வழியும் ஒளியமுதைத் தேடிப் போகிறது. அமிர்தத்தை நம்பி, ஒளியை வேண்டி, பெருமரத்துடன் போட்டியிடுகிறது. அதுவே வாழ்க்கைப் போர்.

'முண்டி மோதும் துணிவே இன்பம்.
உயிரின் முயற்சியே வாழ்வின் மலர்ச்சி'

நானும் ஒரு கமுகு, சோனிக் கமுகு!
சூழவும் எவ்வளவு பெரிய, பழைய, முதிய இருட்டு!
பழமை என்ற பிரமையில், அரையொளியில்,
பொய்களின் பிணங்கள் எப்படி உயிருடன் நடிக்கின்றன!

அறிவின் சுயேச்சையை
அமுக்குப் பிசாசுகள் எப்படி சிறைப்படுத்தி விட்டன!

எப்படி சுவடிகளின் குவியல்
வசிக்கும் இடத்தைப் பறித்துக் கொண்டன!

எலும்பு தெரியும் ஏழ்மை
எவ்வளவு ஏங்கி ஏங்கி விழுகிறது!
நோயின் புலிக்குரல் எப்படி அஞ்ச வைக்கிறது!

உலகம் பொய், சாவு மெய்
என்ற எவ்வளவு சாஸ்திரீயப் புலம்பல்!
பின் சோனியாகாமல் என்னாவேன்?'

இருப்பினும், மனம் தேறுகிறது. சிறுகமுகின் போராட்டத்தைப் பார்த்து, உள்ளத்தில் தெம்பு பிறக்கிறது. உடனே -

'போர் என்ற சங்கு முழங்குகிறது.
அழகின் சிரிப்பு அண்டமாய்ப் பிறந்திருக்கிறது,
அகண்ட ஒளி அனாதியாய் மலர்ந்திருக்கிறது.
அழகும் அத்யாத்மமும் அழைக்கின்றன.
ஜீவா! விழியை உயர்த்து.

சூழ்வின் இருள் என்ன செய்யும்?
அமுதத்தை நம்பு,
ஒளியை நாடு,
கமுகு பெற்ற வெற்றி நமக்கும் கூடும்.
சூழ்வின் இருள் என்ன செய்யும்?'

இவ்வாறு நம்பிக்கை ஊட்டுகிறார் கவிஞர். மண்ணை மட்டுமல்ல, விண்ணையும் அளக்க முயல்வன அவரது கவிதைகள். கலைஞனின் பெருமிதத்தோடு அவர் சொல்லவில்லையா என்ன -

நாங்களோ கலைஞர்
ஆமைபோல் உணர்ச்சியின்
கிணற்றில் அமிழ்வோம்.
முதுகோடு கொண்டு விதியை எதிர்ப்போம்.
கீழுலகேழும் தயங்காது இறங்கி
ஜீவன்கள் லீலையில் கூசாது கலப்போம்;
அணிலைப்போல் கொம்பேறி
ஒளிக்கனி கடிப்போம்
சாலையின் மேலேறி

செம்மலர் உதிர்ப்போம்
மேலுலகேழும் படகோட்டிச் செல்வோம்! *(கொம்பும் கிணறும்)*

இப்படி ஜீவன்களின் லீலையை 'சக்தி'யின் பெருமையை உஷையின் சிரிப்பை, இயற்கை அழகுகளைப் பாடுவது ஒன்றும் புதிய விஷயம் இல்லையே! கவி மரபுதானே என்று சொல்லலாம். ஆனால், பிக்ஷு அவற்றைக் குறிப்பிடும்போது ஒவ்வொன்றிலும் புதுமை தெரிகிறது; தனி நயம் மலர்கிறது.

உதயம் பற்றி அவர் கூறுவது இது;

செம்பட்டுச் சல்லடம்
சொகுஸாக உடுத்தி
செம்மலர்க் கூடையை
இடுப்பில் இடுக்கி
சதங்கைகள் சிலம்ப
கீழ்வானில் முளைத்தாள்
இரவென்னும் பெட்டியை
உஷை மெள்ளத் திறந்தாள்.
சூழிருள் சிறையுற்ற
கதிரவன் கிரணம்
தும்பைத் தெறித்த
மாடுபோல் பாய்ந்தது.

'இருளும் ஒளியும்' கவிதையில் இவ்விதம் ஒரு வர்ணனை காணக்கிடக்கிறது.

இருள் மலையின் மைக் குகையில்
ஒளிமாடு ஓலமிட
கதிர்க்கன்றின் சோக ஒலி
கடுஞ்சிறையில் கம்ம;
பரிதியெனும் பொன் பருந்து
பாய்ச்சலின்றிக் கிடக்க
ஒளியும் இருளும் கலந்துகூடி
நற்பாம்பும் சாரை போலும்
பின்னிக் காலம் ஓடலாச்சு.

இந்த விதமான இனிய வர்ணிப்புகள் பிச்சமூர்த்தி கவிதைகளில் நிறையவே உள்ளன. இயற்கையின் வளங்களை அழகாக வர்ணிக்கும் வெறும் கவிதைகள் அல்ல பிக்ஷுவின் படைப்புகள். இயற்கையையும் மனித வாழ்வையும்

பொருத்திக்காட்டும் தத்துவவெளிப்பாடுகளாக அமைந்துள்ளன. ஒளியின் அழைப்பு, கிளிக்கூண்டு, கிளிக்குஞ்சு, காற்றாடி, பூக்காரி போன்றவை. காட்சி இனிமைகள் நயமான கவிதைகளாகப் பிறந்துள்ளன. மார்கழிப் பெருமை, மழைக்கூத்து போன்றவை இந்த ரகத்தவை.

சாதாரண விஷயத்தைக்கூட அருமையான கவிதையாக்கிவிடுகிறது. பிச்சமூர்த்தியின் ஆற்றல், மூலையிலே கிடந்த தாளையும், சாலையிலே கிடந்த குச்சியையும், கூரையிலே கிடைத்த துணியையும், பானையிலேகண்ட சோற்றையும் கொண்டு, புத்துருவம் கொடுத்து புதுப்பட்டம் ஆக்கிவிடுகிற திறமையைப் போன்றது அவருடைய கவித்திறமை. காற்றாடி எனும் சிறு பொருளும் அவரது கவிதையில் உணர்ச்சியும் அழகும் பெறும் அற்புதச் சித்திரமாகிவிடுகிறது.

மகுடி மேல் சீறிவரும்
நாகம் போல் ஆடிற்றடி
மின்னலைப் போல் வெகுண்டு
முகிலிடையே எரிந்ததடி
கத்தியைப் போல் சுருண்டு
வெளியெங்கும் சுழன்றதடி
ராகுவைப் போல் எழுந்து ஓடி
சூரியனைத் தீண்டிற்றடி.
குரங்கைப் போல் வாலடித்து
கர்ணம் பல போட்டதடி.
காலைப் புறாவைப் போல
புள்ளியாய் மறைந்ததடி!

இயற்கையின் பல்வேறு கோலங்களையும், லீலைகளையும் அவர் கண்டு ரசித்திருப்பதை அவரது கவிதைகள் அனைத்திலும் காணலாம். மழையின் கூத்தை கம்பீரமான வர்ணிப்பாக ந.பி. சித்திரிப்பதை, முன்பே இத்தொடரில் நான் எடுத்தெழுதிய கவிதை விளக்கியிருக்கும். பூக்காரி கவிதையிலும் மழை நேரம் வர்ணிக்கப்பட்டுள்ளது. ஆனால் ஒரு சோகசித்திரமாக.

அம்மழைநேரக் காட்சி மாபெரும் வாழ்க்கை உண்மை ஒன்றை சுட்டுவதற்காகவே காட்டப்படுகிறது.

வாழ்க்கை பலாத்கார மயம் ஆகிவிட்டது. போட்டி, பொறாமை, சண்டை, சாவுதான் எங்கும் நடம் புரிகின்றன.

அவற்றிடையே அன்பு, அகிம்சை என்கிற போதனை எடுபடுவதில்லை. வாழ்க்கைச் சந்தையிலே இத்தெய்வக் குரல் விலை போவதில்லை. மழை நேரத்தில் ஜாதி மல்லிகையைக் கூவி விற்பனை செய்ய முயலும் பூக்காரியின் பொங்கும் குரல் மதிப்பிழந்துபோவது போல்தான் இதுவும்.

‘சாரலின் கடுஞ் சினத்தில்
பூ மோகம் ஆடவில்லை,
பூக்காரி குரலினொடு
கூடிற்று மழையின் கண்ணீர்’

அதே மாதிரி ‘ஊரெங்கும் விஷப்புகை, வானெங்கும் எஃகிறகு, தெருவெங்கும் பிணமழை பீரங்கிக்குரல்’ பேசுகிற உலகச் சூழ்நிலையில் அன்பும் அகிம்சையும் பேச முற்படும் ‘ஆதிக்குரல்’ அமுங்கிவிடுகிறது.

எனினும், கவி நம்பிக்கையை இழந்துவிடவில்லை. பிச்சமூர்த்தியின் கவிக்குரல் நம்பிக்கை வறட்சியோடு தொனிப்பது அல்ல.

(உலகத்தார்) ருத்ரனின் வெறிக்கூத்தில் கடுமோகம் கொண்டுவிட்டார்.

‘காமனை எரித்த ருத்ரன்
கண்சிமிட்டில் தணிந்து போவான்.
அன்பே சிவமாவான்
மங்கலமாய் மலர் தருவான்,
வேண்டுவோர் வாரீர்
வாங்குவோர் கூவீர்!

என்ற குரல் மீண்டும் மீண்டும் ஒலிக்கும்படி செய்கிறார்; ஒலித்துக்கொண்டே இருக்கும் என்று உறுதி கூறுகிறார்:

‘எஃகிறகின் உயரம், தெய்வக்குரல் ஏறவில்லை’ என்றாலும் என்ன!

‘நெஞ்சுடையாக் கனவுத் தெய்வம்
கூவுதலைக் குறைக்கவில்லை
அன்பே சிவமாவான்
மங்கலமாய் மலர் தருவான்...’

என்று நம்பிக்கை வெளிச்சம் தரமுயன்றிருக்கிறார் கவிஞர்.

இன்பமும் துன்பமும் கலந்ததுதான் வாழ்க்கை. துன்பத்தில் சலிப்புற்ற மனம் இன்பத்துக்கு ஏங்குவது இயல்பு. அப்படி ஆசைப்பட்டு இன்பத்தை நாடுகிறபோது அது துன்பத்தை எதிர்பாராதவகையில் அழைத்து வந்துவிடுகிறதே! இந்த உண்மையை வர்ணிக்கிறது 'எமனுக்கு அழைப்பா!' என்ற கவிதை.

வெப்பத்தில் வெம்பி வதங்கிய கவி ஈரத்திற்கேங்கி வருணனை வேண்டினார்.

கருணை பிறந்தது
மழை முகில் மிதந்தது.
நெஞ்சத்தில் குளுமையின்
ஊற்றுக்கண் வழிந்தது.
அனல்பட்ட அறையினில்
தளிர் முகம் கண்டது.

இன்பம்தான். கூடவே, எறும்புப் பட்டாளம் புகுந்தது. பாச்சைகளும் பல்லிகளும் வந்தன. ஈசல்கள் பறந்தன. பல்லிகள் ஈசல்களைப் பிடித்துத் தின்றன. கவியின் சிந்தனை விழித்துக்கொள்கிறது இப்போது -

சித்தத்தில் தூண்டில்முள்
சுருக்கென்று தைத்தது.
ஈரத்திற் கேங்கினால்
எமனுக்கு அழைப்பா!
இன்பத்தை நாடினால்
துன்பத்தின் அணைப்பா?

பிச்சமூர்த்தியின் இயற்கை வர்ணனைகளும், அவர் கையாளும் உவமைகளும் புதுமையாய் நயமாய் மிளிர்வன என்பதை அவரது சிறுகதைகளைப் படித்தவர்கள் உணர்ந்திருப்பர். இச்சிறப்புக்களை அவருடைய கவிதைகளிலும் காணமுடிகிறது.

'சித்திரைச் சூரியன்
செஞ்சூலம் பாய்ச்சலால்
ஆற்று மணல் வெள்ளம்
அனலாகக் காய்ந்தது.
பத்தரை மாற்றுச் சொர்ணப்
பொடி போல ரவி
ஏற்ற மணல் காடு

அங்கங்கே மின்னிற்று.
'மின்னல்கள் சிரித்து
மேகத்தைக் கொளுத்தின;
கூதலெனும் நாகம்
குடையோடு சீறிற்று.'

'பேணாது பொங்கிய கவிஞன் கனவைப்போல், எழில் மண்டித் தூங்கும் விரிசடை மரங்கள். நாணாத பச்சைக் கை நீண்டு பரவல்போல் வானப் பகைப்புல சித்திர மூங்கில்.'

'பல்லற்ற பாம்பைப்போல நெளிந்துவரும் நல்நெருப்பு. சூல்கொண்ட யானையைப்போல் அசைந்தாடும் அலைகள்.'

'காலையின் கதவுகள், கிழக்கில் திறக்கவும், ஒளியாற்றில், செம்மேக மாதுகள் குளித்தனர்' - இத்தகைய இனிய உவமைகளையும் உருவகங்களையும் பிக்ஷுவின் கவிதைகளில் மிகுதியாகவே காணலாம்.

மழைக்கால இனிமைகள், அழகுகள் பற்றிய பலரகமான வர்ணனைகள் அவரது கவிதைகளில் உண்டு என்று குறிப்பிட்டிருக்கிறேன். 'வேட்கை' என்ற கவிதையில் இப்படி ஒரு படப்பிடிப்பு -

மழைநாளின் இருட்கால்
விளையாடும் வேளை
விந்தையாய் மரமெல்லாம்
வழியை மறித்தன.
மின்பாயும் வானமும்
வெளியு மெல்லாம்
காட்டேறி ஊர்வலத்தைக்
காட்டும் நேரம்.

ஒளிவேண்டும் என்று வேட்கைகொள்ளும் சில மனநிலைகளை அழகாகக் கூறும் கவிதையில் இவ்வர்ணனை வருகிறது.

வாழ்க்கையின் துன்பங்கள், மங்கு பொன்மாலை; நாட்களின் நோய்கள். தெறித்தோடும் நேரம். செல்வரும், ஏழைகளும் சினிமா பார்ப்பதில் இன்புற்றிருக்கும் வேளை. திடீரென்று படம் அறுந்து போகிறது. அப்படி இருளடையும்

போது மக்கள் தழல் வீசக் கூவுகிறார். 'அட! போடுங்கள் வெளிச்சம்! போடுங்கள் வெளிச்சம்!'

மழை இருட்டில், உழைப்பு முடிந்து வீடுவரும் பெண்கள், புன்னிருளால் வழி விழுங்கப்பட்டிருப்பது கண்டு அல்லலுறுகிறார்கள்.

பாதையைப் பாம்புபோல் அறியும் கால்கள், அடி அடியாய் முன்னேற அவர்கள் வெருண்டு சொல்வது; 'நொடி நேரம் வெளிச்சம், வழிகாட்ட வேண்டும்; வழிகாட்ட வேண்டும்.'

சீக்கின்றி காக்கைபோல் திரிந்து, எஃகைப்போல் தசையுடன் உழைத்து, கால் கஞ்சிக்கு வழிதேடி வாழ்ந்துவந்த ஏழை, கண்ணொளி இழந்து குருடானான். கடவுளை எண்ணிக் கதறுகிறான்; 'கண்போன பின்னர் உயிர் மட்டும் எதற்கு?' சுற்றத்தின் சுமையைத் தாங்க; ஒளி பின்னும் ஈவாய். அன்றேல் உயிரின்று கொள்வாய்.'

வெய்யிலின் செதில்கள் போல்
மான் புள்ளி காணுது,
வேலியில் சட்டைபோல்
கொக்குகள் தோணுது,
ஒயில்நடை
போடுது வாலாட்டிக் குருவி
சோலையை உருக்குது
கருங்குயில் வீணை
மலைக்குகை மூலையில்
வாயைப் பிளக்குது.

இச்சூழலில் விலையற்ற ஒளியும், பருவத்தின் இனிப்பும், உள்ளத்தைத் தொட்டு உணர்வெழுப்பும் மலரும் பிறவும் அர்த்தமற்றனவாய் தோன்றுகின்றன பற்றற்ற யோகிக்கு. அவனுடைய வேட்கை, அமுதொளி அடைவது என்றோ? என்பதுதான்.

இனிமை, எளிமை, உணர்வு, ஓட்டம், அழகு, கருத்தாழம் ஆகியவை நிறைந்த கவிதைகள் பல இயற்றி வெற்றி கண்ட பிச்சமூர்த்தி நீண்ட கவிதைகள் (சிறுகாவியம்) படைக்கும் சோதனை முயற்சியில் ஈடுபட்டார். கதையை அடிப்படையாகக்கொண்டு தீட்டப்பட்ட இச்சொல்

ஓவியங்களுக்கு அவர் பழைய நம்பிக்கைகள் அல்லது கருத்துக்களையே கரு ஆக அமைத்துக்கொண்டிருக்கிறார்.

மேகங்களைக் குடங்களில் பிடித்து சமைத்துச் சாப்பிடுகிறார்கள். மலை வாசிகள் என்றொரு பழங்கதை மீது எழுந்தது; மழை அரசி காவியம், கருப்பொருள் எப்படி இருப்பினும், அந்நெடுங்கவிதை அழகும் புதுமையும் கலந்து மிளிரும் இலக்கியப் படைப்பு ஆக உருவாகியுள்ளது குறிப்பிடத் தகுந்தது.

மழை இல்லை. குடியானவர்கள் வருந்துகிறார்கள்.
பாழாகப் போச்சு மானம்,
கடவுளுக்குக் கண்ணைக் காணோம்,
வைத்த பயிர் வாழவில்லை
நட்ட விதை முட்டவில்லை
மல்லிகைப்பூ மலரவில்லை.
கிணற்றிலே சரளைக்கல்லு
குளத்திலே மண்ணுத்திட்டு.

இந்த நிலை மாறுவதற்காக பூசை முதலியன செய்தும் பயனில்லை. மழை பெய்யவில்லை. கடலில்கூட மழை அரசியைக் காணவில்லை என்ற குழப்பம் ஏற்படுகிறது. குமுறுகின்ற அலைகளைப் பார்த்து ஒரு அலை கூறுகிறது; 'பரிதி என்னும் பேரரசன் காதல் வெறியோடு கன்னிகையைத் தொட்டான். எதிர் வெறியுடன் மழை அரசி உடன்போய்விட்டாள்.'

அதைக்கேட்ட அலைகள் போர் முரசு கொட்டின. பரிதியிடம் பாய்ந்தன. அவற்றின் போக்கு கவிதையில் அழகுற அமைந்துள்ளது.

அலைகளின் பச்சை உடல்
இரும்பைப் போல கருக்கலாச்சு,
நீர்ப் பாழாம் நெடுங்கடலில்
நுரைமாலை குலுங்கலாச்சு
சூல் கொண்ட யானையைப் போல
அசைந்தாடும் அலைகளெல்லாம்
வெறிக்கூத்தைத் தொடங்கிவிட்ட,
அண்டங்கள் இற்றுப்போக,
வான்முகடு விரியும்படி
அணிவகுப்பில் அலைகள்

பரிதியிடம் பாய்ந்து சென்று
பாய்ச்சிவிட்ட வெம்மொழிகள்.

பவளமலர் அரியணையில் பேரழகி காணாததால் ஏற்பட்ட குழப்பங்களை விவரித்து, குதிரைகள், யானைகள், பல்லக்குகள் கடல்வாசல் கடந்ததில்லை.

கற்பரசி மட்டும் எங்கள்
காவல் கடந்து விட்டாள்.
அரிசி களவான பின்னர்
உமியைப் போய் பேசுவானேன்?
திருட்டு வெளியான பின்னர்
திரை மறைவு தேவை உண்டோ?

என்றெல்லாம் அறிவித்து, ஒவ்வாத உறவென்றாலும் 'மாமிக்கடல் மாளிகைக்கு மறுவீடு வந்திடுவீர்' என அழைத்தன அலைகள்,

ஆனால் ரவி சூடாகச் சொல்லிவிட்டான்.

மான்வேட்டை ஆடும்
இளவரசன் நானன்று,
பேதையரை வலைவீசி
விழியுருட்டும் வீணனன்று.
உயர்குலத்துக் கோர் அரசன்
உயிர் நோன்பில் உயிர்ப்போன்
எண்ணற்ற மண்டலங்கள்
தோன்றி நின்று மாறத்
தூண்டி வரும் பெருஞ்சோதி
தூங்காத எழில் விளக்கு

கனப்பாரம் பெற்றுவிட்ட தனக்குக் காதலுக்கு ஏது நேரம்? மழையரசியிடம் மையல் என்பது வெறும் கவிக்கனவுதான் என்றான். பிறகு, பூம்பாவை கொதிக்கும் கதிர் ஒன்றில் ஒட்டிக்கொண்டு காதலுரையோடு வந்தாள்; மேகத்துடன் மலைக்குச் சென்றாளாம். செந்தழல் சிம்மாதனத்தில் சாம்பல் கூடக் காணமாட்டீர் என்று கூறி அனுப்பிவிட்டான்.

கடல் அலைகள் மாரிப்பெண்ணை மலைகளிடம் அனுப்பின. மழை ராணி வேடர் வலை சிக்கிவிட்டாள்: அவர்கள் நோன்பிலே பட்டிடுவாள் என்று கேள்விப்பட்டு, மாரி வேடர்களைப் போய்க் கெஞ்சினாள். வேடர்களோ -

யானைவாய்க் கரும்பை நீங்கள்
மீட்டும் ஆடப் பார்க்கிறீர்.
எரிந்துபோன இறகு சூடி
எழிலிலேறப் பார்க்கிறீர்.
பாம்புரிக்கும் வெண்சட்டை
செடிகளிலே ஆடும்.
பொன்னுடலப் புதுப்பாம்பு
பூமியிலே மின்னும்
பாம்பைவிட்டுச் சட்டைக்காக
அழுவதுண்டோ சொல்லு!
அமுதகான மழை அரசி
அண்டத்திலே முளைப்பாள்.
அல்லி மலர்க் கால்சிலம்பு
அகிலமெங்கும் இசைக்கும்

என்று கூறிவிட்டனர்.

இதைக் கேட்டு கடல் அலைகள் சீற்றம்கொண்டன. காவியத்தின் முடிவாக வரும் இப்பகுதி படித்து ரசித்து இன்புறவேண்டிய அருமையான கவிதைப் படைப்பு ஆகும்.

சினம் மிகுந்த கடல் திரைகள்
வானளவாச் சீறின
கருமை மிகுந்த விஷத்துடனே
வானைப் போய் பிடுங்கின.
காற்று ஒன்று கூவிக்கொண்டு
உலகை வளையம் வந்தது
கடற்கரை மணல்களெல்லாம்
சுழன்று சவுக்கை எடுத்தன.
செம்படவக் கொண்டல் வந்து
வானில் வலைகள் வீசிற்று
உலகை ஏற்றும் ஒளிகளெல்லாம்
மீன்களைப் போல் சிக்கின.
மண்ணும் விண்ணும் ஒன்றதாக
மழையின் தூதர் வந்தனர்.
கருப்புக்கொண்டல் வானை வளைத்து
வெளியைத் தழுவிக் கொஞ்சவே
இடிச்சதங்கை மனத்தைக் கவ்வ
அசைந்து ஆடிக் குலுங்கவே;

மின்னல் பெண்கள் பிடித்த கொடிகள்
வெளியில் ஒயிலாய்ப் பறக்கவே
வந்தது பார் மரகதத்தேர்,
விழுந்தது பார் மழைத் துளி!
மாயத் தேரின் மேலடுக்கில்
வீற்றிருந்த மழை அரசி
புன்சிரிப்பை அள்ளிவிட்டாள்
பூர்ணிமையாள் போதை போல.

கடலலைகள் நாணித் தலைகுனிந்தன. நுரை மலரை மாலை கட்ட கடலுக்குள் குனிந்தன. குடியானவர்கள் நெஞ்சத்தில் பால் ததும்பியது.

கர்ண பரம்பரைக் கதைதான் என்றாலும் கவிஞரின் படைப்பாற்றலும், கற்பனை வளமும், சொல்லாட்சியும் 'மழை அரசி' காவியத்துக்கு ஜீவனும் எழிலும் சேர்த்துள்ளன.

'சாகாமருந்து' என்ற நெடுங்கவிதையின் கருவும் பழமையான சிறு விஷயமே.

மரணம் பற்றிப் பேசுகிறார்கள் சிலர். 'மேகத்திலோர் வர்ணம், நீரிலோர் குமிழி, காற்றிலோர் அசைப்பு, கனவிலோர் சிரிப்பு, வாழ்வு இதுவேயாகில், வாழவும் நாம் வேண்டாம்' என்கிறான் ஒருவன்.

பொன்மலர்த் தேனில் சாகாமருந்து இருப்பதாகக் கனவு கண்டேன் என்று வர்ணிக்கிறான் மற்றொருவன். அதை நாம் எப்படி அடைவது என்று ஜனங்கள் கேட்க, அவன் கனவை மேலும் விளக்குகிறான். ஒரு ஞானி மட்டும் 'வெளியிலே இல்லை; சென்னி உச்சி நறுமலரில் அமுதம் உண்டு' என்றார்.

மலைமேல் தேடிச் சென்றவர்கள் சோமச் செடியைக் கண்டார்கள். சோமபானம் செய்து பருகி மகிழ்ந்தார்கள். காடுகளில் தேடி அலைந்தவர்கள் அபினி, கஞ்சா, தென்னை பனை மரங்களின் கள் ஆகியவற்றைக் கண்டு களிப்புற்றார்கள்.

'இவையே சாகா மருந்து. தவித்திடுதல் வேண்டாம் தாண்டி விட்டோம் காலம்' என்றார்கள்.

இருந்த இடத்திலேயே இருந்த ஞானி சொன்னார், நாளைக் காலையில் உண்மை புரியும் என்று.

மறுநாள் மயக்கம் தெளிந்தது. நாட்கள் ஓடின. வழக்கமான தொல்லைகள், சாவு எல்லாம் இருந்தன. ஜனங்கள் அறிவு புகட்டி அஞ்ஞானம் அகற்றும்படி ஞானியை வேண்டுகிறார்கள். அவர் வாழ்வின் இயல்பு பற்றிப் பேசுகிறார். அது மாந்தருக்குப் பிடிக்கவில்லை. போதைப் பொருள்களை விரும்பி உண்கிறார்கள்.

போதை உண்டால் நினைவு சாகும்,
நினைவு போனால் காலனேது?

இயற்கைதந்த அமைப்புடன், காலத்தைக் கடக்க முடியாது. ஆகவே, இப்பொருள்களால் உதிரத்தை மாற்றுவோம். காலப் போக்கில் உதிரம் மாறி, நவமனிதன் தோன்றுவான். நமனழைப்பு நண்ணிடாது. நமனுக்கு அன்று வேலை இல்லை. அழிவை வெல்லும் அமுதம் நினைப்பை அழிக்கும் அமுதம்தான் என்று 'பாதை கண்டவன்' தெளிவு படுத்துகிறான்.

ஞானி உலக இயல்பினை எண்ணிக்கொள்கிறார்.

ஒளிதோன்றச் செய்த அன்று
இருள் தோன்றச் செய்தாய் ஏனோ?
உருத் தோன்றச் செய்த அன்று
நிழல் தோன்றச் செய்தாய் ஏனோ?
உண்மையை அறிவில் நாட்டிப்
போலியும் ஏன் சமைத்தாய்?
உள்ளத்தில் அமுதம் காட்டி
உலகினில் நறவேன் வைத்தாய்?

என்று ஈசனை நினைவு கூர்கிறார்.

'அக்னி' என்பது நெருப்பின் இயல்பைக் கூறுகிறது.

ஆதிகாலத்தில் அரணிக் கட்டைகளின் உதவியில் தீபிறந்தது. அக்கட்டைகளையே தின்று தீர்த்தது.

இடைக்காலத்தில், மனிதர் 'சிக்கிமுக்கிக் கல்' மூலம் நெருப்பை உண்டாக்கினார்கள். தீமரங்கள், காடுகளை நாசமாக்கின.

நடைக்காலம், தீக்குச்சி, மின்சாரம் தோன்றின. சொன்ன பேச்சைக் கேட்கும் தீ என்று மாந்தர் கருதினர். ஆனால், தீக்குச்சித் தொழிற்சாலையில் தீ: மின்சாரத் தொழிற்சாலையிலும் தீ அக்னி பகைவனாகவே இருந்தது.

அரணிக் கட்டைகள், தீ, பத்துவிரல்கள், மனிதர்; அரணியும் சிக்கிமுக்கியும் இவற்றின் உரையாடல்போல் இந்நெடுங்கவிதை எழுதப்பட்டுள்ளது. முடிவாக தீ சொல்கிறது -

என்னிடமே பகை கொண்டு
ஏற்றிவிட முயன்றிட்டாலும்
நொடியில் நான் எரிவேன், அணைவேன்
நிமிஷத்தில் சாவேன். பிறப்பேன்.
வாழ்வென்றெனக் கொன்றில்லை
தாழ்வென்று ஏதுமில்லை,
இளமையுடன் இருப்பேன் என்றும்
எரியும் தொழில் தலை எழுத்து
நட்பென்னும் உறவிலுண்டு
பகைமையின் போல் விதைகள்
கட்டுதிட்டக் கவனத்தோடு
காதலித்தால் என்னை நீங்கள்,
கால் செருப்பாய் சேவை செய்வேன்;
குழந்தை போல் சுகமளிப்பேன்;
கவனமின்றி, போட்டு விட்டால்
பிரளயத்தீ படமெடுப்பேன்;
இயற்கை என்னும் எங்கள் வம்சம்
எளிதென்று எண்ண வேண்டாம்,
நேசம் வேண்டாம் பகைமை வேண்டாம்.
கவனித்தால் சேவை செய்வோம்.

கருத்துக்காகத்தான் இக்கவிதை.

இயற்கையையும் வாழ்க்கை அனுபவங்களையும் இணைத்து, அறிவுத் தெளிவுடன் நல்வாழ்வுக்கான தத்துவ உண்மைகளைக் காணும் முயற்சிகளே பிச்சமூர்த்தியின் கவிதைகள். அறிவொளியும், உணர்வின் ஓட்டமும், அழகு நயங்களும் செறிந்து, ரசனைக்கு இனிய விருந்து ஆகும் இலக்கியப் படைப்புகள் அவை.

~

சரஸ்வதியில்

மீண்டும் புதுக்கவிதையும், அது பற்றிய பேச்சும் எழுந்தது 1958ல்தான். இப்போது கவிதை எழுதி கட்சி கட்டியவர் க.நா. சுப்ரமண்யம்.

'சரஸ்வதி' கவிதையில் விசேஷ அக்கறை காட்டியதில்லை. ஒரு இலக்கியப் பத்திரிகை என்றால் அதில் கவிதையும் இடம் பெறவேண்டும் என்ற நோக்கிலேதான் 'சரஸ்வதி' கவிதைகளை பிரசுரித்துக்கொண்டிருந்தது. மரபுக் கவிதைகள்தான் அதில் வெளிவந்தன. இரண்டு மூன்றாவது வருடங்களில் ஒரு கவிதைகூட இடம்பெறாத இதழ்கள் பல உள்ளன. அதன் பின்னரும்கூட இந்த நிலைமையில் தீவிர மாற்றம் எதுவும் ஏற்பட்டுவிடவில்லை.

ஐந்தாவது ஆண்டில், 'சரஸ்வதி' மாதம் இருமுறைப் பத்திரிகையாக மாற்றப்பட்ட போது, க.நா.சு. அதிகமான ஒத்துழைப்புத் தர முன் வந்தார். அப்போது அவர் புதுக்கவிதையும் எழுதி உதவினார்.

20.9.1958 இதழில் அவர் 'மயன்' என்ற பெயரில் எழுதிய கவிதை பிரசுரமாயிற்று. அதுதான் 'சரஸ்வதி'யில் பிரசுரமான முதலாவது புதுக்கவிதை.

மின்னல் கீற்று

"புழுக்கம் தாங்காமல் அன்றையத் தினசரியை விசிறிக்கொண்டு நடந்தேன்; இந்தப் புழுக்கத்திலே மழை பெய்தால், நன்றாக இருக்குமே என்று நான் நினைத்தேன். தலையுச்சியிலே ஒரு குளிர் தூற்றல் - ஆஹா! இன்பம்! சட்டச் சடவென்று பத்துத் தூற்றல் - ஆஹா! ஆஹா! பத்தே பத்துத் தூற்றல்தான். பின்னர் புழுதியைக் கிளறிய காற்று விசிற மழை ஓடி நகர்ந்து விட்டது. கரிய வானம் பிளந்துகொண்டு கோடை மின்னல் கீற்று தேடிற்று. கையை நான் நீட்டியிருந்தால்

அக்கோடை மின்கீற்று என்னைத் தொட்டிருக்கும்; உலகை அழித்திருக்கும். தினசரிச் செய்திகள் கற்றிருக்கும்; தூற்றல் இன்பம் மரத்திருக்கும்; புழுக்கம் வெளி நிறைந்திருக்கும்; புழுதி எழுந்து படர்ந்திருக்கும்; உலகம் ஒழிந்திருக்கும். நான் தனியிருந்து என்ன செய்வதென்று கை நீட்டாதிருந்தேன்.”

இப்படி சொந்தமாகவும், ஆங்கிலக் கவிதைகள் சிலவற்றைத் தழுவியும் க.நா.சு. அஞ்சாறு கவிதைகள் எழுதினார். பிறகு, புதுக்கவிதை சம்பந்தமான தனது கருத்துக்களை விளக்கும் கட்டுரை ஒன்றை எழுதினார். அது ‘சரஸ்வதி’ *1959*ம் ஆண்டு மலரில் பிரசுரமாயிற்று.

அவர் கூறியுள்ள கருத்துக்கள் கவனிப்புக்கு உரியவை -

‘எளியபதங்கள், எளியசந்தம்’ என்றும், ‘தெளிவுறவே அறிந்திடுதல், தெளிவுதர மொழிந்திடுதல்’ என்றும் சுமார் ஐம்பது வருஷங்களுக்கு முன் சுப்ரமண்ய பாரதியார் புதுக்கவிதைக்குரிய லட்சணங்களை எடுத்துச் சொன்னார். எளிமை, தெளிவு என்கிற இரண்டு லட்சணங்களையும் பின்பற்றிப் பின்னர் கவிகள் சிலர் எழுதினார்கள்.

பாரதியாருடைய கவிதையிலே தெளிவு, எளிமை இரண்டுக்கும், மேலாக ஒரு வேகம் இருந்தது. இந்த வேகம் எப்படி வந்தது என்று ஆராய்ந்து பார்க்கும் போதுதான் உயர் கவிதை எப்படித் தோன்றுகிறது என்பது தெரியவரும். உள்ளத்தில் உள்ள உண்மை ஒளி வாக்கினிலும் வந்ததனால் ஏற்பட்டதொரு வேகம் இது. எப்படி வந்தது என்பதுதான் கலை ரகசியம். எப்படியோ வந்தது - பாரதியார் உயர்ந்த கவியானார். இந்தக் கவிதை உண்மையை அலசிப் பிய்த்து எடுத்துப் பார்க்க முடியாது. ஆனால் சூக்ஷமமாக இருப்பது என்பது நிதரிசனமாகவே தெரிகிறது. உயர் கவிதையின் உயிர் இது.

இந்தக் கவிதை உண்மைக்கு இன்றைய வாரிசாக புதுக் கவியும் புதுக்கவிதையும் தோன்ற வேண்டும்.

பாரதியார் மக்களிடையே பொதுவாகவும் தனித்தனியாகவும் கண்ட குறைகளுக்கு எல்லாம் சுதந்திரமின்மையே காரணம் என்று நம்பினார். சுதந்திரம் வந்துவிட்டால் அக்குறைகள் தானாகவே நீங்கிவிடும் என்றும் நம்பினார். சுதந்திரம் வந்துவிட்டது. தனிமனிதர்களின் குறைகள் பன்மடங்காக

அதிகரித்துவிட்டதுபோல் இருக்கிறது. பொது வாழ்வு, சமுதாயம் பற்றியோ கேட்கவே வேண்டாம். பொருளாதார, சமூக, அரசியல் துறைகளில் மட்டுமல்ல, நல்லது தீயது அடிப்படையிலும், ஆன்மீக பராமாத்திகத் துறைகளிலும் போலிகளும் மோசடிகளும் மலிந்து விட்டன. குறைகள் நிறைந்து நிற்கின்றன.

கவிதை மனிதனின் குறைகளைப் பற்றி மட்டும்தான் சொல்ல வேண்டுமா என்று கேட்கலாம். குறையைச் சொல்வதும், நிறையைச் சொல்வதும் ஒன்றுதான். ஒன்றைச்சொல்லி மற்றொன்றை விடமுடியாது. இலக்கியத் துறைகள் எல்லாமே சமுதாயம், தனி மனிதன் என்கிற இரண்டு பிரிவிலும் குறைகளையும் நிறைகளையும் சொல்லியும் சொல்லாமலும் அறிவுறுத்துகின்றன என்பது தப்பமுடியாத நியதி.

இந்தக் காலத்துக்கான கவிதை உண்மையை இந்தக் காலத்துக்கேற்ற சிக்கலான வார்த்தைச் சேர்க்கைகளில், நிரந்தரமாக்குவதற்கு, அழியாத இலக்கிய உண்மையாக்குவதற்கு புதுக்கவிதை தேவை. அப்போதுதான் சங்க காலத்தின் சிறந்த கவிதை சிருஷ்டிகளையும், சிலப்பதிகாரம், கம்ப ராமாயணம் போன்ற நூல்களின் தனித்தன்மையையும் நாமும் இன்று எட்டமுடியும். இன்றும் ஒரு புதுச் சிலப்பதிகாரமும் ஒரு கம்பராமாயணமும் தோன்ற முடியும்...

செய்யுள் இயற்றுபவர்களின் எண்ணிக்கை நம்மிடம் இன்று அதிகம்தான் என்றாலும், செய்யுள் எல்லாம் கவிதையாகி விடாது என்பதில் என்ன சந்தேகம்? யாப்பு, இலக்கணம், அணி என்று அசைக்க முடியாத சட்டங்கள் இட்டு, எதுகை, மோனை, சீர், தளை என்றெல்லாம் நைந்துபோன சிந்தனைகளை எடுத்து எடுத்து அளித்து வந்த தமிழ்க்கவிதைக்கு கோபாலகிருஷ்ண பாரதியாரும் சுப்ரமண்ய பாரதியாரும் ஓரளவுக்குப் புத்துயிர் தந்தார்கள். கவிதையோடு இசை என்னும் உயிர் சேர்த்துக் கவிதை செய்தார்கள் அவர்கள்.

பக்தி விசேஷம், இசை முதலியவற்றால் முந்திய பாரதியாரும் சமூக வெறி சுதந்திர வேகத்தினால் பிந்திய பாரதியாரும் தமிழ்க்கவிதைக்குப் புதுமை தர முயன்றார்கள். இருவருக்கும் இசை நயமும் உதவியது. இந்த இசை நயம் ஓரளவுக்குத் தனிக் கவிதை நயத்தைத் தீர்த்துக்கட்ட உதவியது என்றும் அதே மூச்சில் சொல்லலாம். தமிழோடு இசை பாடுகிற மரபு இருக்கலாம். ஆனால், சங்கநூல் சிலப்பதிகார

(இசையற்ற அகவல், சொல்லளவு) மரபு தமிழுக்கு உண்டு என்று ஏற்றுக்கொள்ளத்தானே வேண்டும்! தமிழில் புதுக்கவிதை இலக்கணமாக இடைக்கால இலக்கண அணி மரபுகள் ஒழித்து மிகப்பழைய மரபுகளைத் தேட வேண்டும் என்பது ஒரு விதத்தில் தெளிவாகிறது என்றே சொல்லலாம்.

பல ஐரோப்பிய மொழிகளில் கவிதையைச் சாக விட்டுவிடுவதில்லை என்று பல புதுக்கவிகள் பிடிவாதமாகவே புதுக்கவிதை செய்து வருகிறார்கள். இந்தப் புதுக்கவிதையிலே புதுசாக இன்றைய வாழ்க்கைச் சிக்கலைப் பூரணமாகப் பிரதிபலிக்கும் ஒரு வார்த்தைச் சிக்கலும், இன்றையப் புதுமைகளை எல்லாம் தொட்டு நடக்கும் ஒரு நேர் நடையும் அகவல் சந்தம் என்று நாம் சொல்லக்கூடிய ஒரு பேச்சு நடை அடிப்படைச் செய்யுள் வேகமும், எல்லாவற்றிற்கும் மேலாக இடைக்காலப் பழமைக்கு மேலாக, பண்டைக்கால, ஆதிகாலப் பழமையைப் போற்றும் ஒரு திறனும் காணக்கிடக்கின்றன.

உதாரணமாகப் பார்த்தால், டி.எஸ்.எலியட் என்பவர் புதுக்கவிதை ஆங்கிலத்தில் எழுதுகிறார் என்றால் அவர் இன்றைக்குரிய ஒரு கோணத்தில், ஒரு முகத்தில் நின்று, இன்றைய வசன கவிதை நடையை மேற்கொண்டு, அதற்கிலக்கணமாக நானூறு வருஷங்களுக்கு முன் எழுதிய ஆங்கில ஆதிகால நாடகாசிரியர்களின் அகவல் பாணியை மேற்கொண்டு, பேச்சுச் சந்தத்துக்கிசைய கவிதை செய்கிறார். இடைக்கால மரபுகளைப் புறக்கணித்துவிடுகிறார். ஆனால் பழைய இலக்கண மரபை அவர் அப்படியேகொள்வதும் இல்லை. இன்றையப் பேச்சு வேகத்துக்கேற்ப சொல் என்று மக்களின் வாயில் வழங்குவதின் அடிப்படையில் கவிதை செய்கிறார். அதேபோல எஸ்ரா பவுண்டு என்கிற ஆங்கிலக் கவிஞர் ப்ரோவான்ஸ் கீதங்களையும் சீனத்துக் கவிதைகளையும், ஜப்பானிய ஹைக்குகளையும் தன் மரபாக்கிக்கொண்டு புதுக்கவிதை செய்கிறார். அவருடைய கவிதைப் பாணி இன்று ஆங்கிலத்தில் கவிதை எழுதுகிற எல்லோரையும் பாதித்திருக்கிறது.

பத்தொன்பதாம் நூற்றாண்டின் பிற்பகுதியிலே கவிதை செய்த வால்ட் விட்மன் வசனத்தையே கவிதையாக்கி வசனத்தையே வரிவரியாக வெட்டிக்காட்டி, விஷய அமைதி தந்து கவியாக வெற்றி பெற்றார். இன்றைய மொழிகள் பலவற்றிலுள்ள புதுக்கவிதைக்கு பொதலோர், ரிம்போ, மல்லார்மே முதலிய

பிரெஞ்சுக் கவிகளையும், வால்ட விட்மனையும்தான் ஆதாரமாகச் சொல்லுவார்கள். இவர்களையெல்லாம் பற்றி நான் இங்கு குறிப்பிடுகிறேனேதவிர, விவாதிக்கவில்லை. ஏனென்றால் தமிழில் புதுக்கவிதை விஷயத்துக்கு இவர்கள் புறம்பானவர்கள். ஆனால் இவர்கள் செய்திருப்பது என்னவென்றால் அன்று ஆட்சி செலுத்திய மரபைத் தகர்த்தெறிந்துவிட்டு இவர்கள் ஒரு பழைய கவிதை மரபை ஆதாரமாக வைத்து, இன்றைய பேச்சு வளத்து அடிப்படையிலே புதுக்கவிதை செய்யமுயன்றிருக்கிறார்கள். அவரவர்கள் மொழியிலே அவர்களுடைய புதுக்கவிதை முயற்சிகள் வெற்றியும் பெற்றிருக்கின்றன. ஐரோப்பிய மொழிகள் சிலவற்றிலே இப்போது புதுக்கவிதை திடமான ஒரு இலக்கியக் குழந்தையாகக் காட்சி தருகிறது.

தமிழில் புதுக்கவிதையின் அவசியத்தைப் பற்றிய வரையில் எனக்குச் சந்தேகமில்லை. மரபுக் கவிதை செத்துவிட்டது. (அல்லது செத்துக்கொண்டிருக்கிறது. இன்று கவிகள் என்று மரபுக் கவிதை எழுத வருகிறவர்கள் சொல்லடுக்குப் பாடை கட்டிக்கொண்டிருக்கிறார்கள்.) புதுக்கவிதை தோன்றியே தீரும். ஆனால் அது எந்த உருவம் எடுக்கும் என்று இப்போது யாரும் திட்டவட்டமாகச் சொல்ல முடியாது. ஏனென்றால் பலரும் பலவிதமான முயற்சிகள் செய்து பார்த்து வெற்றி தோல்விகள் ஓரளவுக்காவது நிர்ணயமான பின்தான் புதுக்கவிதை உருவாகி இலக்கியப் பூரணத்வம் பெற்ற விமரிசன விஷயமாக முடியும்.

(சரஸ்வதி ஆண்டு மலர்)

க.நா.சு. சரஸ்வதியில் அதிகமாக கவிதைகள் எழுதவுமில்லை. கவிதை பற்றிய அவருடைய கருத்துக்கள் குறிப்பிடத் தகுந்த பாதிப்பு எதையும் உண்டாக்கிவிடவும் இல்லை.

சரஸ்வதி இதழ்களில் வேறுயாரும் புதுக்கவிதை எழுத முன் வரவுமில்லை.

பொதுவாக, சரஸ்வதி கவிதைத்துறையில் எவ்விதமான சாதனையும் புரிந்துவிடவில்லை. சோதனை முயற்சி என்ற தன்மையில் புதுக்கவிதையை அது விரும்பி வரவேற்று ஆதரவு கொடுக்கவும் இல்லை.

இதற்குக் காரணம் 'சரஸ்வதி' ஆசிரியர் விஜயபாஸ்கரனுக்கு கவிதையில் அவ்வளவாக ஈடுபாடு கிடையாது. நல்ல கவிதைகளை ரசிக்கக்கூடியவர்தான் அவர். என்றாலும் புதுக்கவிதை என்பது பரிகாசத்துக்கு உரியது என்றே நண்பர்

கருதியதாகத் தோன்றியது. 'தட்டுங்கள் – திறக்கப்படும்' என்ற கேள்வி பதில் பகுதியில் அவர் எழுதியுள்ள இரண்டு கூற்றுகளை நான் இதற்கு நல்ல உதாரணமாகக் காட்ட முடியும்.

கே: வசனத்தில் கவிதை வருமா?

ப: ஓ! வசனத்தில் கவிதை வரும்; கவிதையில் வசனம் வரும். இரண்டிலும் வசன கவிதை வரும். ரெண்டுங்கெட்டான் தமிழர்களுக்கு எதுதான் வராது?

(சரஸ்வதி, 1959-8வது இதழ்)

கே: வசன கவிதை என்றால்?

ப: வெஜிடபிள் பிரியாணி என்று அர்த்தம்.

(சரஸ்வதி, 1959-11)

ஆகவே, 'சரஸ்வதி' மூலம் புதுக்கவிதை புத்துயிர்ப்போ புதிய வேகமோ பெற முடியாமல் போனதில் ஆச்சர்யம் எதுவுமில்லை.

~

எழுத்து – முதல் வருடம்

புதுக்கவிதை புதிய மறுமலர்ச்சியும் இயக்க வேகமும் வலிமையும் பெறுவதற்கு 'எழுத்து' தோன்ற வேண்டியிருந்தது.

சி.சு. செல்லப்பா 1959 ஜனவரியில் 'எழுத்து' மாசிகையை ஆரம்பித்தார். அப்போது அவர் புதுக்கவிதை சம்பந்தமாகத் தீவிரமான கொள்கைகளோ, ஆசை நிறைந்த எதிர்பார்ப்போ, ஆர்வம் மிகுந்த திட்டமோ கொண்டிருந்தார் என்று சொல்வதற்கில்லை.

அப்படி ஏதேனும் இருந்திருந்தால், அது அவசியம் முதல் இதழின் ஆசிரியப் பிரகடனத்தில் ஒலிபரப்பப்பட்டிருக்கும். 'எழுத்து' முதல் ஏட்டில் மட்டுமல்ல, முதல் வருடத்தின் எந்த ஏட்டிலுமே புதுக்கவிதை சம்பந்தமான அபிப்பிராயம் எதுவும் - ஆசிரியர் பக்கத்திலோ, கட்டுரையாகவோ, அல்லது படைப்பாளிகளின் அபிப்பிராயமாகவோ - பிரசுரிக்கப்படவில்லை.

5வது இதழ் கு.ப.ரா நினைவு ஏடு. அதில் கு.ப.ரா பற்றி பலர் எழுதிய கட்டுரைகளோடு, கு.ப.ரா படைப்புகள் ஒரு சிறுகதை, ஒரு கட்டுரை, ஒரு விமர்சனம், ஐந்து கவிதைகளும் சேர்க்கப்பட்டன. கட்டுரை, 'வசனகவிதை' என்ற தலைப்பில் கு.ப.ரா. 'கலாமோகினி'யில் எழுதியிருந்தது ஆகும்.

'முழுக்க முழுக்க கருத்து ஆழமும் கனமும் உள்ள ஒரு இலக்கியப் பத்திரிகையை' ஒரு சோதனை முயற்சியாக நடத்த வேண்டும் என்ற எண்ணமே செல்லப்பாவிடம் மேலோங்கியிருந்தது என்று சொல்லலாம். அப்படிப்பட்ட சோதனை முயற்சியில், 'இலக்கிய அபிப்பிராயங்களை எடுத்துச் சொல்வதுதான்' முக்கியப் பணியாக இருக்க வேண்டும் என்ற நோக்கமும் அவருக்கு இருந்தது என்று கொள்ளலாம்.

'எழுத்து இலக்கியக் கோட்பாடுகள் தத்துவக்கோட்பாடுகள் சம்பந்தமாக திறந்த கதவாகத்தான் இருக்கும். கருத்துப்

பரிமாறுதல்களின் விளைவாகத்தான் இலக்கியப் படைப்பும் ரசனையும் ஏற்படமுடியும் என்ற நம்பிக்கையை எழுத்து தன் முன் வைத்துக்கொண்டுள்ளது' என்று முதல் ஏட்டில் அறிவித்துள்ளது.

உடனடியாகவே இலக்கியப் படைப்பு பற்றிய தனது அக்கறையையும் பிரஸ்தாபித்திருக்கிறது.

'கருத்துக்களைச் சொல்வதைப் பற்றி அதிகம் பிரஸ்தாபித்து இருப்பதால், இலக்கிய படைப்பு சம்பந்தமாக எழுத்து தனக்கு எல்லைக்கோடிட்டுக் கொண்டுவிடும் என்பதல்ல. சொல்லப்போனால் படைப்புதான் 'எழுத்து'க்கு முதல் அக்கறையாக இருக்கும்' என்றும் –

'இலக்கிய அபிப்பிராயம் சம்பந்தமாக மாறுபட்ட கருத்துக்களுக்கு களமாக எழுத்து அமைவதுபோலவே, இலக்கியத் தரமான எத்தகைய புது சோதனைகளுக்கும் எழுத்து இடம் தரும்' என்றும் தெளிவுபடுத்திக்கொண்டது.

'சுவடு தெரிகிற தடத்திலே செல்ல மறுத்து, புதுத்தடம் போட்டுக்கொண்டு இலக்கியத்தின் எல்லைகளைச் சற்று விரிவடையச் செய்ய முயல்கிறவர்களின் படைப்புகளை வரவேற்பது என்பதை 'எழுத்து' தனது லட்சியமாக வரித்துக்கொண்டது.

அதனால், கவிதைத் துறையில் புதுக்கவிதைக்கு அது இடம் அளிக்க முன் வந்தது.

முதல் இதழில், ந.பிச்சமூர்த்தியின் 'பெட்டிக்கடை நாரணன்' என்ற கவிதை வெளிவந்தது. அது 'எழுத்து'க்காக விசேஷமாக எழுதப்பட்டது அல்ல பங்கீட்டு முறை அமுலில் இருந்த காலத்தில் எழுதப்பட்ட கவிதை.

எப்படியும் பிழைப்பது என்று துணிந்துவிட்ட நாரணன் பெட்டிக்கடை வைத்து, ஏற்றம்பெற்று மளிகைக்கடை முதலாளிஆகி, மண்ணெண்ணெய்ப் பங்கீடு, அரிசிப் பங்கீடு ஆகியவற்றின் துணையோடு பெரும் பணக்காரன் ஆனதை அழகாக வர்ணிக்கும் கவிதை. வாழத் தெரிந்தோர் கையாளும் யுக தர்மங்களையும் அவர்களுடைய 'வாழ்க்கை நோக்கை'யும் சுவையாகவும் கிண்டல் தொனியோடும் இக்கவிதை எடுத்துச் சொல்கிறது.

க.நா. சுப்ரமணியம் கவிதைகள் இரண்டு, 'கவிதை' என்ற சொந்தப் படைப்பும், 'ஆங்கிலக் கவி ஒருவர் எழுதியதைப் பின்பற்றி', எழுதப்பட்ட 'வர்ணம்' என்பதும் - வந்திருந்தன.

முதல் வருடத்தில் ந.பி. கவிதைகள் மூன்றே மூன்றுதான் (பெட்டிக்கடை நாரணன், விஞ்ஞானி, கலீல் கிப்ரான் தமிழாக்கமான 'ஜீவா! தயவுகாட்டு') பிரசுரமாயின 1, 2, 3 ஏடுகளில்.

'எழுத்து' முதல் ஐந்து ஏடுகளில் க.நா.சுப்ரமண்யம் கட்டுரைகளும் கருத்துக்களும் மிக அதிகமாக இடம்பெற்றிருந்ததைப் போலவே, முதல் வருடத்தில் (ஏழு ஏடுகளில்) அவரது கவிதைகளும் அதிகமாகப் பிரசுரமாகியிருந்தன.

க.நா.சு சோதனை முயற்சிகள் என்றே கவிதைகள் எழுதினார் என்பதற்கு அவருடைய வரிகளையே எடுத்தெழுதுவதுதான் நல்லது.

'கவிதையில் நான் செய்ய முயற்சித்ததெல்லாம், விஷயத்தையும் வார்த்தைகளையும் உள்ளத்து உண்மையிலே குழைத்து காதும் நாக்கும் சொல்லுகிற கட்டுப்பாடுகளுக்கும் கண் தருகிற கட்டுப்பாடுகளுக்கும் உட்பட்டு எழுதுவது என்கிற காரியம்தான்; இன்றைய உண்மையை நிரந்தரமாக்குகிற காரியம்தான், இன்றைய என் அனுபவத்தை வார்த்தைகளால், பேசும் சந்தத்தில் இலக்கியமாக்க, கவிதையாக்க முயலுகிறேன். பயன், கழுதையா, குதிரையா, வசனமா கவிதையா, இலக்கியமா பிதற்றலா என்று கேலி செய்பவர் இருக்கலாம். சோதனை என்று சொல்லும் போது இதற்கெல்லாம் பயப்பட்டுக் கட்டாது. இலக்கிய சோதனைகள் பலவும் ஆரம்பத்தில் கேலிக்கிடமாகவேதான் காட்சியளித்துள்ளன.

'என் புதுக்கவிதை முயற்சிகள் கவிதையாகவும் இலக்கியமாகவும் உருவெடுக்க, வாசகர்கள் ரசிகர்கள் உள்ளத்தில் எதிரொலித்துப் பயன்தரப் பல காலமாகலாம் என்பதையும் அறிந்தே நான் இந்தக் கவிதைச் சோதனையைச் செய்து பார்க்கிறேன். நம்முடைய இன்றைய தினசரி வாழ்விலே இடம் பெறுகிற விஷயங்கள் எல்லாமே உவமைகள், உருவகங்கள், ஏக்கங்கள், ஆசைகள், வார்த்தைகள், மௌனம் எல்லாமே, என் கவிதைக்கு விஷயம்; வாழ்க்கை சிக்கல் நிறைந்ததாக இருப்பதுபோலவே என் கவிதையும் சிக்கலும் சிடுக்கும் நிரம்பியதாக இருக்க வேண்டும் என்பதே என் ஆசை. தெளிவு

தொனிக்க வேண்டும்; ஆனால் சிக்கல் விடுவிக்கக் கூடாததாகவும் இருக்கவேண்டும். கவிதை நயம் எது என்று எடுத்துச் சொல்லக் கூடாததாக இருக்க வேண்டும் - அதேசமயம் பூராவும் புரியாமலும் இருந்துவிடக் கூடாது. திரும்பத்திரும்பப் படித்துப் பார்க்க, ஒரு தரம் படிப்பவருக்கும் ஒரு எதிரொலிக்கும் தன்மை, விடாப்பிடியாக உள்ளத்தைப் பிடித்துக்கொள்ளும் ஒரு குணம் இருக்க வேண்டும் இந்தப் புதுக் கவிதையிலே என்றுதான் எண்ணுகிறேன்.'

('சரஸ்வதி' மலர் - புதுக்கவிதை கட்டுரை)

க.நா.சு.வின் 'கவிதை' எனும் கவிதையைப் படித்துப் பாருங்களேன்!

எனக்கும்
கவிதை பிடிக்காது,
மனிதன் எத்தனையோ
எட்டுக்கள் எடுத்து வைத்து விட்டான்:

இவற்றில்
எத்தனை எட்டுக்கள் கவிதையால்
சாத்திய மாயின
என்று யார்

தீர்மானித்துச் சொல்ல இயலும்? பின்
எதற்காகத்தான் கவிதை தோன்றுகிறது?
மொழியின் மழலை அழகுதான்.
ஆனால் அது போதவே
போதாது.
போதுமானால் கவிதையைத் தவிர வேறு
இலக்கியம் தோன்றியிராதே, போதாது
என்றுதான், ஒன்றன் பின் ஒன்றாக
இத்தனை இலக்கியத்
துறைகள்
தோன்றின, நாடகமும், நாவலும், நீள்
கதையும், கட்டுரையும் இல்லாவிட்டால்
தோன்றியிராது; ஆனால் அவையும்தான்
திருப்தி தருவதில்லையே!
அதனால் தான்
நானும் கவிதை எழுதுகிறேன்.

மனிதனுக்குக் கலை எதுவும் திருப்தி தராது.
மேலே மேலே என்கிற ஏக்கத்தைத்தான் தரும்.
கலையின் பிறப்பு
இந்த அடிப்படையில் ஏற்படுவது கடவுளே
இன்னமும் உயிர் வைத்துக் கொண்டிருப்பது
இந்த அடிப்படையில்தான் சாத்தியம்
என்று சொல்லலாம்.

'எழுத்து' முதல் ஏட்டில் தந்த கவிதைகளைப் பார்த்துவிட்டு, தி.சோ. வேணுகோபாலன், டி.கே. துரைஸ்வாமி, 'பசுவய்யா' என்ற பெயரில் சுந்தர ராமசாமி ஆகியோரும் கவிதைகள் எழுத முற்பட்டார்கள்.

'கவி - வேதனை' என்ற வேணுகோபாலன் கவிதை 2வது ஏட்டில் இடம்பெற்றுள்ளது. பிறகு 9, 11 ஏடுகளில் 'நான் கவியானேன்' 'வெள்ளம்' எனும் கவிதைகள் வந்துள்ளன.

துரைஸ்வாமியின் கவிதைகள் (காத்த பானை, கடன்பட்டார், சிலை) 3,4,5 ஏடுகளில் பிரசுரமாயின.

புதிதாகக் கவிதை எழுதியவர்களில் 'பசுவய்யா' கவிதைகள் புதுமையும் தனித்தன்மையும் பெற்றுவிளங்கின. மூன்றாவது இதழில் வெளியான 'உன் கை நகம்' குறிப்பிடத்தகுந்தது.

நகத்தை வெட்டியெறி - அழுக்குச் சேரும்
நகத்தை வெட்டியெறி - அழுக்குச் சேரும்.

அகிலமே சொந்தம் அழுக்குக்கு!
நகக் கண்ணும் எதற்கு அழுக்குக்கு!

'பிறாண்டலாமே - எதிரியைப்
பிறாண்டலாமே?'
பிறாண்டலாம், பிடுங்கலாம்,
குத்தலாம், கிழிக்கலாம்.

ஆரத் தழுவிய
அருமைக் கண்ணாளின்
இடது தோளில்
ரத்தம் கசியும்.

வலது கை நகத்தை வெட்டியெறி - அல்லது
தாம்பத்திய பந்தத்தை விட்டுவிடு.

தூக்கி சுமக்கும்
அருமைக் குழந்தையின்
பிஞ்சுத் துடைகளில்
ரத்தம் கசியும்.
இடது கை நகத்தை வெட்டியெறி - அல்லது
குழந்தை சுமப்பதை விட்டுவிடு.

நகத்தை வெட்டியெறி - அழுக்குச் சேரும்
நகத்தை வெட்டியெறி - அழுக்குச் சேரும்.
'குறும்பை தோண்டலாமே - காதில்
குறும்பை தோண்டலாமே?'

குறும்பை தோண்டலாம்
குறும்பை தோண்டலாம்
குறும்பைக் குடியிருப்பு
குடலுக்குக் குடிமாற்றம்
குருதியிலும் கலந்துபோம் - உன்
குருதியிலும் கலந்துபோம்.
நகத்தை வெட்டியெறி - அழுக்குச் சேரும்.
நகத்தை வெட்டியெறி - அழுக்குச் சேரும்

இவ்வாறு புதிய நோக்கும் போக்கும் பெற்ற பசுவய்யா தொடர்ந்து கவிதை எழுதினார். கதவைத் திற, வாழ்க்கை, மேஸ்திரிகள், என் எழுத்து என்பன 'எழுத்து' முதல் வருட ஏடுகளில் வெளிவந்துள்ளன.

கருத்தாழம்கொண்ட 'மேஸ்திரிகள்' என்ற கவிதை மிகுதியும் ரசிக்கத் தகுந்தது.

1 பல்கலைக் கழகத்தின்
முன்னொரு தோட்டம்
தீட்டினார் மேஸ்திரி
அற்புதத் திட்டம்.

2 திட்டம் விளைந்தது
தோட்டம் மறைந்தது
காட்சி தந்தது
மிருகக் காட்சிசாலை.

3 தோட்டத்தில் மேஸ்திரி ஒருவரே
எண்ணத் தொலையுமோ உள்ளே?

'எழுத்து' புதுக்கவிதை முயற்சிகளுக்குத் தந்த ஆதரவைக் கண்டு உற்சாகம் பெற்று, மா. இளையபெருமாள், கி. கஸ்தூரி ரங்கன், சி.பழனிசாமி, சக்ரதாரி, சுப.கோ. நாராயணசாமி ஆகியோரும் இவ்வருடத்தில் கவிதைப் படைப்பில் ஈடுபட்டார்கள். எல்லாம் ரசிக்க வேண்டிய - பாராட்டுதலுக்கு உரிய - படைப்புகளேயாகும்.

'எழுத்து' 14வது ஏட்டிலேதான் ஆசிரியர் 'புதுக்கவிதை' பற்றி பிரஸ்தாபிக்கத் துணிந்துள்ளார்.

'பழங்கவிதை புதுக்கவிதை என்று அதிகம் இப்போது பாகுபடுத்திப் பேசிக்கொள்கிறோம். புதுக்கவிதை முயற்சிகள் என்று ஒருவகைக் கவிதைகளுக்குப் பெயர் சூட்டி, அதற்கு இடம் தருகிறோம். தமிழ்க் கவிதையைத் தனியான ஒரு பாதையில், திருப்பிவிட்ட பாரதியின் தனித்தன்மையை ஏற்றுக்கொண்டபின், அதற்குப்பிறகு அவ்வப்போது தோன்றும் ஆற்றல்கொண்டவர்களது சோதனைப் படைப்புகளுக்கும் ஒரு அந்தஸ்து, ஒரு இடம் இருக்கிறது. ஆனால் இந்தப் புதுக்கவிதை முயற்சி எந்த அடிப்படையில் எந்த அளவுக்கு பழங்கவிதையிலிருந்து மாறுபட்டு நிற்கிறது என்பதை எல்லாம் ஆராய்வதற்கான அளவுக்கு புதுக்கவிதை வளம் பெருகவில்லை என்ற ஒரு நினைப்பும் இருந்து வருகிறது.' இந்த ஏட்டில் பிச்சமூர்த்தி வசன கவிதை பற்றி ஒரு கட்டுரை எழுதியிருக்கிறார். இன்று புதுக்கவிதை சோதனை ஆரம்பித்து வைத்த முதல்வர் பிச்சமூர்த்தி. புதுக் கருத்துக்கள் ஆதாரத்துடன் அழுத்தமாக ஆராய்ந்து கூறப்பட்டுள்ள கட்டுரை அது.

~

பிச்சமூர்த்தி கட்டுரை

புதுக்கவிதையின் தோற்றத்தையும் வளர்ச்சியையும் வரலாற்று ரீதியில் எழுதுவதற்காகவே இத்தொடர் பிறந்தது. அதனால்தான் புதுக்கவிதையின் ஆரம்பகாலமான 1940களில் அம்முயற்சி சம்பந்தமாக இலக்கியப் பத்திரிகைகளில் பிரசுரிக்கப்பட்ட பலரகமான அபிப்பிராயங்களையும் முழுக்கட்டுரைகளாக அவ்வப்போது எடுத்தெழுத நேரிட்டது

1960களில் புதுக்கவிதை புதிய வேகம் பெற்று வளரத் தொடங்கியது. அப்போதும் அந்த முயற்சியைக் கேலி செய்தும், குறை கூறியும், கண்டித்தும் பேசியவர்களும் எழுதியவர்களும் இருக்கத்தான் செய்தார்கள். அவர்களது எதிர்ப்புக்குப் பதில் கூறுவதுபோல, ந.பிச்சமூர்த்தி எழுதிய கட்டுரை 'எழுத்து' (பிப்ரவரி 1961) 14வது ஏட்டில் வெளிவந்தது.

கருத்தாழம்கொண்ட, 'வசன கவிதை' என்ற அந்தக் கட்டுரையை அப்படியே எடுத்தெழுதுவது, இவ்வரலாற்றுக்கு அவசியமானது என்று நான் கருதுகிறேன். சிந்தனைத் தெளிவோடும் அழுத்தத்துடனும் எழுதப்பட்டுள்ள அக்கட்டுரை இன்றைய ரசிகர்களுக்கும் இனிவரும் வாசகர்களுக்கும் பயனுள்ளதாக இருக்கும் என்பதில் சந்தேகமில்லை.

வசன கவிதை

"வசன கவிதை என்று கிடையாது, அது கவிதையே ஆகாது என்று ஒரு விமர்சகர் கூறியிருக்கிறார். ஏன் இல்லை, ஏன் ஆகமுடியாது என்று தர்க்க ரீதியாக எனக்கு விளங்கவில்லை. வசனமும் கவிதையும் வெவ்வேறு வகையைச் சேர்ந்தவை என்பது உண்மைதான். வசனம் நமக்கு செய்தியைத் தெரிவிக்கிறது. நம்முடைய அறிவுக்கு உணவாகப் புதிய விஷயங்களைக் கொண்டுவந்து சேர்க்கிறது. எனவே தபாலைப்போல் இயங்குகிறது. கவிதை நம்முடைய அறிவுடன் தொடர்புகொள்ள

முயல்வதில்லை. நம்முடைய உணர்வுடன் உறவாட முயல்கிறது. நேரிடையாக உள்ளத்தைத் தொட்டு புதிய அனுபவத்தை எழுப்ப முயல்கிறது. தனக்குள் எரியும் சுடர்கொண்டு மற்றொரு மனத்தையும் சுடர் கொள்ளச் செய்கிறது. வசனம் லோகாயத உண்மையை அடிப்படையாகக்கொண்டது. கவிதை மன நெகிழ்ச்சியை, மனஅசைவை அடிப்படையாகக்கொண்டது.

ஆனால் வசனத்தை கவிதையைப்போல் செயல்படுத்த முடியாதா? கூடாதென்ற நியதி உண்டா? இல்லை. அம்மாதிரி செயல்படும்பொழுது வசனம் தன் தொழிலைவிட்டுக் கவிதையின் தொழிலை ஏற்றுக்கொண்டு விடுகிறது என்றுதான் ஏற்படும். பார்வைக்கு வசனம்; உண்மையில் கவிதை.

மற்றொரு விஷயம். இப்பாகுபாடு தெளிவை உத்தேசித்து செய்யப்பட்டதே ஒழிய நிரந்தரமானதென்று கருதக் கூடாது. நோக்கத்தினால் அவை பாகுபாட்டைச் சேர்ந்த தன்மையோ மற்றொரு பாகுபாட்டைச் சேர்ந்த பெருமையையோ அடைகின்றன. ஜுரத்தில் வேகம் ஏறுவதுபோல் உணர்ச்சி கூடினால் தரையில் நடக்கும் வசனம் சிறகு பெற்றுக் கவிதையாகிவிடும்.

ஒரு உதாரணத்தைக்கொண்டு பார்ப்போம். பாரதியார் ‘காட்சி’ என்ற தலைப்பில் சில வசனகவிதைகளை இயற்றித் தந்திருக்கிறார்.

‘இவ்வுலகம் இனியது. இதிலுள்ள வான் இனிமை உடைத்து காற்றும் இனிது. தீ இனிது. நிலம் இனிது. ஞாயிறும் நன்று. திங்களும் நன்று. வானத்துச் சுடர்களெல்லாம் மிக இனியன. மழை இனிது. மின்னல் இனிது. இடி இனிது.’

என்று முதல் கவிதை தொடங்குகிறது.

இது வசனமா? தர்க்க அறிவுக்கு என்ன புரிகிறது. கண்ணைக்கட்டிக் காட்டில்விட்டதுபோலல்லவா இருக்கிறது. சுருதி பேதமாக அல்லவா இருக்கிறது? ஆம். வசனரீதியாகப் பார்த்ததால் விளைந்த வினை இது. இது கவிதை. செய்தி சொல்ல வந்த, விஞ்ஞானத்தை விளக்க வந்த வசனமல்ல. சிருஷ்டியின் அனுபவத்தைக் கூறும் உணர்வுள்ள சொற்கள்.

எனவே வசனம் கவிதையாக முடியாதென்று முன் கூட்டியே முடிவு செய்வது தர்க்கத்திற்கு ஒவ்வாது. மனிதனுடைய மொழிகள் அடைந்துள்ள மாறுபாட்டையும், கவிதை என்னும்

துறை அடைந்துள்ள வளர்ச்சியையும் சரித்திர ரீதியாக உணராத குற்றம்தான் இம்மாதிரி அபிப்பிராயங்களுக்குக் காரணமாகிறது.

கவிதையின் சரித்திரத்தைப் பார்த்தால், பாட்டிலிருந்தே கவிதை பிறந்திருக்கிறதென்று தோன்றுகிறது. முதல்முதலாக மனிதன் பாடத்தான் பாடியிருப்பான். இத்துறையில் அவனுடைய ஆதி குருமார்கள் என்று குயிலையும் மாட்டையும் கரிச்சானையும், நீரொலியையும் இடியையும் இவைபோன்ற எண்ணற்றவையையும்தான் கொள்ளவேண்டும். எனவே பாடினான் என்பதைவிட இசைத்தான் என்றே கூறலாம். ஒருக்கால் வாயால் இசைக்கும் முன்னரே இசைக்கருவிகளைக் கண்டுபிடித்திருக்கவும் கூடும். வண்டடித்த மூங்கிலில் எழும் ஒலியைக்கொண்டே புல்லாங்குழல் கண்டு பிடித்தார்கள் என்று சொல்லக் கேட்டிருக்கிறேன். இசைக் கருவிகளைக்கொண்டு இசையறிவு விரிந்திருக்கக்கூடும். நாதசுரத்தில் சாகித்யத்தைப் பழக தத்தகாரங்களே போதுமானவை என்று சொல்லப்படுவதையும் இங்கு நினைவூட்டிக்கொள்ளலாம். வார்த்தைகளை உருவிவிட்ட மெட்டைத்தானே வாத்யத்தில் கேட்கிறோம். முதல்முதலாக சொல்லுக்கு அதிக இடமற்ற இசையே பாட்டாக உலவிற்று என்று கருதலாம்.

மனிதனுடைய சிந்தனையும் உணர்ச்சியும் வளர்ச்சி அடையத் தலைப்பட்ட பிறகு வெறும் இசையால் உண்டாகும் இன்பத்துடன் பொருளையும் மன நெகிழ்ச்சியையும் வியப்பையும் துயரத்தையும் சொற்களின் மூலம் ஊட்டி இசைக்க நிரந்தரமான அடிப்படையையே அளிக்கலாமே என்ற ரகசியம் மனிதனுக்குப் புலனாகிவிட்டது.

சவுக்கைத் தோப்பின் வழியே காற்று பாய்ந்து சென்றபிறகு தோன்றும் ஓயுமொலி சொல்லொணாத ஏக்கத்தை உண்டாக்குகிறது என்பது நம்முடைய அனுபவம். ஆனால் மனிதன் உயிரின் பெருவெள்ளத்திலிருந்து பிரிந்த தனித்துளி; மூலத் தொடர்பறுந்து வாழ்வெனும் துயரக்கடலில் விழுந்து தத்தளிப்பதாகக் கருதி தவிக்கும் ஜீவன். இந்தப் பிரிவினைத் துயரத்திற்கு வேதனைப்படுவது போன்ற வேதனை தரும் சொற்களையும் இவ்வேகத்துடன் கோர்த்துவிட்டால் இசை கவிதையாகிவிடுகிறது. காற்றில் தோன்றி காற்றில் மறையும் இசை கால்பெற்று நிலைத்து உணர்ச்சிக்குத் தீயூட்டும் சிறப்பை

அடைகிறது. இப்பொழுது இசை வெறும் குறிப்பற்ற கிளர்ச்சியாக இல்லாமல் பொருளுள்ள பாட்டாகிறது. கவிதையாகிறது.

ஆனால் ஒன்று, இரண்டு வகையிலும் காதென்னும் பொறி வழியேதான் இந்த இன்பமும் அனுபவமும் தோன்றியாக வேண்டி இருக்கிறது. காதை முன்னிறுத்தியே இதுவரை கவிதை எழுதப்பட்டு வந்திருக்கிறதென்பதை இங்கு நினைவிலிருத்திக் கொள்ளவேண்டும். இன்னும் கவிஞர்களில் பலர் கவிதை புனைவதற்குமுன் சந்தத்தையோ பாவகைகளின் இரண்டொரு வரிகளையோ நினைவில்கொண்டு பரிசலாக்கி கவிதையின் சொற்களை மீதேற்றி கவிதை புனைவது எனக்குத் தெரியும். யாப்பிலக்கண அறிவின்றியே வெற்றிகரமாக கவிஞர்கள் இந்தக் காரணத்தினால்தான் ஒலிக் குற்றமின்றி கவிதை புனையமுடிகிறது.

இப்பொழுது முக்கியமான பிரச்னை என்னவென்றால், காதை நம்பாமல் கவிதையைத் தோற்றுவிக்க முடியாதா என்பதுதான். அனுபவத்தில் புதுமையைக் காட்ட விரும்பும் கவிஞன் இது இயலும் என்பதைக் கண்டான். கருத்திலே மடை திறக்கும் உணர்வு நெகிழ்ச்சியிலே, சுட்டிக் காட்டும் பேருண்மையிலே கவிதை பொதிந்து கிடக்கிறதென்ற உண்மையைப் புதுக்கவிஞன் கண்டுபிடித்தான். கவிதை சொற்களில் இல்லை ஒலி நயத்தில் இல்லை என்பதைக் கண்டுகொண்டான். இரண்டுக்கும் காரணமான தன்னிடத்தில் இருக்கிறதென்ற பேருண்மையை, அதிருஷ்டவசத்தால் தான்பெற்ற அனுபவத்தில் இருக்கிறதென்ற ரசனை நுட்பத்தை உணர்ந்தான்.

இந்த அடிப்படையின் மீது பார்க்கும் பொழுது கவிதை காதை நம்பித்தான் வாழவேண்டுமென்ற அவசியம் தோன்றவில்லை. கவிதையின் மரபுக்கொத்த அங்கங்களும் இக்கருத்துக்கு ஆதரவாகவே இருக்கின்றன. கவிதைக்கு உயிர் நாடியான உவமை அணி பெரும்பாலும் கண்ணைச் சார்ந்த அலங்காரம். காதை நம்பிக் கவிதை பிறக்க வேண்டியிருந்த நிலையிலும்கூட, கவிதையின் சிறப்பெல்லாம் ஐம்பொறிகளின் தயவையும் மீறிய நேரிடையான அனுபவத்தால், இயற்கையான நுண்ணுணர்வால், ஏற்படுவதென்ற உண்மையை எப்படி மறந்துவிடமுடியும்?

இந்த உண்மையின் காரணமாகவே, ஒரு பொறிக்கு உரித்தான தொழிலை மற்றொரு பொறியின் மீதேற்றி

கவிதையில் சிறப்பைக் கூட்டும் கற்பனை முறை கையாளப்பட்டு வந்திருக்கிறது.

ஒரு உதாரணத்தைக்கொண்டு இதை ஆராய்வோம். ஆனால் ஒரு எச்சரிக்கை, இது இலக்கிய விசாரமேயன்றி, மன இயல் விமர்சனமே அன்றி, சரித்திர ரீதியான தொடரல்ல என்பதை மறக்கலாகாது. 'செந்தமிழ் நாடெனும் போதினிலே இன்பத் தேன் வந்து பாயுது காதினிலே' என்று பாரதியார் பாடினார். இயற்கையாக ருசியை நாக்கின் மூலமே உணர்கிறோம். காதின் மூலம் இந்த ருசியை உணரலாம் என்பது இயற்கைக்கு முரண்பட்டது. ஆனால் கவிஞர் இன்பத்தேன் வந்து பாயுது காதினிலே என்கிறாரே. நாக்கின் தொழிலைக் காதின் மேலேற்றித் திடுக்கிடும் புதிய அனுபவத்தைக் கூறுகிறாரே! ஆம். நாக்குக்கு இனிப்பாவதுபோல காதுக்கு இனிப்பாக இருக்கிறது என்கிறார். அதாவது பொறிகளுக்குள்ள வேறுபாடு உடலியலைப் பற்றிய வரையில் உண்மையே ஒழிய மன இயலைப் பற்றிய வரையில் வேறுபாடாகாது. இரண்டின் விளைவும் ஒன்றுதான் என்ற தத்வ ரகசியத்தை மறைமுகமாகக் காட்டுகிறார்.

வேறுவிதமாகக் கூறினால், பொறிகள் தங்கள் தங்கள் தொழில்களைப் பரிவர்த்தனை செய்துகொள்ள இயலும் என்ற தத்வரீதியாகக் கொள்ளலாம். கவிதையின் ஒருமைப்பட்ட, உடனடியான அனுபவத்தை விளைவிப்பது ஆறாவது பொறியாகிய மனமேயாகும். பொறிகள் தபால்காரனைப்போல். செய்தி என்று உணரும் சக்தி மனத்திற்குத்தான் உண்டு. எனவேதான் பொறிகள் தனித்தன்மையை இழந்து, பதிலியாகக்கூட இயங்கி கவிதையென்னும் விளைவுக்குக் கருவியாகின்றன.

நாக்கின் தொழிலைக் காது மேற்கொள்வதுபோல, காதின் தொழிலை கண் ஏற்க முடியாது? முடியும் என்று கவிஞன் கண்டபொழுது தோன்றியதுதான் வசன கவிதை. இந்தக் காரணத்தாலேயே அச்சு இயந்திரம் தோன்றிய பிறகே வசன கவிதை சாத்யமாயிற்று, காதை அடிப்படையாகக்கொண்ட எதுகை மோனைகளுக்கு இப்பொழுது அவசியமில்லாமல் போய்விட்டதென்பது கசப்பான புதிய உண்மை.

எதுகை மோனைகளாலும், சந்தத்தாலும் கவிதைக்குக் கிடைத்து வந்த இசைப் பயனை ஸ்தூல நிலையிலிருந்து சூக்ஷ்ம நிலைக்கு உயர்த்தக்கூடிய கவிதை முறை சாத்யமாகிவிட்டது. சொற்களைத் தொடுக்கும் ஜாலத்தாலேயே கவிதையின்

பிறப்பிடத்திலேயே அதை எழுப்பிக் காட்டும் கடினமான கவிதைக் கலைக்குத் தூண்டுதல் ஏற்பட்டுவிட்டது. இசையை இசைவாக மாற்ற வேண்டிய கடமை உண்டாகிவிட்டது. எனவே பல கோடி ஒலி அமைப்புகளிலே சிலவற்றைத் தேர்ந்தெடுத்துக் கவிதையில் ஒலி இன்பத்தைக் கூட்டுவதுபோல பல கருத்துக்களையும் உணர்ச்சிகளையும் பொறுக்கி எடுத்து இசையவைக்கும் முயற்சி புதிய கவிதை ஆயிற்று. யாப்புக் கிணங்காத வகை என்று குறிப்பிடுவதற்காகவே கவிதை என்ற சொல்லுடன் 'வசன' என்ற சொல்லையும் சேர்த்து இப்புதிய முறையைக் குறிப்பிடுகிறார்கள். பார்த்தால் வசனம்; பாய்ந்தால் - நெஞ்சில் பாய்ந்தால் - கவிதை.

மரபுக்கிணங்கிய கவிதையில் ஒலி நயம் என்று ஏதோ தனியாக இருப்பதாகக் கூறுவதே ஒரு பிரமை என்று வாதிக்கக்கூட இடமிருக்கிறது; கருத்துக்களையும் உணர்ச்சிகளையும் கவிதையில் தெரிவிக்க ஏறக்குறைய குறிப்பிட்ட வார்த்தைகளால் முடியும். வேறு சொற்களை உபயோகித்தால் கருத்தும் உணர்ச்சியும் மாறிவிடும். கருத்திலோ உணர்விலோ ஏற்படும் இசையே ஒலிநயம் என்ற தனிப்பேருடன் நடமாடுகிறது.

பாம்பைப் பற்றிய மரபான கருத்தொன்றை ஆராய்ந்து பார்ப்பது இந்த வாதத்திற்குத் தெளிவை அளிக்கும். பாம்புக்குக் கட்செவி என்று பெயர். அதாவது பாம்புக்குக் காது கிடையாது என்று ஏற்படுகிறது. ஆனால் மகுடிக்கு முன் ஆடுகிறதே என்று சொல்லக்கூடும். பழம் நூல்களெல்லாம் பாம்புக்கு இசை உணர்ச்சி அதிகம் என்று கூறுகின்றனவே என்று சொல்லக்கூடும். ஊர்வன வகை ஆராய்ச்சியாளர்கள் பாம்பு இசையைக் கேட்டு ஆடவில்லை; கண்ணுக்குத் தெரியும் மகுடியோ மற்றப் பொருளோ அசைவதற்கு ஏற்ப ஆடுகிறது என்று முடிவு செய்திருக்கிறார்கள். எனவே பாம்பு ஒலிநயம் காண்பதாகக் கூறுவதெல்லாம் ஒரு பிரமை. மரபுக்கிணங்கிய கவிதையின் ஒலிநயம் என்று கூறுவதும் இதைப்போன்ற ஒரு பிரமையே. உண்மையில் மகுடியின் இசையைப்போல் கவிதையில் ஆடும் கருத்துக்களையும் உணர்ச்சிகளையும் அனுபவித்துத்தான் கவிதாரசனை பெறுகிறோமே அல்லாது வேறெதுவுமில்லை என்றே கூறலாம்.

வசன கவிதையை முதல்முதலாகக் கண்டு பிடித்தவர் அமெரிக்கக் கவிஞர் வால்ட் விட்மன். அன்று முதல்

இப்புதுத்துறையில் முயற்சிகள் நடைபெற்றே வருகின்றன. இம்முறையால் கவிதையைத் தேக்கிக் காட்ட முடியாதென்பதற்குத் தகுந்த காரணங்களை யாரும் சொல்லவில்லை. மனிதனால் சந்திரனுக்குப் போக முடியாதென்று கூற யாரும் இன்று துணிவுகொள்ள மாட்டார்கள். புறவுலகில் சாத்யமற்றதென்று கருதப்படுவது சாத்யமாகும் பொழுது மனத்துறையில் மட்டும் புதுமை ஏன் சாத்யமாகக் கூடாது? யாப்புக்கிணங்கிக் கவிபுனைபவர்களில் சொத்தை சொள்ளை தோன்றுவதுபோல வசன கவிதைத் துறையிலும் இருக்கலாமே ஒழிய, புது முறைக்கே தோல்வி ஏற்பட்டுவிட்டதாகத் தர்க்கரீதியாகக் கொள்ளமுடியாது. கருத்துக்களின் இசைவே, உணர்வின் சலனமே, கவிதாசிருஷ்டியின் ஒருமையே புதுக்கவிதையாகும்.

'ரவி, மதி, தாரகைக்கு வணக்கம்' என்று எட்வர்ட் கார்ப்பெண்டர் என்னும் அமெரிக்கக் கவி 'ஜனநாயகத்தை நோக்கி, என்னும் நீண்ட கவிதையைத் தொடங்குகிறார். இவ்வரியை ஒரு நிமிஷம் கவனிக்கலாம். இது நம்முடைய அறிவுக்கு எந்தச் செய்தியையும் சொல்லவில்லை. எந்தப் பொருளையும் குறிப்பிடவில்லை. ஆனால் நமக்குப் புதிய உண்மை ஒன்றை - மறந்து போனதை நினைவூட்டுவதென்றாலும் சரிதான் - இது கூறுகிறது. புதிய கதவம் ஒன்றைத் திறந்து உலக சிருஷ்டியுடன் நமக்கிருக்கும் உறவு முறைகளைக் காட்டுகிறது. சிருஷ்டியின் பெருவெளியில் நம்மைப்போல் செல்லும் சகப்பிராணிகள் இருப்பதையும், நாமும் அவர்களும் சேர்ந்து ஒரே நோக்குடன் தோழமையுடன் இயங்குவதையும் சுட்டிக்காட்டி, குசலம் விசாரித்து, வணக்கம் செலுத்துகிறது. சிருஷ்டி என்னும் மகத்தான கூற்றுத்தான் கவிதை என்ற உண்மையை நாம் உணர்கிறோம். கவிதைக்குப் பிறப்பிடமான ஒருமையையும் இசைவையும் உணர்கிறோம். எனவே, இவ்வரியைப் படித்ததும் ஊன் பொதிந்த குறுகிய குடிசையில் தொல்லைப்படும் நம் சிற்றுணர்வு விடுதலைபெற்று விரிந்து பறக்க உதவிய இவ்வனுபவத்தைக் கவிதை என்று உணர்கிறோம்.

இதே அகண்ட இசைவைத்தான், கவிதைத் தன்மையைத்தான், பாரதியாரின் 'காட்சி'யிலும் காண்கிறோம். வசன கவிதைக்கு இதுவே மற்றொரு சிறந்த உதாரணமாகும்.

பாரதியாருக்குப்பின் இத்தடத்தில் சென்றவர்கள் குறைவு. கு.ப. ராஜகோபாலன் ஓரளவும், நான் சற்று விரிவாகவும்,

வல்லிக்கண்ணன் சிறிதும் இத்துறையில் சோதனைகள் செய்துள்ளோம்.

புதுமைப்பித்தன் தம் கவிதையில் புதிய கவிதா சோதனைகள் நடத்தினார். ஆனால் பெரும்பகுதிகள் கலிவெண்பாவாகவே ஒலிக்கின்றன. இச்சோதனையை இப்பொழுது சிலர் தொடர்ந்து செய்வது வரவேற்கத்தக்கது. வெற்றி தோல்வி கவிஞனுக்கு இல்லை.

~

புதுக்கவிதை பற்றி

பிச்சமூர்த்தி கட்டுரை பிரசுரமானதற்குப் பிறகு, 'எழுத்து' ஏட்டில் கவிதை, வசனகவிதை பற்றிய சர்ச்சைகள் அதிகமாக இடம் பெற்றன. 'எழுத்து' 15வது ஏட்டில் தலையங்கப் பகுதியாக, ஆசிரியர் தனது எண்ணங்களை வெளியிட்டிருந்தார். 'எழுத்து அரங்கம்' பகுதியில், இலங்கை ஆர். முருகையனும், திருப்பத்தூர் பொ.சுந்தரமூர்த்தி நயினாரும் தங்கள் கருத்துக்களை விரிவாக எழுதியிருந்தனர். எஸ். முருகையன் எழுதிய 'கவிதைக் கலை' என்றொரு கட்டுரையும் இடம் பெற்றிருந்தது 'ஃப்ரி வெர்ஸ்' பற்றிய அரைப்பக்க விளக்கம் ஒன்றும் காணப்பட்டது.

புதுக்கவிதை வேறு, வசன கவிதை வேறு என்று பிரித்துப் பேச முற்பட்ட 'எழுத்து' ஆசிரியர், ந.பி.யின் சில அபிப்பிராயங்களுக்கு மாறுபட்ட கருத்துக்களை வலியுறுத்தியது குறிப்பிடத்தகுந்ததாகும். அதன் முக்கியத்துவம் கருதி, 'புதுக் கவிதைபற்றி' என்ற 'எழுத்து' (மார்ச் 60) தலையங்கக் கட்டுரையை அப்படியே தருகிறேன்...

"கற்பனை எழுத்து உருவ வகைகளில் கவிதைதான் மிகச் சிறந்த வெளியீட்டு சாதனம் என்று சொல்லப்படுகிறது. கவிதையின் பாஷையே ஒருதனித்தன்மைகொண்டது. ஓசை நயவார்த்தைகள், வார்த்தைத் தொடர்களால் அமைந்த ஒரு தனிச் சிறப்பான அமைப்பு முறைகளைக்கொண்டு, தனித்து குறிப்பிடப்படுவது. வாழ்க்கையும் மனோபாவனையும் ஒரு கலைப்பாங்கான உள்ளத்தில் பொறிகளால் பாதிக்கப்பட்ட சில மனப்பதிவுகளை ஏற்றுகின்றன. இந்த மனப்பதிவுகளை உணர்ச்சி ரீதியாக உரைத்துப் பார்க்கும் கவிஞன் அதை மொழியின் மூலம் இறுகிய, உறைந்த நடையில் கொடுக்கிறான். இந்த நடையில் அர்த்த வலுவுடன் செழிப்புடன் ஒரு அழகும் இருக்கிறது. அழகுடன் ஒரு இசைத்தன்மையும் (மியூசிகாலிட்டி) இருக்கும்.

இந்த இசைத்தன்மைதான் கவிதையை வசனத்திலிருந்து பிரித்துக் காட்டுகிறது. ஆனால் இசைத்தன்மை என்பதை மிகுந்த எச்சரிக்கையுடனேயே கவிதைத் துறையில் குறிப்பிட வேண்டும். சங்கீதத்துக்கு உரிய அளவு தேவையான இசைத் தன்மைக்கும் கவிதைக்கு உரிய அளவு தேவையான இசைத் தன்மைக்கும் உள்ள வித்தியாசத்தை எந்த சந்தர்ப்பத்திலும் நாம் - அசந்து மறந்துகூட - குழப்பிக்கொள்ளக்கூடாது. வசனத்துக்கும் கவிதைக்கும் உள்ள வித்தியாசத்தைப்போலவே கவிதைக்கும் சங்கீதத்துக்கும் வித்தியாசம் உண்டு. பாரதி தன் கவிதைகள் பலவற்றில் சங்கீதத்துக்கு உரிய இசையம்சம் ஏற்றியிருப்பதைப் பார்க்கலாம். இந்த அளவு இசையம்சம் உள்ள அவரது படைப்புகள் கவித்தரம் குறைந்துதான் காண்கின்றன என்பதைச் சொல்லித்தான் ஆக வேண்டும். இன்று அவரது அத்தகைய படைப்புகளைப் பின்பற்றி எழுதப்படும் மெட்டுப் பாட்டுகள் எல்லாம் கவிதைகள் என்று கருதும் ஒரு ஏற்புநிலை ஏற்பட்டிருக்கிறது. இந்தச் சூழ்நிலை கவிதை வளர்ச்சிக்குப் பெரிதும் பாதகமாக இருக்கக்கூடியது.

எனவே, கவிதைக்கு வேண்டிய இசைத்தன்மை பிச்சமூர்த்தி கூறியதுபோல 'சவுக்கைத் தோப்பின் வழியே காற்று பாய்ந்து சென்ற பிறகு தோன்றும் ஒரு ஓயுமொலி' என்பதுதான் முக்கியம். ஓயுமொலி சொப்பனக் குரல் மாதிரி நம் காதுகளில் தாக்கக்கூடியதாக இருக்கக்கூடியதாக இருக்கவேண்டும். இந்த ஓயும் ஒலி சொப்பனக் குரல்தான் ஒலிநயம் என்று சொல்கிறோமே அந்த மென்மையான இசைத்தன்மை வாய்ந்தது. இந்த ஒலிநயம் சுருதிமீட்டலாக ஓடும் கவிதையில் வசனத்திற்கும் ஒலிநயம் உறவு உண்டு என்றாலும் கவிதையில் உள்ள ஒலிநயத் தோற்றமே வேறு. இந்த ஒலிநயத்தைக் கொணர்வதில்தான் கவிஞன் சாமர்த்தியம் இருக்கிறது.சந்தத்தைக்கொண்டு வார்த்தைகள் ஓசையை தாளப்படுத்திக் காட்டி கவிதையை உணரச் செய்வதுதான் என்பதல்ல.

இந்த மென்மையான ஒலிநயத்துக்கு அதிக முக்கியத்துவம் கொடுப்பதுதான் புதுக்கவிதை முயற்சி. சந்த அமைப்பு ஒழுங்கற்று கையாளப்பட்டிருக்கலாம். இதைப்பற்றிய அக்கறை இல்லாமலும் இருக்கலாம். ஆனால் ஒலிநயம் அதில் இருக்கத்தான் செய்யும். இதனால் மரபான கவிதையில் ஒலிநயம் இல்லை என்று சொல்லிவிட முடியாது. சந்தமும் எதுகை மோனையும் சொற்கட்டும் ஒலிநயத்தை ஏற்றக்கூடியவைதான். அதை உணரச்

செய்ய வைப்பவைதான். ஆனால் சீர் அசை தளைகளின் மூலம் கட்டுப்படுத்தப்பட்டு வெளித் தெரியும் படியான தாளக்கட்டுடன் அமைந்த கவிதைகளைவிட புதுக்கவிதையில் ஒலிநயத்துக்கு இடம் அதிகம்.

'மரபுக்கிணங்கிய கவிதையில் ஒலிநயம் என்று தனியாக இருப்பதாகக் கூறுவதே ஒரு பிரமை என்று வாதிக்க இடம் இருக்கிறது' என்று பிச்சமூர்த்தி கூறுகிறார். 'ஒலிநயம் என்ற குணநியதியை முற்றாக புறக்கணிப்பது வசன கவிதை' என்கிறார் முருகையன். 'வசன கவிதை என்பது கவிஞன் தன் உணர்வை தோன்றிய போக்கில் சிதறவிடுவதாகும்' என்கிறார் கைலாசபதி. ஆனால் இந்த மூன்றுக்கும் பதில் சொல்வதுபோல அமைந்திருக்கிறது. புதுக்கவிதை முயற்சியில் முழுமூச்சுடன் ஈடுபட்டிருந்த கு.ப. ராஜகோபாலன் எழுதியுள்ள சிலவரிகள்.

"வசன கவிதைக்கும் யாப்பிலக்கணம் உண்டு. அதிலும் மாவிளங்காய் தேமாங்கனி எல்லாம் வந்தாக வேண்டும். வரும் வகை மட்டும் வேறாக இருக்கும். வசன கவிதைக்கும் எதுகை மோனை கட்டாயம் உண்டு. ஏனென்றால் இந்த அலங்காரங்களை எல்லாம் உள்ளடக்கினது கவிதை. அது அவற்றை இஷ்டம்போல மாற்றிக்கொள்ளும். முதலில் உண்டாக்கினபடியே இருக்கவேண்டும் என்றால் இருக்காது."

கு.ப.ரா. புதுக்கவிதை முயற்சி பற்றிக் கூறியுள்ள இந்த வரிகள் திட்டவட்டமாகவே அதன் தன்மை பற்றி தெரிவிக்கின்றன. புதுக்கவிதையில் ஒலிநயம் இருப்பதன் அவசியத்தை அவர் உணர்ந்திருப்பது தெரிகிறது. அதை வெறும் பிரமை என்று தள்ளினதாகத் தெரியவில்லை. அவர் கூறி இருப்பவைகளுடன் 'ஃப்ரி வெர்ஸ்' பற்றிய சில வரிகளையும் சேர்த்துப் பார்த்தால் புதுக்கவிதை முயற்சி செய்பவர்களது முறையான நோக்கு புலப்படும்.

நடுவில் ஒரு வார்த்தை, வசன கவிதை என்ற பதச்சேர்க்கை பற்றி இந்த வார்த்தை எப்படியோ உபயோகத்துக்கு வந்துவிட்டது. இங்கிலிஷ் மொழியில் செய்யப்பட்ட 'ஃப்ரி வெர்ஸ்' என்ற சொல்லின் அர்த்தமாக கருதப்பட்டு உபயோகிக்கப்பட்டிருக்க வேண்டும். ஆனால் வசனம் என்ற கவிதைக்கு மாறுபட்ட, ஒரு பதத்தை அதில் இணைத்திருப்பதால் தெளிவான ஒரு பொருளுக்கு, வியாக்கியானத்துக்கு இடம் இல்லாமல் இருக்கிறது. இந்த பதச்சேர்க்கையை முன் வைத்தே வாதப் பிரதிவாதங்கள்

நடைபெறுகின்றன. வசன கவிதை என்பது ‘கோவேறு கழுதை’, ‘விஜிடபிள் பிரியாணி’ என்று பரிகாசமாக பேசப்படுகிறது. புதுக்கவிதை முயற்சி என்றால் அது வசன கவிதைதான், ‘யாப்புக்குப் புறம்பான’ வசனத்தை ஒடித்துப்போட்டு எழுதுவதுதான் என்று முடிவு கட்டப்படுகிறது.

புதுக்கவிதைகள் வசன கவிதைகளாகத்தான் இருக்கும் என்று கருதுவதற்கு இல்லை. வசன கவிதைகள் எல்லாம் புதுக் கவிதைகள் என்று சொல்லிவிடவும் முடியாது. புதுக்கவிதைகள் உருவ அமைப்பில் மட்டுமல்ல; உள்ளடக்கம் சம்பந்தமாகவும் சில புதிய இயல்புகளைப் பெற்றிருப்பதாகும். சோதனை கு.ப.ரா கூறியுள்ள அலங்கார அம்சங்களைப் பொறுத்தது மட்டுமல்ல. ஒரு கலைஞனை உடன் நிகழ்கால வாழ்க்கை பாதித்து அவனை உணர வைத்திருப்பது. வாழ்க்கையிலும் கலையிலும் மதிப்புத் தரநிலை தேடுவது இவைகள் சம்பந்தமாகவும் உண்டு. எனவே வசனகவிதையையும் புதுக்கவிதையையும் வித்தியாசப்படுத்திக் கொள்வதுதான் முறையானதாகும். குழப்பிக்கொண்டால் தற்காலக் கவிதை சம்பந்தமாக ஒரு அபிப்பிராயம் விழுவதற்கு இடமே ஏற்படாது போய்விடும்.

இதில் இன்னொரு விசேஷம். வசன கவிதைக்கான சில இலக்கண அம்சங்களை கூற ஒருவர் முற்படும்போது புதுக் கவிதைக்கான சில நியதிகளையும் அதில் நாம் காண்கிறோம். கு.ப.ரா. வசன கவிதை பற்றி சொன்னாலும் புதுக்கவிதை பற்றிய விளக்கமாகவே அது இருக்கிறது. பிச்சமூர்த்தியின் வாதத்திலும் சில புதுக்கவிதை சம்பந்தப்பட்டதாக இருக்கின்றன. புதுக்கவிதை சம்பந்தமாக புதுமைப்பித்தன் கூறியுள்ள சில வரிகளைப் பார்ப்போம்.

‘ரூபமில்லாமல் கவிதை இருக்காது. கவிதையுள்ளதெல்லாம் ரூபம் உள்ளதென்று கொள்ளவேண்டும்... இன்று ரூபமற்ற கவிதையென சிலர் எழுதி வருவது இன்று எவற்றையெல்லாம் ரூபம் எனப் பெரும்பாலோர் ஒப்புக்கொள்கிறார்களோ, அவற்றிற்குப் புறம்பான ரூபத்தை அமைக்க முயலுகிறார்கள் எனக் கொள்ள வேண்டுமேயொழிய அவர்கள் வசனத்தில் கவிதை எழுதுகிறார்கள் என்று நினைக்கக்கூடாது. அவர்கள் எழுதுவது கவிதையா இல்லையா என்பது வேறு பிரச்னை.’

இப்படி அவர் கூறும்போது மரபானவை என்று நாம் கருதி உள்ள உருவ வகைகளை வைத்து புதுக்கவிதை முயற்சிகளை

மதிப்பிடக் கூடாது என்று அவர் கருதுவதாகத்தான் படுகிறது. அத்துடன் கவிதைக்கு உரிய (கு.ப.ரா. குறிப்பிட்ட அலங்காரங்களுடன் கூடிய) கவிதைக்கு கரு, கருத்து இருக்கிறதா என்பதையும் பார்க்க வேண்டும் என்கிறார். ஆனால் அவர் இன்று வசனகவிதைகள் என்ற தலைப்பில் வெளிவரும் வார்த்தைச் சேர்க்கையில் வசனமும் அல்ல, கவிதையும் அல்ல, என்றும் கூறி இருக்கிறார். புதுக்கவிதையையும் வசன கவிதையையும் அவர் பிரித்துப் பேசி இருப்பது தெரிகிறது.

யாப்புக்கும் கவிதை நடைக்கும் உள்ள உறவு பற்றிக் கூறுகையில், ‘யாப்பு’ முறையானது, பேச்சு அமைதியின் வேகத்திற்கு அழுத்தம் கொடுக்கும் ஒரு ரூபமேயொழிய பேச்சு முறைக்கும் புறம்பான ஒரு தன்மையைப் பின்பற்றி வார்த்தைகளைச் சேர்ப்பதல்ல’, என்று குறிப்பிட்டிருக்கிறார். மேல்நாட்டு புதுக்கவிதை முயற்சிகளில் காணப்படும் முக்கியமான அம்சங்களில் ஒன்று, பேச்சு வழக்கில் உள்ள இசைவான வார்த்தைகளையும் வார்த்தைத் தொடர்களையும் கவிதையில் நிறையப் புகுத்துவது. பேச்சு அமைதியையும் புதுக்கவிதைகளில் காணமுடியும். எனவே புதுக்கவிதைகள் அமைவதற்கு உதவுபவைகளில் சொற்களின் முக்கியத்துவம் ஏற்றுக்கொள்ளப்பட்டிருக்கிறது. கவிதைக்கு ஒலிநயம் போலவே சொல் அமைவும் எவ்வளவு இன்றியமையாதவை என்பதைக் காட்டும் பின்வரும் கு.ப.ரா.வின் கவிதை வரிகள்.

கவிகள் களைப்பின்றி காவியமியற்ற
நின் கண்கள் என்ன நிலைக்காக் கவர்ச்சியில்
கருமை தட்டியவை?
யுகம் யுகமாக மனிதனை
மாயை போல மயக்க
உன் கருவளையும் கையும்
என்ன சொற்சுவையில்
சுருதி சேர்ந்தவை?
மானிடன் மார்பில்
ஒவ்வொரு அடியிலும் எதிரொலிக்க
உன் கால் மெட்டி
என்ன வெள்ளி இசையில்
இன்பம் காட்டியது?

இந்தச் செய்யுளுடன் பாரதியின் காட்சிகளில் உள்ள வரிகளை ஒப்பிட்டுப் பார்த்தால் புதுக்கவிதைக்கும் வசன

கவிதைக்கும் பல அம்சங்களில் உள்ள வித்தியாசம் தெரியும். பாரதியின் காட்சி வரிகளில் வரும் சொற்கள் 'சிருஷ்டியின் அனுபவத்தைக் கூறும் உணர்வுள்ள சொற்களாக' இருக்கலாம். ஆனால் அவைகளின் சேர்க்கையிலே இசைத்தன்மை பிறக்கவில்லை. ஆனால் கு.ப.ரா வின் கவிதையில் வரும் சொற்களும் சொற்கோவைகளும் தங்கள் கருத்து, உணர்வு இசையினால் மட்டுமின்றித் தங்கள் ஒலி இசைவினாலும் சிறப்பாக - முதன்மையாக - கவிதை ரூபத்திற்கு உதவி இருக்கின்றன.

புதுக்கவிதை சத்தான, தாக்கான முயற்சி. அதன் எதிர்காலம், பழங்கவிதையின் இயல்பும் சிறப்பும் அறிந்து மரபை மீறி மரபு அமைக்கும் வழியாக கவிதை உள்ளம் படைத்தவர்கள் கையாளும் வழிவகைகளைப் பொறுத்து இருக்கிறது.

~

எழுத்து 1960-61 கவிதைகள்

'எழுத்து'வின் இரண்டாவது ஆண்டு புதுக்கவிதையின் தரமான, வளமான, வளர்ச்சிக்கு வகை செய்தது. பிச்சமூர்த்தியின் கட்டுரையும், தலையங்கமாக வந்த செல்லப்பாவின் கருத்துக்களும் பல எதிரொலிகளைப் பெற்றன. அதேசமயத்தில், கவிதை உள்ளமும் கற்பனை வீச்சும் உணர்வோட்டமும் உடைய உற்சாகிகளைக் கவிதை எழுதத் தூண்டின. புதிய நோக்குடன் சிந்தனை விழிப்போடும் சோதனை ரீதியில் கவிதை எழுதும் உற்சாகத்தைச் சிலருக்குத் தந்தன.

கவிதை பற்றிய கட்டுரைகளும் அதிகம் தோன்றின. கவிதைக் கலை பற்றி முருகையனும், கவிதை வளம் சுயேச்சா கவிதை பற்றி தருமசிவராமுவும் எழுதிய கட்டுரைகள் குறிப்பிடத் தகுந்தவை.

ஆழ்ந்த சிந்தனையை வெளிப்படுத்தும் கனமான கட்டுரைகளை 'எழுத்து'வில் தொடர்ந்து எழுதிக்கொண்டிருந்த தருமசிவராமு 1960ல் உணர்வு அனுபவங்களும் கற்பனை வளமும் நிறைந்த கவிதைகளை எழுத முற்பட்டார். அவருடைய முதல் கவிதை 'நான்' - த.சி.ராமலிங்கம் என்ற பெயரில் - எழுத்து 13-வது ஏட்டில் பிரசுரமாயிற்று.

ஆரீன்றாள் என்னை?
பாரீன்று பாரிடத்தே
ஊரீன்று உயிர்க்குலத்தின்
வேரீன்று வெறும் வெளியில்
ஒன்று மற்ற பாழ்நிறைத்து
உருளுகின்ற கோளமெல்லாம்
அன்று பெற்று விட்டவளென்
தாய்!

இப்படிப் பிறந்து வளர்வது அக்கவிதை.

தருமு சிவராமுவின் இரண்டாவது கவிதை 'பயிர்' 23வது இதழில் வந்தது. அவருடைய கவித்துவத்துக்கு நல்லதோர் எடுத்துக்காட்டு அது.

வேலிகட்டா வானத்தில்
வெள்ளிப் பயிர் வளர்க்க
தாலிகட்டிச் சக்தியினை
ஈர்ப்பென்ற நீர்பாய்ச்சிக்
காலமெல்லாம் காத்திருக்க
வைத்துவிட்டாய்; வைத்துமென்ன?
ஊழியென்ற பட்சி அவள்
அயர்ந்திருக்கும் வேளையிலே
வேலிகட்டா வானத்தில்
வெள்ளி விதைகளெல்லாம்
அள்ளி விழுங்குவரை
நீர்பாய்ச்சி என்ன பயன்
வேர்முளைக்கக் காணோமே!

முதல் வருடத்தில் கவிதை எழுதத் தொடங்கிய கி.கஸ்தூரி ரங்கன் 'கற்பனைப் பெண்' என்ற இனிய கவிதை ஒன்றே ஒன்றை மட்டும் எழுதியதுடன் நிறுத்திக்கொண்டார். அது ரசிக்கப்பட வேண்டிய படைப்பு.

மஞ்சம் ஒழிந்திருக்கப்
பஞ்சணைகள் பூத்திருக்க
கன்னம் செவ செவக்கக்
கற்பனையே பெண்ணே
நீ
நெஞ்சில் துயிலுவதேன் – என்
நெஞ்சில் துயிலுவதேன்?
உதயம் ஒளித்திசையில்
உருவாவ தறியாமல்
இதயம் துடித்திசைக்கும்
இன்பத்தா லாட்டுக்களில்
கதையாம் கவிதைகளாம்
கனவுகளாகக் கண்டு கொண்டு
கண்ணில் உறங்குவதேன் – என்
கண்ணில் உறங்குவதேன்?
நெஞ்சோ முட்படுக்கை! என்

கண்ணோ கனலிருக்கை!
பஞ்சோ பொறியருகில்?
மலரோ முள்ளின் மேல்?
நஞ்சோ அமுதமாகும்?
நானோ(உ)ன்னருள் பெற்றேன்!

வேறு சிலரும் அபூர்வமாக ஒன்றிரண்டு கவிதைகள் எழுதினார்கள். எனது கவிதைகள் இரண்டு (விஷமும் மாற்றும்; குருட்டு ஈ) 16வது இதழில் இடம்பெற்றன.

பிச்சமூர்த்தி இயற்கை தரிசனங்களையும் வாழ்க்கை உண்மைகளையும் இணைத்து அவ்வப்போது கவிதைகள் எழுதிக்கொண்டிருந்தார். சுமைதாங்கி, லீலை, போலி, திறவுகோல், ஸ்விச், மணல் ஆகியவை 1960-61 வருடங்களில் 'எழுத்து' ஏடுகளில் பிரசுரமாயின.

ஜெயகாந்தன் எழுதிய கவிதை ஒன்று (நீயார் - எழுத்து 32) குறிப்பிடத்தகுந்தது.

நீ யாரென்றேன்
   அழுக்கு என்றாய்
பேரேதென்றேன்
   பொய் என்றாய்
ஊரே தென்றேன்
   இருள் என்றாய்
ஒளியே
   உயிரே

உயர்வே, வா!
அழுக்கின் உருவே அருகில் வா - உனை
அணைத்துக் கொள்வேன் அஞ்சாதே
உலகின் அழுக்கைச் சுமந்தாலும்
உள்ளத் தழுக்கில்லா உருவே
அழுக்கைக் கடந்து வந்துவிட்டாய் - நீ
அழுக்கின் உருவம் கொண்டுவிட்டாய்
பொய்யின் உருவே அருகில் வா உனைப்
   புரிந்து கொண்டேன் ஓடாதே
   உலகின் பொய்யைச் சுமந்தாலும்
   உள்ளப் பொய்மையில்லா - உருவே
பொய்யைக் கடந்து வந்து விட்டாய் - நீ

பொய்யின் உருவம் கொண்டுவிட்டாய்.
இருளின் உருவே அருகில் வா - நாம்
இணைவோம் ஒன்றாய் விலகாதே
உலகின் இருளைச் சுமந்தாலும்
உள்ளத் திருளில்லா உருவே
இருளைக் கடந்து வந்து விட்டாய் - நீ
இருளின் உருவம் கொண்டு விட்டாய்.

அழுக்கின் உருவே உன்னிதழில்
அமுதம் ஊறுவதெப்படியோ?
பொய்யின் உருவே உன்னகத்தில்
புனிதம் ஒளிர்வதெப்படியோ?
இருளில் உருவம் உன் விழியில்
அருளொளி வீசுவதெப்படியோ?

தி.சோ. வேணுகோபாலனும், டி.கே. துரைஸ்வாமியும் தங்கள் சோதனைகளைத் தொடர்ந்து செய்து வந்தனர்.

வேணுகோபாலன் வாழ்க்கைத் தத்துவங்களை சாதாரண நிகழ்ச்சிகளோடு பொருத்திக்காட்டி எளிய முறையில் கவிதைகள் இயற்றினார். உதாரணத்துக்கு 'ஞானம்' என்பதைக் கூறலாம்.

சாளரத்தின் கதவுகள், சட்டம்
காற்று உடைக்கும்.
தெருப்புழுதி வந்தொட்டும்
கறையான் மண்வீடு கட்டும்.
அன்று துடைத்தேன்,
சாயம் அடித்தேன்,
புதுக்கொக்கி பொருத்தினேன்.
காலக் கழுதை
கட்டெறும்பான
இன்றும்
கையிலே
வாளித்தண்ணீர், சாயக்குவளை
கந்தைத் துணி, கட்டைத் தூரிகை!
அறப்பணி ஓய்வதில்லை,
ஓய்ந்திடில் உலகம் இல்லை!

'ஸட்டயர்' ஆக - பரிகாசத் தொனியோடு எழுதும் முயற்சியிலும் அவர் ஈடுபட்டார். 'விசாரணை' என்பது இந்த ரகத்தைச் சேரும்.

> தத்துவந்தானே? வெங்காயம்!
> போடா! போ!
> மூடியதை மூடிப்
> பின்மூடி! முடிவா?
> உரித்தால் மேலும் உரித்தால்
> கண்ணீர் கொட்டும்
> முட்டாளுக்கு உருக்கம்!
> மூளை மோதினால்
> தலைக்குத் தேங்காய்!
> உனக்கும் எனக்கும்
> முடிந்தால்
> இதயத்திற்கு மருந்து!
> அனேகருக்கு
> வயிற்றை நிரப்ப
> வேகும் கூத்துத்தான்!
> என்று மேலும்
> வளர்கிறது அது.

'இலக்கிய அனுபவம்' என்பதும் நல்ல கிண்டல்தான்.

> சொல்வ திரண்டு வகை
> சிந்தித்துச் சொல்லல்!
> சிந்தை இலையாதல்!
> கரகம் அல்லது
> கண்கட்டு;
> இரண்டுக்கும்
> பொருள்
> சொன்னவன் புலவன்!
> கண்டவன் கலைஞன்!
> முழிப்பவன்
> நீயும் நானும் கேவலம்
> வாசகக் கும்பல்!

டி.கே. துரைஸ்வாமி சோதனைக்காகவே சோதனை என்ற தன்மையில் கவிதை முயற்சிகளில் தீவிரமாக முனைந்ததுபோல் தோன்றுகிறது. படிப்பவரைக் குழப்பமுற வைப்பது அவரது

கவிதைகள் சிலவற்றின் முக்கிய நோக்கம் என்று எண்ண வேண்டியிருக்கிறது. க.நா.சு. புதுக்கவிதைக்கு வகுத்த இலக்கணத்தை - 'கவிதை சிக்கலும் சிடுக்கும் நிரம்பியதாக இருக்கவேண்டும். தெளிவு தொனிக்க வேண்டும். ஆனால் சிக்கல் விடுவிக்கக் கூடாததாகவும் இருக்கவேண்டும். கவிதை நயம் எது என்று எடுத்துச் சொல்லக்கூடாததாக இருக்க வேண்டும். புரியவில்லைபோல இருக்க வேண்டும். அதேசமயம் பூராவும் புரியாமலும் இருந்துவிடக்கூடாது' என்பதை அப்படியே பின்பற்ற ஆசைப்பட்டவர் துரைஸ்வாமி என்று எனக்குப்படுகிறது.

'வர்ணபேதம்' என்ற கவிதையை அதற்கு உதாரணமாகக் கூறலாம்.

கற்புக்கு முல்லை;
கட வுளுக்குத் தாமரை;
காமத்துக்கு அல்லி;

என்று சொன்னால்;
முல்லைக்கு வெள்ளை;
தாமரைக்குச் சிவப்பு;
அல்லிக்கு இருட்டு;

என்று சொன்னால்
முல்லை மலர
அல்லி சோரும்
தாமரை மலர
முல்லை சோரும்;

அல்லி மலர
என்ன சொல்ல?
என்று சொன்னால்,
எங்கு சென்றால்,
என்ன செய்தால்

அல்லி முல்லையாக,
முல்லை மரையாக,
மரையும் அல்லி மலராக
மாற்றத்தில் மாற்றமுற.
ஏகம் அநேகமாக
அநேகம் ஏகமாக,

வருவது உண்டோ?
செய்வது அரிதோ?
என்று சொன்னால்?

இதில் ஏதோ மர்மம், பொருள், தத்துவம் இருப்பதாக வாசகன் குழம்பிக்கொண்டு மூளைக்கு வேலை கொடுக்க அவதிப் படட்டுமே என்பதுதான் கவிஞரின் அந்தரங்க நோக்கமாக இருக்கமுடியும்!

வசனத்தையே கவிதை என்று தருவதும் துரைஸ்வாமியின் சோதனை முயற்சிகளில் ஒன்று. 'அறியாதவர் ஒருவருமில்லை' என்பது கவிதையாம்.

"சுவரொட்டியாகவும் சீவனற்ற முதலையாகவும் அசட்டுத் தவிட்டு நிறம் பூண்டு, சந்தடி செய்யாது தன் இரைமீது பதுங்கிப் பாய வரும் வீட்டுப் பல்லியை அறியாதவர் யாருமில்லை.

எச்சிலால் வலை பின்னி, அதன் நடுவே தன் எண்கால் பரப்பி வந்து சிக்கும் ஈக்கும் பூச்சிக்கும் சலனமற்றிருக்கும் சிலந்தியை அறியாதவர் ஒருவருமில்லை.

மண்டையெல்லாம் கண்ணாக, அழுகல் சிவப்பு முகமும், புழுவுடலும், சிறு இறகும், விஞ்ஞானம் ஆவிர்ப்பளித்த பேயாகவும், சுத்தா சுத்தமறியாத அபேதவாதியாகவும் மொய்த்துச் சலிக்கும் ஈயென்ற வொன்றை அறியாதவருமில்லை.

கூட்டமாக அணிவகுத்து, அசட்டுக் கடுஞ்சிவப்பு நிறந்தாங்கிச் சிந்திய ரௌத்திரத் துளிகள்போல் தடுத்தோரைக் குதறித் தள்ளி அடுத்த நிமிஷம் சாவதற்கு விரையும் இக்கட்டெறும்புக் கூட்டத்தையும் நாம் அறிவோம்."

இது கவிதை (புதுக்கவிதை) என்று சொல்வதானால், லா.ச. ராமாமிர்தம் எழுதியுள்ள கதைகள் அத்தனையும் மணிமணியான கவிதைகளே என்று 'சத்தியம் பண்ண' வேண்டியதுதான்!

துரைஸ்வாமியின் 'காத்திருந்தேன்' நல்ல கவிதை. ஒருவனது வருகை நோக்கிக் காத்திருக்கும் ஒரு நபரின் தனிமையை, மன உளைச்சலை, உணர்ச்சி சுழிப்புகளை விரிவாகச் சொல்லுகிறது இது.

'திரும்பத்திரும்பப் படித்துப் பார்க்க, ஒரு தரம் படிப்பவருக்கும் ஒரு வேகம், ஒரு எதிரொலிக்கும் தன்மை,

விடாப்பிடியாக உள்ளத்தைப் பிடித்துக்கொள்ளும் ஒரு குணம் இருக்கவேண்டும் புதுக்கவிதையிலே' என்று க.நா.சு. வகுத்துள்ள இலக்கணத்துக்கு ஏற்ப இயற்றப்பட்டுள்ளது. 'கொல்லிப் பாவை.'

'திரௌபதி அவள்
வந்து போகும் அர்ச்சுனன் நான்'

என்ற வரிகள் விளக்கம் கூறப்பெற்று, திரும்பத்திரும்ப ஒலிக்கின்றன இக்கவிதையில்,

'பேதாபேதம்' என்றொரு கவிதை. இது வேறு ரகமான சோதனை.

மண்புழு
மண்ணைப்
பொன்னாக்கும்!

இலைப்
புழு
பட்டு நெய்யும்!

மனிதரில்
சிலந்தியும்

பெண்டிருட்
சிதலும்
உண்டு.

'அலங்காரம்' என்றொரு சொல்லடுக்கு.

மயிற்கண்
முலைப்பால்,
நெடுவேனில்
கார்காலம்
சென்று தேய்ந்திறுதல்,
கொல்லிப்பாவை;
மன்னுமிவ்வுலகு.

இப்படிப்பட்ட சோதனைகளினால் புதுக்கவிதைக்கு வளம் சேர்க்க முயன்ற பெருமை துரைஸ்வாமிக்கு உண்டு.

1960–61 ஆண்டுகளில் 'எழுத்து' மூலம் அறிமுகமாகி வளர்ச்சி பெற்ற கவிஞர்களில் முக்கியமானவர் சி.மணி.

இவரது முதல் கவிதை 'குகை' 15வது ஏட்டில் பிரசுரமாகியுள்ளது. ஏதோ இருள் மனக் குகை ஓவியம். அதிலும் ஒரு வசீகரம் இருக்கிறது. அடுத்து, 18வது இதழில் வந்த 'அரக்கம்' உலக இயல்பைக் கூறுகிறது.

**வாடிய பூக்களில் வீழ்ந்து ஒழிந்தாலும்
விழித்த மலர்கள் சிரித்து மினுக்கும்;
ஈன்ற வாழை இளைத்துச் சாய்ந்தாலும்
உயிர்த்த கன்று முகிழ்த்து மிளிரும்
வீசிய விண்மீன் சரிந்து அணைந்தாலும்
மிகுந்த மீன்கள் விரித்துச் சிமிட்டும்;
ஊட்டிய அன்னை உழைத்து ஓய்ந்தாலும்
எஞ்சிய குமரன் குமரியைப் பிடிப்பான்.**

சி. மணியின் 'மறுப்பு' (எ. 19) மனக்குகையின் இருள் காட்சியாகத்தான் ஒளியிடுகிறது. ஸர்ரியலிஸ ஓவியம் மாதிரி இருக்கிறது இதில் வர்ணிக்கப்படுகிற காட்சி.

**ஒடிந்த அநாதை நிலா
தொழுநோய்க் கூனனாக
பிரேதக்களை ஒளிர
மருந்து தேடித்தேடி அலைய,
வழிந்த சீழ் உருண்டோடி
மஞ்சற் கட்டியாகி
நெஞ்சு வலியாய்த் துடிக்க,
சீ முனையில் வெடித்த பல முகில்கள்
மனக் குகையின் இருள் வடிவாய்
பேய்க்கணமாய் ஆந்தையாய்ப் பரவி
வானுக்குக் கிழிந்த திரை போட**

என்று மேலே மேலே போகிறது கவிதை. அதெல்லாம் ஏன் ஏற்பட்டது?

**இளமைக் குவியலாய்
இன்ப நுகர்ச்சியாய்
ஆடிப் பாடிய நான்
ஒரே கணத்தில்
விரக்தி வடிவாகி நரைக்கக்**

காரணம். கன்னி ஒருத்தி அவன் ஆசையோடு நெருங்கி கேட்டபோது, அவள்

'தனி ஊசல் போல
இடவலமாய் தலையசைத்'ததுதான்!

காதல் தோல்வி கண்ட விரக்தி உள்ளத்தின் வாழ்க்கைச் சூன்ய நோக்கை இக்கவிதை சித்தரிக்கிறது.

'இருளின் நிழல்' என்பதும்
சாக்காட்டு உலகில்
என்னை விட்டு
கூடு விட்ட பறவையென

ஓடி மறைந்த 'பெண்ணை எண்ணிப் பித்துற்ற மனசின் விரக்திப் புலம்பல்தான்.

'கதவை மூடு' வேறு தொனியில் அமைந்துள்ளது. ஆயினும், இதிலும் விரக்தியே மேலோங்கி நிற்கிறது.

கதவை மூடு
வீங்கி விரிந்த மாநிலம்
துவண்டு விழுந்தால் ஆறடி
வாழ விட்ட பூமகள்
சாய்ந்ததும் செரித்திடுவாள்;
அபூர்வமாய் பெற்ற மகனாய்
நீ வளர்த்த நாயும் கடிக்கும்;
நோய் பிடிக்க கடனேற
நீயே
உனக்கு எதிராவாய்;
கதவை மூடு, கதவை மூடு

நகையாய் வெறுத்த உடை
நலிந்தும் கூடையிலே;
பூவையர் குழல் பூச்சரம்
வாடியதும் குப்பையிலே
விளங்க வந்த மனைவிக்கு
மாத முடிவில் மூலையிலே;
வானுக்கு உயிரூட்டி
சிரித்தேகும் எரிகல்
உதிர்ந்ததும் ஒன்றுமில்லை
காற்றேன்? மூச்சேன்?
கதவை மூடு, கதவை மூடு.

கவிஞர்கள் நிலவை எவ்வாறெல்லாமோ வர்ணித்துவிட்டார்கள். இன்னும் பாடிக்கொண்டிருக்கிறார்கள். என்றாலும், நிலவை ரசிப்பதிலும் வியந்து பாராட்டுவதிலும் மனித மனசுக்கு அலுப்பு ஏற்படும் என்று தோன்றவில்லை.

நிலவை புதியதோர் கோணத்தில் பார்த்து (புதுக்)கவிதை செய்தார் எஸ். வைதீஸ்வரன் அருமையான படைப்பு. 'எழுத்து'வில் வந்த அவருடைய முதல் கவிதை இதுதான். 34–35 என்று இரட்டை இலக்கமிட்ட ஏட்டில் பிரசுரமாயிற்று.

கிணற்றில் விழுந்த நிலவு

கிணற்றில் விழுந்த நிலவைக் கீழிறங்கித் தூக்கி விடு
நனைந்த அவள் உடலை நழுவாமல் தூக்கி விடு
மணக்கும் அவள் உடலை மணல் மீது தோய விடு
நடுங்கும் ஒளியுடலை நாணல் கொண்டு போர்த்தி விடு
கலைமேவும் அவள் குழலைக் காற்றிலே கோதி விடு
அலைக்கும் அவள் மார்பை அல்லிக்கொடி அணைக்க விடு
மருண்ட முகம் தெளியத் திருமஞ்சள் பூசி விடு
ஈதனைத்தும் செய்து விட்டு இதமான கவிதைகளால்
ஒத்தடங்கள் கொடுத்து விடு
உடலெங்கும் தேன் பூசிப் பத்திரமாய்ப் பெண்ணிவளை
வான் முனையில் கொண்டு விடு
இருட்டு முடியுமுன்னே, இரவு முடியுமுன்னே
திருஷ்டி கழித்தவளைத் திருப்பி யனுப்பி விடு

இவ்வாறு இன்னும் பல வரிகளைக்கொண்டது இக்கவிதை. இதற்கு 'ஒட்டு'ம் 'வெட்டு'ம் ஆக இரண்டு கவிதைகள் எழுதினார் தி.சோ. வேணுகோபாலன்.

கற்பனை விரிவும் கருத்தாழமும் உணர்வோட்டமும்கொண்ட கவிதைகள் அவை. நிலவைக் கற்பரசியாகக்கொண்டும் நாணமிலாப் பரத்தையாகக்கொண்டும் ஒட்டும் வெட்டும் படைக்கப்பட்டுள்ளன இவை 'எழுத்து' 36ஆம் ஏட்டில் இடம் பெற்றன.

'எழுத்து' 36வது இதழ் அருமையான கவிதைகள் பலவற்றுடன் விளங்கியது. வேணுகோபாலனின் 'ஒட்டும் வெட்டும்' டி.கே.துரைஸ்வாமியின் பேதாபேதம், அலங்காரம் சிலேடை ஆகிய 'மூன்று கவிதைகள்' இவற்றுடன் டி.சி.

ராமலிங்கம் (தரும சிவராமு) கவிதைகள் ஐந்தும் இதில் வெளிவந்தன.

படிமச் சிறப்புக்கு எடுத்துக்காட்டாகப் பலரால் பல இடங்களில் கையாளப் பெற்றுள்ள 'விடிவு' இவ்வைந்து கவிதைகளில் ஒன்று.

பூமித் தோலில்
அழகுத் தேமல்
பரிதி புணர்ந்து
படரும் விந்து
கதிர்கள் கமழ்ந்து
விரியும் பூ.
இருளின் சிறகைத்
தின்னும் கிருமி
வெளிச்சச் சிறகில்
மிதக்கும் குருவி

தரும சிவராமுவின் கவிதையாற்றலின் வளர்ச்சியைக் கூறும் படைப்புகள் இவை. விடிவு, மாலை, நிழல்கள், சைத்ரீகன், மறைவு ஆகியவை கற்பனை நயத்தையும் சிந்தனைச் செறிவையும் விளக்கும் கவிதைகள்.

'எழுத்து'வின் 'மூன்று ஆண்டுகள்' வளர்ச்சி குறித்து 36வது இதழில் வந்துள்ள தலையங்கம் கவிதைகள் பற்றியும் பேசுகிறது -

'எழுத்து'வில் சுமார் 90 கவிதைகள் வந்திருக்கின்றன. எழுத்துவில் வெளியான கவிதைகள் பொருள் விளங்காத சொற்கள் பலவற்றால் பிணைத்துக் கட்டப்பட்ட கரடுமுரடான கதம்ப மாலைகளாக உள்ளவை என்ற ஒருவாசகர் கருத்தை புதுக்கவிதை பற்றி ஓங்கியடித்துச் சொல்லும் பாதகமான ஒரு அபிப்பிராயத்தின் பிரதிநிதித்துவக் குரலாக கருதுகிறோம். இந்த இடத்தில் அதைப்பற்றி விவாதிக்க இடம் இல்லை. ஆனால் ஒன்று மட்டும் சொல்ல வேண்டும். இந்த மாதிரி கருத்துக்கள் கிணற்றுத் தவளை வாழ்வினால் ஏற்படுவது. இலக்கியச் சிறப்பான உலகத்து பல்வேறு மொழிகளிலும் தற்காலக் கவிதைநிலை எப்படி இருக்கிறது என்பதை உணர முடிந்தவர்கள்தான் இந்த புதுக்கவிதை வளர்ச்சியைப் பற்றி புரிந்துகொள்ள முடியும். அன்றைய பாரதியையே கவியாக இன்னும் உணரமுடியாத சூழ்நிலையில் இன்றைய புதுக்கவிதை சோதனைக்கார

முதல்வன் பிச்சமூர்த்தியையும், எழுத்து மூலம் முளைவிட்டு வரும் இளம் கொழுந்துகளையும் புரிந்துகொள்ள, புதுக் கவிதைகளின் தன்மைகளை உணர கொஞ்சம் போகவேண்டும். எழுத்து மூன்று ஆண்டுகளாக, சலிக்கும்படி கேட்க ஏற்பட்ட இதுபோன்ற கருத்துக்களைக் கண்டு ஆத்திரப்படாது. இந்த கருத்து மாறச் செய்யும் முயற்சியாக வழிவகைகளை ஆராய்ந்து செல்வது மூலம்தான் பாரதிக்குப் பின் இந்த புதுக்கவிதை பிறப்பு காலகட்டத்தை செழிப்பாக்க முடியும்."

~

சாதனைகள் நிறைந்த வருஷம்

புதுக்கவிதை வரலாற்றில் 1962 விசேஷமாகக் குறிப்பிடப்பட வேண்டிய ஒரு காலகட்டம் ஆகும். அதை சாதனைகள் நிறைந்த வருஷம் என்று கூறலாம்.

அவ்வருடத்தின் நவம்பர் இதழில் (ஏடு 47) 'எழுத்து' நியாயமான பெருமையோடும் மகிழ்ச்சியோடும் எழுதிய தலையங்கத்தின் முக்கிய பகுதியை இங்கே தரவேண்டியது அவசியமாகும்.

"சமீபத்தில் எழுத்து வாசகர் ஒருவர் தன் கடிதத்தில் பின்வரும் வரிகளை எழுதி இருந்தார்".

'எழுத்து கவிதையில் காட்டிவரும் சாதனை நீங்கள் ஆரம்பத்தில் எதிர்பார்த்ததாயிராது என நம்புகிறேன்'.

அவர் குறிப்பிட்டிருப்பது நூற்றுக்கு நூறு உண்மை...

உண்மையில், புதுக்கவிதை 1959ல் எழுத்துவில்தான் பிறந்தது என்று சொல்ல முற்படமாட்டோம். இருபது ஆண்டுகளுக்கு முன்பே, ந.பி.யும் கு.ப.ராவும் வல்லிக்கண்ணனும் பிறப்பித்துவிட்ட குழந்தை அது. ஆனால் 1959 முதல் இன்று வரைய நாட்களில்தான் இந்தப் புதுக்கவிதை இடம் கண்டுபிடிக்கப்பட்டு நாமகரணமும் இடப்பட்டது.

'வசனத்தை முறித்துப் போட்டு எழுதுவது, 'விஜிடபிள் பிரியாணி', 'கோவேறு கழுதை,' யாப்பு தெரியாமல் ஏதோ கிறுக்கல்கள் என்றெல்லாம் கண்டவாறு பரிகாசத்துக்கு உள்ளாகி இருந்த ஒரு முயற்சிக்கு மதிப்பு கிடைத்துவிட்டது. இந்த நாட்களில்தான் பாரதியின் 'வசனகவிதை' ஏற்றுக்கொள்ளப்பட்டு ந.பிச்சமூர்த்தியின் புதுக்கவிதைகளும் இன்று அங்கீகரிக்கப்பட்டுவிட்டன.

ந.பி. ஆரம்பித்து வைத்த புதுக்கவிதை முயற்சி இயக்கம் எழுத்துவில் தொடர்ந்தது. மயன், சிட்டி, வல்லிக்கண்ணன்

ஒன்று சேர, பின்னர், தி.சோ. வேணுகோபாலன், டி.கே. துரைஸ்வாமி, தரும சிவராமு, சி. மணி, எஸ். வைத்தீஸ்வரன், குறிப்பாக இன்னும் சிலரும் கலந்துகொண்டு புதுக்கவிதையை வளப்படுத்தி வருகிறார்கள், சுமார் இருபத்தைந்து கவிகளின் குரல்களை எழுத்து வாசகர்கள் இந்த நான்கு ஆண்டுகளில் 'எழுத்து' மூலம் கேட்டுவந்திருக்கிறார்கள். ஆனால் இந்தக் குரல்கள் ஒரே தொனியாக இல்லாமல் பல்வேறு விதமாக தன் தன் ஒலியைக் காட்டும் முகமாக அமைந்திருப்பதை பார்க்கிறோம். அவர்கள் வைக்கும் முத்திரைகளும் வேறு வேறு.

இந்தச் சமயத்தில் 1912 – 17ல் 'இமேஜிஸம்' என்ற படிமக் கொள்கையை வைத்துக்கொண்டு இங்கிலாந்திலும் அமெரிக்காவிலும் டி.இ.ஹ்யூம், எஸ்ரா பவுண்டு, ரிச்சர்ட் ஆல்டிங்கடன், எமிலோவல் போன்றோர் கவிதை புனருத்தாரணத்தில் முழு மூச்சாக ஈடுபட்டதை கவனத்துக்குக் கொண்டுவரவேண்டி இருக்கிறது. தங்களுக்கு முன் சென்ற பெரியவர்களையும் அவர்கள் விட்டுவைக்கவில்லை. எஃப்.எஸ் ஃபிளிண்ட் என்பவர் எழுதினார்.

'Rhyme and metre are artificial and external additions to poetry and that the various changes that can be rung upon them were worked out. They grew more and more insipid until they have become contemptible and encumbering.'

இது இன்றைய தமிழ்க் கவிதை சம்பந்தமாக எவ்வளவு வார்த்தைக்கு வார்த்தை பொருந்துகிறது! பல நூற்றாண்டுகளுக்கு முன்பு படைப்பான விரல்விட்டு எண்ணக்கூடிய சில சிறந்த நூல்களுக்குப் பிறகு இந்த நூற்றாண்டு ஆரம்பகால பாரதிக்குவரும் வரையில், சொல் ஆடம்பரமும் நச்சுப்படுத்தப்பட்ட உள்ளடக்கமும் மலிந்த படைப்புகள் எத்தனை? பாரதிக்குப் பிறகு இன்றுவரைகூட அதே ரீதியில், கற்பனையும் கருத்தும் இல்லாமல் பத்திரிகை செய்யுள்களாக தீபாவளிக்கும் பொங்கலுக்கும், பாராட்டுக்கும் வாழ்த்துக்கும் ஐந்தறைப் பெட்டியிலிருந்து 'ஃபார்முலா' ரீதியாகத் தயாராகும் ஓசைச் சொல் செய்யுள்களும் மெட்டுப் பாட்டுகளும் எத்தனை? இதை வைத்துத் தமிழில் 2000 கவிகள் இருப்பதாக ஒரு பெருமை வேறு!

புதுக்கவிகள் இயக்கம் இதையெல்லாம் உடைத்து மீட்சி பெற இயங்குகிற இயக்கம். இதில் தன் பங்கை இந்த நான்கு

ஆண்டுகளாக செலுத்தி வருவதுதான் எழுத்துவின் சாதனை. வாசக அன்பர் குறிப்பிட்டிருப்பதுபோல் எதிர்பார்த்திராததுதான். ஆனால் அது நடந்துவிட்டது - எதிர்பார்த்திருந்தாலும் அதுக்கு மேலாக, எழுத்து பிரசுரம், வெளியீடுகளாக வெளிவந்திருக்கும். 'காட்டு வாத்து'ம் (ந.பிச்சமூர்த்தி) புதுக்கவிதைகள் தொகுப்பும் இதுக்கு சான்று?

1962ல் 'எழுத்து' ஏடுகளில் வந்த கவிதைகள் பலவும் கருத்து ஆழம், கற்பனை வளம், வாழ்க்கைத் தத்துவம் மற்றும் நயங்கள் அநேகம் கொண்ட வளமான படைப்புகளாக விளங்கின. டி.கே. துரைஸ்வாமி, சி.மணி, எஸ். வைதீஸ்வரன், தருமு சிவராமு, வல்லிக்கண்ணன் அதிகமான கவிதைகள் எழுதியுள்ளனர். தி.சோ. வேணுகோபாலன், கி. கஸ்தூரி ரங்கன், மயன் ஒவ்வொரு கவிதை படைத்துள்ளனர். புதிதாகக் கவிதை எழுத முற்பட்டிருந்த பலரது கவிதைகளும் இவ்வருடம் எழுத்து இதழ்களில் இடம் பெற்றன. சி.சு. செல்லப்பாவும், சு. சங்கரசுப்ரமணியனும் கவிதை முயற்சிகளில் உற்சாகத்தோடு ஈடுபட்டனர். ஆங்கிலத்திலிருந்து பல கவிஞர்களின் படைப்புகள் தமிழாக்கப்பட்டு பிரசுரமாயின. ந. பிச்சமூர்த்தியின் கவிதைகள் மூன்று வந்துள்ளன.

இவ்வருடத்தில், புதுக்கவிதையில் நெடுங்கவிதை முயற்சிகள் மேற்கொள்ளப்பட்டன. பிச்சமூர்த்தியின் 'காட்டுவாத்து'ம் சி.மணியின் 'நரகம்' கவிதையும் சிறப்பான படைப்புகள்.

'நரகம்' விசேஷமானது இதை வெளியிட்டபோது, 43வது ஏட்டில் புதுக்கவிதையில் 'ஒரு மைல் கல்' என்று தலையங்கம் எழுதி 'எழுத்து' பெருமைப்பட்டது.

"எழுத்துவில் இதுவரை வெளிவந்திருக்கும் நூற்றுக்கும் அதிகமான கவிதைகள் புதுக்கவிதையின் சத்தான, தாக்கான குணங்களை நிரூபித்திருக்கின்றன. சி. மணியின் 'நரகம்' புதுக்கவிதை முயற்சியில் ஒரு மைல் கல்லை நாட்டுகிறது. நீளத்தில் மட்டுமல்ல; உள்ளடக்கம், உருவ அழகு, படிமச் சிறப்பு, வாழ்க்கைப் பார்வை, மதிப்பு, தத்துவ நோக்கு, உத்திகையாளுதல் இத்யாதிகளில் சிறப்பு விளங்குகிறது. பிரிட்டிஷ் கவி டி.எஸ். எலியட்டின் 'ஜே ஆல்ஃப்ரட் ப்ரூஃப்ராக்கின் காதல் கீதம்' பாழ் நிலம் பாணியில் தமிழில் வெளிவரும் முதல் நீண்ட கவிதை அல்லது குறுங்காவியம் என்று இதைப்பற்றி நினைக்கத்

தோன்றுகிறது. இந்தக் கவிதையை வெளியிட வாய்ப்புப் பெற்றதில் எழுத்துக்குப் பெருமை."

'நரகம்' புதுக்கவிதையில் ஒரு சோதனை முயற்சி; வெற்றிகரமாக அமைந்த நல்ல சாதனை, நாகரிக நகரத்தில் திரியும் ஒருவனது உணர்வுக்கிளர்ச்சியை, காமஉணர்வு தூண்டிவிடும் உள்ளக் குழப்பத்தை, அதை வேதனையாக வளர்த்துவிடுகிற புறநிலைகளை, அவனுடைய ஏக்கங்களை விவரிக்கிறது இந்நெடுங் கவிதை. வர்ணனைகளும், புதுப்புது உவமைகளும் நயமாகச் சித்தரிக்கப்படுகின்றன இதில்.

உலக இலக்கியத்தில் புதுக்கவிதை பிரமாக்கள் தங்கள் படைப்புக்களில் பழங்கவிதைகளிலிருந்து சில சில வரிகளை, பொருள் பொதிந்த வாக்கியங்களை அப்படி அப்படியே எடுத்தாண்டு தங்களுடைய கற்பனையை வளரவிடுவதை ஒரு உத்தியாக அனுஷ்டித்திருக்கிறார்கள். சி.மணியும் இவ்உத்தியைத் திறமையாகக் கையாண்டு வெற்றி பெற்றுள்ளார். அவருடைய உவமைகள் புதுமையானவை.

'காலத்தின் கீற்றுகள்
வாசமாவில் மறைவதென
உள்ளங்கைக் கோடுகள்
இருளில் மறையும் வேளை
தந்த துணிவு செங்கையை
உந்த நின்ற தையலர்,
தலைவன் வரவும் சற்றே
உயரும் தலைவி விழியாக
மறைக்கும் சேலை சாண் தூக்கி,
காக்கும் செருப்பை உதறிவிட்டு
கடலுக்கு வெம்மை யூட்ட
கிழக்கே அடிபெயர்ந்து
அலையை அணைக்கவிட்டார்
ஓரடி ஒளிரும் கால்கள்
மாசறு மதங்கள் போல
வானுக்கு வழிகாட்ட.'

ரேடியோவை பாடவிட்டு, அதில் எழுந்த சங்கீதம் பிடிக்காததால் படீரென அதை நிறுத்திய செயலுக்கு அழகான ஒரு உவமை -

'திடுமென் றோராண் வரவே
வாரிச் சுருட்டும் மரபு
வளர்த்த வொரு மங்கையென
விரைந்தே யணைத்து விட்டு
பேயறைந்த நிலையில் வெறிக்க!'

இப்படி நயங்கள் பல கொண்டது 'நரகம்'

'தமிழகம் கீழுமல்ல
முழுவதும் மேலுமல்ல;
உலையேற்றி விட்டு
சோறாக்க மறியல்;
பட்டினியும் அழிவுமே
கிடைத்த பயன்;
பின்னாலும் போகவில்லை
முன்னாலும் நடக்கவில்லை;
நடுக்கிணற்றில் நிகழ்காலம்'

என்று நாட்டின் நிலையும் சுட்டிக் காட்டப்பட்டுள்ளது இதில்

கே. அய்யப்ப பணிக்கர் கேரளத்தில் கவிதை உலகில் தனி இடம் பெற்றவர். அவருடைய படைப்புகளில் சிறந்ததான 'குருக்ஷேத்திரம்' எனும் நெடும் கவிதையை நகுலன் மலையாளத்திலிருந்து தமிழாக்கினார். அது 'எழுத்து' 48வது இதழில் வந்தது.

1962ன் பெரிய சாதனை பிச்சமூர்த்தி கவிதைகள் சிலவற்றைத் தொகுத்து 'எழுத்து பிரசுரம்' ஆகப் பிரசுரித்ததும், 'புதுக் குரல்கள்' தொகுப்பைத் தயாரித்து வெளியிட்டதும் ஆகும்.

ந.பி. 1938 முதல் 1962 முடிய எழுதிய கவிதைகளில், தேர்ந்தெடுத்த 35 கவிதைகள்கொண்ட தொகுப்பு 'காட்டு வாத்து'.

அதன் முன்னுரையில் - 'எதிர்நீச்சு' என்ற தலைப்பில் - பிச்சமூர்த்தி எழுதியுள்ள கருத்துக்கள் இவை -

"இம்முயற்சி ஆற்றில் எதிர்நீச்சல் போடும் முயற்சி, பாதையில்லாக் காட்டில் பயணம் செய்யும் முயற்சி. இம்மாதிரி கவிதையின் அமைப்பு முறையில் அனுபவத்தால் மாறுதல் ஏற்பட்டுக்கொண்டே போகும். இலக்கண வரையறை என்று எதுவும் லேசில் அகப்பட்டுவிடாது என்பதும் எனக்குத் தெரிந்தது.

இத்தொகுப்பிலும் அந்த மாறுதலைக் காணலாம். முடிவான முறையைக் கண்டுவிட்டேன் என்று சொல்லமாட்டேன். மற்றபடி கவிதைகளின் வெற்றி தோல்விகளைப் பற்றி முடிவு செய்ய வேண்டியது என் வேலையன்று.

ஆனால் இரண்டொரு பொது விஷயங்களை மட்டும் கூறலாம். கவிதை கவிதையாக இருந்திருக்கிறது. வரலாறாக இருந்திருக்கிறது. மதத்தின் குரலாக இருந்திருக்கிறது மனத்தின் குரலாக அதிகம் இருந்ததில்லை. மனத்தின் நுட்பமான அசைவுகளை வெளியிட்டால் சரியான அகத்துறை காணும் என்று தோன்றுகிறது. காதல் மட்டும் அகத்துறை என்று வகை செய்வது மன இயல் சாத்திரத்திற்குப் பொருந்தாது. இத்தொகுப்பில் கதைபோல் இருப்பவற்றில் கூட, கதைச்சுவையைவிட தொனிச்சுவை ஓங்கி நிற்பதைக் காணலாம். எதிர்காலத்து நெடுங்கவிதை இந்தப் போக்கில் செல்லாமல் கதைச் சுவையை நம்பினால் கவிதை அம்சம் குன்றிவிடும். கவிதை இனி நாவலுடனோ நாடகத்துடனோ போட்டியிட முடியாது.

புதுக்கவிதைக்கு ஏற்ற வாழ்நிலை ஏற்பட்டுவிட்டதை நாம் மறுக்கக்கூடாது. அச்சுயந்திரமும், லைப்ரரிகளும், மௌன வாசிப்பும் தோன்றிய பிறகு, - அவை தோன்றாத காலத்தில் அமல் செலுத்திய கேள்வி மரபும் ஸ்தூலக்காதின் ஆட்சியும் கண்ணெதிரே மறைந்து வருவதைக் கண்ட பிறகு - கவிதையை வேறு விதமாக அமைக்க ஏன் முயலக்கூடாது?

ஸ்தூலமான சொல்லுக்கும் நயத்திற்கும் அப்பாற்பட்ட பொருளும் அமைதியும் உண்டு என்பது என் நம்பிக்கை. அந்த அடிப்படைகளைத் தொட்டு நான் கவிதையை அமைக்க முயன்றிருப்பதால் பருந்தும் நிழலும் போலுள்ள இசையை இவற்றில் காணலாம். ஸ்தூலத்தைவிட சூக்குமத்திற்கு அதிக சக்தி உண்டென்ற அணுயுகம் நமக்குக் காட்டிவிடவில்லையா?"

~

புதுக்குரல்கள்

"**க**விதைத் துறையில் ஒரு புதிய திருப்பத்தைக் காட்டுகிற கவிதைத் தொகுப்பு இது. பாரதிக்குப் பிறகு அந்த கவி காட்டிய பாதையில் சென்று உருவம் உள்ளடக்கம் இரண்டிலும் சோதனை செய்துள்ள 24 கவிகளின் 63 கவிதைகள் அடங்கி இருக்கின்றன. இந்த இருபதாம் நூற்றாண்டு மனிதனுக்குத்தான் வாழும் உலகம் ஒரு விசித்திர போர்க்களம் அவனுக்கு ஏற்படும் மோதல்கள் சிக்கலானது. அவற்றின் வெளியீட்டை இந்தப் புதுக்குரல்களில் காண்கிறோம். ஒருவர் நோக்கு மற்றவருக்கு இல்லை. ஒருவர் அனுபவம் மற்றவரிடமிருந்து மாறுபட்டது. அவரவர் நம்பிக்கையும், வேறு வேறு. அவரவர் சொல்திறனும் நானா விதமானது. அவநம்பிக்கையும் நம்பிக்கையும், சமுசயமும் தன்னம்பிக்கையும், கவலையும் உறுதியும் ஆசையும் ஆதங்கமும் லட்சியமும் யதார்த்தமும் உண்மையும், போலியைக் கண்ட ஆத்திரமும் எத்தனை விதமாக ஒலிக்கின்றன இவர்கள் குரல்களில்!"

'எழுத்து பிரசுரம்' ஆன 'புதுக்குரல்கள்' பற்றிய ஒரு அறிவிப்பு இது. 1962 அக்டோபரில் இத்தொகுப்பு வெளியாயிற்று. அதுவரை 'எழுத்து'வில் அச்சாகியிருந்த சுமார் 200 கவிதைகளிலிருந்து தேர்ந்து எடுக்கப்பட்ட கவிதைகள் இந்நூலில் இடம்பெற்றன.

"இந்த தொகுப்பு தெரிவுக்கு பொறுப்பு நான்தான் என்றாலும் (சுமார் 200 கவிதைகளிலிருந்து 63 கவிதைகளை தேரந்தெடுப்பதில்) தன் மூப்பாக நடந்துகொண்டுவிடவில்லை நான். நண்பர்கள் சி.மணி, பிச்சமூர்த்தி, வல்லிக்கண்ணன், எம். பழனிசாமி, ஆர். வெங்கடேசன், என்.முத்துசாமி ஆகியோரிடமிருந்து தெரிவு பட்டியல்களைக் கேட்டு வாங்கி என்னுடையதையும் சேர்த்து முடிவு செய்தது இது. அவர்கள் குறிப்பிடாததும் சில சேர்க்கப்பட்டிருக்கும். ஆனாலும் புக்கவிதைத் துறையில் நல்ல ஈடுபாடுள்ள ஆறேழு பேர்கள் மதித்தவை அடங்கிய தொகுப்பு இது. அவர்கள் உதவி இன்றி என் வேலை சுளுவாகி

இராது. எனக்குள் உள்ள இருட்டடிப்புகள் என் தெரிவுக்கு குந்தகம் விளைவித்திருக்கவும் கூடும்" என்று சி.சு. செல்லப்பா, இத்தொகுப்புக்கு உரிய கவிதைகள் தேர்ந்து எடுக்கப்பட்ட விதம்பற்றி முன்னுரையில் குறிப்பிட்டிருக்கிறார். அவருடைய நேர்மை பாராட்டப்பட வேண்டிய பண்பு ஆகும்.

செல்லப்பா இத்தொகுப்புக்கு எழுதிய முன்னுரை ('நுழைவாசல்') நல்ல ஆய்வுரையாக அமைந்துள்ளது.

உலக இலக்கியத்தில் புதுக்கவிதையின் தோற்றம் குறித்தும், கவிதையின் தன்மை பற்றியும் இம்முன்னுரையில் கூறப்பட்டுள்ளவை கவனத்துக்கு உரியன.

"மேற்கே இந்த புதுக்கவிதை பிறந்ததைப் பற்றி கொஞ்சம் தெரிந்துகொள்வது லாபகரமானது. எந்த ஒரு கவியும் தன் காலத்தில் பிறந்தவன்தான் என்றாலும் அதுக்கும் மீறி எழுத்து அடிப்படைகளை பேருண்மைகளை, வ.வே.சு. அய்யர் குறிப்பிட்டிருப்பதுபோல அகண்டப் பொருளின் சாயைகளை, காட்டுபவனாக என்றைக்குமாக நிற்பவன். இருந்தாலும் ஒரு காலத்துக் கவி இதயம் பற்றிக்கொண்ட அம்சங்களை அடுத்த கால கவி இதயம் வாங்கிக்கொள்கிறதில்லை; முடிகிறதில்லை. மதிப்பு என்று சொல்கிறோமே அது தலைமுறைக்குத் தலைமுறை வித்தியாசப்படுகிறது. அடிப்படை மாறாமல், மேல் மாற்றங்களாக, முகச்சாயல் மாறுதல்களாக ஏற்பட்டு வருவது தெரிந்தது. அபூர்வமாக அடிப்படையைத் தொட்டாலும் அடிப்படை வெள்ளத்துக்கு முன் நாணலாக வளைந்து கொடுத்து நிமிர்ந்துவிடுகிறது. இந்த முகச்சாயல் மாறுதல்களில் உலுக்கல்கள் எந்த நாட்டு இலக்கியத்திலும் ஏற்படாமல் இல்லை. கிளாஸிஸம், ரொமாண்டிஸிஸம், ரியலிஸம் இப்படி கவியின் மனப்பாங்கிலே, உள்ளடக்கத்திலே அனுபவ வெளியீட்டிலே மாறி வந்திருக்கின்றன.

இந்த மாறுதல்களில் ஒன்றாக, 1910க்குமேல் இங்கிலாந்திலும் அமெரிக்காவிலும் உள்ள கவிகள் சிலர் சேர்ந்து, கவிதைப் புனருத்தாரணத்தை குறிக்கோளாகக் கொண்டு இமேஜிஸ்ட்கள் என்ற கோஷ்டி உருவாகியது. பிரெஞ்சு இலக்கியத்தைப் பின்பற்றி வெர்ஸ் லிப்ரெ என்ற சுயேச்சா கவிதை முறையின் சாத்தியங்களை ஆராய்வதில் அக்கறை காட்டினார்கள். சொல் சிக்கனம், சகஜத்தன்மை, பேச்சு அமைதி, செம்மை, நூதன படிமப் பிரயோகம் ஆகிய தன்மைகளைக் கவனித்து

கவிதைகளை அமைக்கலானார்கள், டி.இ.ஹுாம், எஸ்ரா பவுண்ட், டி.எஸ். எலியட் போன்றோர் குறிப்பிடத்தக்கவர்கள் புதிய தொனியும் நூதன நடையும் நவீன படிமப் பிரயோகமும் அவைகளில் தெரிந்தன. விஞ்ஞான, இதர தொழில்துறை தகவல்களை உள்ளடக்கிய குறியீடுகள், பயனாகும் சொற்கள் பொருத்தப்பட்டு ஒரு புதிய பாணியே தோன்றியது.

ஒரு வரிக்கு இத்தனை சீர் இருந்தால் இந்த ரக கவிதை என்று, ஒரு வரியின் நீளம் சம்பந்தமாக ஏற்கெனவே வலிந்து நிர்ணயிக்கப்பட்டிருந்த வரையறுப்பைவிட ஒரு நிறுத்து பேச்சு அல்லது சிந்தனைப் போக்கு அளவைக்கொண்டு சுதாவான வரையறுப்பினால் நிர்ணயிக்கப்படும் ஒரு வரி நீளம் மேல் என்று ஃபிரெஞ்சு சுயேச்சா கவிதை சோதனைக்காரர்கள் கூறியது இவர்களைப் பாதித்தது. அதே சமயம் ஒவ்வொரு வரியும் அடிநாதமாக இடையறாத ஒலிநயம் (ரிதுமிக் கான்ஸ்டென்ட்) கொண்டிருக்க வேண்டும் என்று அவர்கள் வற்புறுத்தினதையும் மனதில் போட்டுக்கொண்டார்கள். ஒரே தொகை அசை, சீர்களைப் பயன்படுத்துகிறபோது, திரும்பத் திரும்ப ஒரே விதமான ஓசை நய சப்தம்தான் விளைகிறது. மரபான கவிதை இந்தவிதமான ஒரு இடையறாத ஓசை நயத்தாலேயே முழுக்க முழுக்க ஆனது. ஆனால் சுயேச்சா கவிதையோ தன் உள்ளடக்கத்துக்கும் பேச்சுக் குரலின் கட்டுப்பாட்டுக்கும் உட்பட்டு ஏற்பட்ட தேவைக்கு ஏற்ப வேறுபடும் ஒரு ஓசை நயத்தை முதன்மையாகக்கொண்டிருக்கும் என்பது அவர்கள் கருத்து. இந்த இடையறாத ஒலிநயத்தோடு அவர்கள் ஒன்றிப்பையும், பாட்டர்ன் என்கிறோமே – ஒருவித 'தினிசு' அதையும் சாதிக்க ஒரு வரிக்குள்ளேயே நிறுத்துகளை அளவமைய அமைத்தல், மோனை, 'காடென்ஸ்' என்கிறோமே, குரல் இறக்கம் ஏற்றம், ஒரொரு சமயம் சந்தமும்கூட ஆகிய சாதனங்களை சிபார்சு செய்தார்கள். ஆக, மொத்தத்தில், இன்று கவிதை வெளியிட வேண்டியிருக்கிற புதிய விஷயத்துக்கு இடம் கொடுக்க, சந்தக் கவிதைக்கு 'ஓவர் ஹாலிங்' அதாவது பழுது பார்த்துச் செப்பனிடல் தேவை என்று கருதினார்கள்.

உருவம் விஷயம் இப்படி இருக்க, உள்ளடக்கம் விஷயத்திலும் பாதிப்பு ஏற்பட்டது. ஃபிராய்டின் கருத்துக்களால் கவிஞர்களது அகநோக்கு இதுவரை கண்டிராத அளவு விரிவும் ஆழமும் பெற்றது. உணர்வு உலகத்தில் இன்னும் ஆழத் துளாவி துருவிப் பார்த்தார்கள் மென்மையானதும், சிக்கலானதும் கூட்டுக்

கலப்பானதும். திட்டமான எண்ணத்துக்கு உருவாகாமல் பிரக்ஞை நிலையிலேயே இருக்கும் அக உளைச்சல்களை எல்லாம் சொல்லிப் பார்த்தார்கள். கணக்கற்ற அணுக்களைப்போல் எல்லாப் பக்கங்களிலிருந்தும் ஒரே சமயத்தில் மனதுக்குள் பொழியும் மனப்பதிவுகளை, மாறுபடும், இனம் தெரியாத ஒரு கட்டுக்கடங்காத மனப்போக்கை வெளித் தெரிவிப்பது தங்கள் கடமை என்று கருதினார்கள். அதேசமயம் புற உலகமும் அவர்களைப் பாதித்தது. புதிய விஞ்ஞானத் தகவல்கள் பிரபஞ்ச விசாரணையிலே புதுப் பார்வைகளை ஏற்றின. வாழ்க்கை ஒரு ஐக்யத் தன்மை வாய்ந்தது என்பதோடு தொடர்ந்து ஓடும் ஒரு தாரை, சென்றது. நிகழ்வதுடன் பிணைகிறது. நிகழ இருப்பதின் வெளிக்கோட்டை உருவாக்க ஒரு கணம் மறுகணம் என்றெல்லாம் இருந்தாலும் ஒன்றை அடுத்து ஒன்றாக இடையறாமல் தொடர் நிலையாக ஓடிக்கொண்டிருக்கும் கணப்பொழுதுகளால் ஆவதுதான் வாழ்க்கை. ஒவ்வொரு நிகழ்கணப்பொழுதும் எல்லாக் காலத்தையும் தன்னுள் அடக்கிக்கொண்டிருக்கிறது. அத்தகைய கணப்பொழுதில் நின்று பார்க்கிற கவிதையின் பார்வையின் காலம் வெளி இரண்டும் பேதமற்றுப் போய்விடுகின்றன என்ற, காலம் வெளி பற்றிய கருத்துக்கள் பரவின.

ஆக, அகபுற உலக மாறுதல்களால் பாதிக்கப்பட்ட இந்த நூற்றாண்டு ஆரம்ப காலத்தவன் புதுக்கவியாக மலர்ந்தது மேல்நாட்டில் கவிதை உலகம் கண்ட அனுபவம். அது பூத்த பூக்கள் நிறைய.

இதற்குப்பின், தமிழில் பாரதி செய்த முயற்சிகள் பற்றி குறிப்பிட்டுவிட்டு, புதுக்குரல் கவிஞர்கள் சிலரது சிலபடைப்புக்களை செல்லப்பா இம்முன்னுரையில் ஆராய்ந்திருக்கிறார்.

1910-20களில் மேல்நாட்டு புதுக்கவிதைக்கு ஒரு உந்துதல் ஃபிராய்டீயம், மார்க்சீயம் இரண்டிலிருந்தும் மனோதத்துவ லோகாயத தத்துவ ரீதியாகவும் ஏற்பட்டது என்ற தகவலும் இம்முன்னுரையில் காணக்கிடக்கிறது.

மார்க்சிய தத்துவத்தினால் பாதிக்கப்பட்டவர்களும் - மார்க்சிய நோக்குடன் வாழ்க்கையையும் சமூகத்தையும் கவனித்துத் தங்கள் எண்ணங்களைச் சொல்கிறவர்களும்

அவர்களது கருத்துக்களால் பாதிக்கப்பட்டவர்களும் தமிழில் புதுக்கவிதை எழுத முற்பட்டார்கள். அது பிந்திய நிகழ்ச்சி.

'எழுத்து' ஏடுகளில் கவிதை எழுதியவர்களும், 'புதுக்குரல்கள் கவிஞர்களும் ஃபிராய்டிச தத்துவத்தால் பாதிக்கப்பட்டவர்கள் என்று சில விமர்சகர்கள் குறிப்பிட முன் வந்தார்கள். இது தவறான கணிப்பு ஆகும்.

வாழ்க்கையை கவனித்து, வாழ்வும் காலமும் அன்றாட நிகழ்ச்சிகளும் உள்ளத்திலும் உணர்விலும் உண்டாக்கிய அதிர்வுகளை எழுத்தாக்க முயல்கிறவர்கள் அனைவரும் ஃபிராய்டீசத்தால் பாதிக்கப்பட்டவர்கள் என்று லேபில் ஒட்டுவது தவறான செயல்தான். அதேபோல் சமூகத்தில் காணப்படுகிற வறுமை, பணத்திமிர், இதர கொடுமைகள் சீர்கேடுகள் முதலியன ஏற்படுத்துகிற உள்ளத்துடிப்புகளை எழுத்தாக்குகிற எல்லோரையும் மார்க்சீயத் தத்துவப் பாதிப்பு பெற்றவர்கள் - மார்க்சியப் பார்வையோடு பிரச்னைகளை அணுகுகிறவர்கள் - என்று முத்திரை குத்திவிடுவதும் தவறான கணிப்பாகவே முடியும்.

ஃபிராய்டிசம், மார்க்சிசம் போன்ற தத்துவங்களைப் பற்றி எதுவுமே அறியாதவர்கள்கூட, வாழ்க்கையாலும், அனுபவங்களாலும் பாதிக்கப்பட்டு தங்கள் உணர்ச்சிகளையும் எண்ணங்களையும் எழுத்துக்களாக்கிக் கொண்டுதான் இருக்கிறார்கள். எதை எடுத்தாலும் அதற்கு அயல்நாட்டுத் தத்துவப் பெயரைச் சூட்டிவிட்டால்தான் விமர்சனம் பூர்த்தி பெற்றதாகும் என்று நினைப்போடு விமர்சிக்க முற்படுகிறவர்கள் தங்கள் அறிவுப் பிரகாசத்தையும் மேதைத் தனத்தையும் வெளிப்படுத்தவே ஆசைப்படுகிறார்கள்.

'புதுக்குரல்கள்' தொகுப்பில் உள்ள கவிதைகளில் ஐந்து (ந.பி., கு.ப.ரா கவிதைகள்) 'எழுத்து' காலத்துக்கு முற்பட்டவை மற்றவை 1959-62க்கு உட்பட்ட நான்கு ஆண்டுகளில் படைக்கப்பட்டவை.

மா.இளைய பெருமாள் 1. கி.கஸ்தூரி ரங்கன் 2. இ.எஸ். கந்தசாமி 2. சு.சங்கர சுப்ரமண்யன் 2. எஸ்.சரவணபவானந்தன் 1. பெ.கோ.சுந்தரராஜன் 2. பேரை சுப்ரமண்யன் 1. சி.சு. செல்லப்பா 3. தரும சிவராமு 8. டி.கே.துரைஸ்வாமி 4. டி.ஜி. நாராயணசாமி 1. சுப. கோ.நாராயணசாமி 1. சுந்தரராமசாமி 5. ந.பிச்சமூர்த்தி 2. யோ.பெனடிக்ட் 1. சி.மணி 3. க.நா. சுப்ரமண்யம் 2. ஞா.மாணிக்கவாசகன் 1. முருகையன் 1. கே.எஸ்.

ராமமூர்த்தி 1. கு.ப. ராஜகோபாலன் 3. வல்லிக்கண்ணன் 4. தி.சோ.வேணுகோபாலன் 6. எஸ்.வைத்தீஸ்வரன் 5. ஆக 24 கவிகளின் 63 கவிதைகள்.

'கவிதை சொற்களில் இல்லை. ஒலிநயத்தில் இல்லை. கருத்திலே மடை திறக்கும் உணர்வு நெகிழ்ச்சியிலே சுட்டிக்காட்டும் பேருண்மையிலே பொதிந்து கிடக்கிறது' என்ற ந.பி.யின் விளக்கத்தை நிரூபிக்கும் அருமையான கவிதைகள் பல இத்தொகுப்பில் உள்ளன. இவ்வாறான கவிதைகளிலும் ஒரு ஒலிநயம் இருப்பதை ரசிகர்கள் உணரமுடியும்.

தமிழுக்குப் புதுமையானது இத்தொகுப்பு இதுபோன்ற தொகுப்புகள் சில வருடங்களுக்கு ஒரு முறையாவது தயாரிக்கப் படவேண்டும். அப்போதுதான் கவிதையின் வளமும், வளர்ச்சியும் புலனாக வாய்ப்பு ஏற்படும்.

'புதுக்குரல்கள்' முதல் பதிப்பு வெளியாகி பத்து வருடங்களுக்கு மேல் ஆகிவிட்ட பிறகு, அதன் இரண்டாம் பதிப்பு பிரசுரமாக வாய்ப்பு கிட்டியது. மதுரைப் பல்கலைக்கழகம் எம்.ஏ., வகுப்புக்கு 'புதுக்குரல்கள்' தொகுப்பை பாடப் புத்தகமாகத் தேர்வு செய்தது. இது மகிழ்ச்சிக்கு உரிய விஷயம். ஆகவே, செல்லப்பா அதன் இரண்டாம் பதிப்பை 1973 ஜூலையில் கொண்டுவந்தார்.

இது 'திருந்திய பதிப்பு'முதல் பதிப்பில் இடம்பெற்றிருந்த சில கவிதைகள் நீக்கப்பட்டுள்ளன. சில கவிஞர்கள் அகற்றப்பட்டு, புதிதாக மூன்று பேர்கள் சேர்க்கப்பட்டிருக்கிறார்கள். சிலரது கவிதைகளில் முதல் பதிப்பில் அச்சாகியிருந்தவற்றில் சில படைப்புகள் மட்டும் சேர்க்கப்பட்டுள்ளன. இப்போதும் நண்பர் செல்லப்பா 'தன்மூப்பாக' செயல் புரியவில்லை; விமர்சகர் சி.கனகசபாபதியின் ஆலோசனையோடும் உதவியோடும் இத் திருத்தப்பட்ட பதிப்பை உருவாக்கினார் என்று அறிய முடிகிறது.

~

வளர்ச்சி

பிச்சமூர்த்தியின் கவிதைத் தொகுப்பு 'காட்டு வாத்து' புதுக்கவிதைகளின் தொகுப்பான 'புதுக்குரல்கள்' ஆகிய புத்தகங்கள் வெளிவந்த பின்னர், புதுக்கவிதையை ஆதரித்தும், குறை கூறியும் எதிர்த்தும் அபிப்பிராயங்கள் பரவலாயின.

பழந்தமிழ் இலக்கியத்தில் நல்ல தேர்ச்சியும் புதுமை இலக்கியத்தில் ஈடுபாடும்கொண்ட சி.கனகசபாபதி புதுக்கவிதை பற்றி 'எழுத்து' இதழ்களில் விரிவான கட்டுரைகள் எழுதினார். 'எழுத்து' ஐந்தாம் ஆண்டில் (1963) இவை பிரசுரமாயின.

'காட்டு வாத்து' தொகுதி பற்றியும் ந.பி.யின் கவிதைத் திறன் பற்றியும் அவர் 'புது மனிதனுக்குப் பாடும் பழமை வழி வந்த புதுயுகக் கவிஞன்' என்ற தலைப்பில் நீண்ட கட்டுரை ஒன்று எழுதினார். (எழுத்து ஏடு-49)

'இன்றைய மனக்குரல் வகைக்கு ஏற்ப ஒலிக்கும் புதுக்கவிதைகளின் தொகுப்பை விமர்சித்து அவர் எழுதிய கட்டுரை எழுத்து 51வது ஏட்டில் வந்தது.

'கவிதை கதையாக இருந்திருக்கிறது. வரலாறாக இருந்திருக்கிறது மனத்தின் குரலாக அதிகம் இருந்ததில்லை. மனத்தின் நுட்பமான அசைவுகளை' வெளியிடும் முயற்சியே புதுக்கவிதை, என்ற ந. பிச்சமூர்த்தியின் கருத்துக்கு விளக்கமும் விரிவுரையுமாக அமைந்திருந்தது கனகசபாபதியின் ஆய்வு.

காலந்தோறும் கேட்கும் குரல் வகை புதியது. ஒரு காலத்துக் குரல் வகைபோல் அடுத்தகால, அதற்கு முன் காலக்குரல் வகை இருப்பதில்லை. சங்க காலம், சங்கம் மருவிய காலம் என்றவாறு காலப்பாகுபாடு செய்துகொண்டு பார்த்தால் அவ்வப்போது புதுப்புதுக் குரல்வகை கேட்டது அகச்செவியில் படும்.

'தமிழ்க் கவிதையின் குரல் வகையில் இம்முறையில் அறிய வேண்டியது அவசியம். உள்ளடக்கம் பற்றிய குரல்

வகைகளையே இங்கு நான் உரக்கச் சிந்திக்கிறேன். சங்க காலக் கவிதை காதலும் வீரமும் பற்றியே உரைக்கிறது. சங்கம் மருவிய காலத்தில் காதலுக்குப் பதில் கற்பும், போர் வீரத்திற்குப் பதில் கருணை வீரமும் மனத்துக்கினிய நயத்துடன் கவிதையில் ஒலியலை எழுப்புகின்றன.

'இவ்வாறு சங்க காலக் கவிதைக்கும் சங்கம் மருவிய காலக் கவிதைக்கும் இடையே குரல்வகையில் வேற்றுமை ஏற்பட்டது ஏன்? சமூக வாழ்வில் கட்டுப்பாடுகள் காலப்போக்கில் ஆட்சிக் கரங்களை நீட்டியதே காரணம் என்று சொல்ல வேண்டும். இந்த ஆதிக் காவியங்களின் காலத்திற்கு முன்பே திருக்குறளில் சங்ககாலக் கவிதையில் கேட்காத ஒழுக்க ரீதியின் புதுக்குரல் ஒலித்ததை நாம் இன்றும் கேட்கமுடிகிறது.

ஆதிக் காவிய காலத்தை அடுத்து, மேன்மேலும் சமூகக் கட்டுப்பாடுகள் ஆதிக்கக்கரங்களை நீட்டிய காலத்தில் திருக்குறளைப்போல் சில நீதி நூல்கள் ஒழுக்க நீதிப் புதுக்குரலில் மேலும் உரக்கப் பேசினதை நாம் கேட்கலாம். இக்காலத்தை அடுத்து பக்தி இயக்கக் காலத்தில் பக்திக் கவிதை கடவுளைப் பற்றிய புதுக்குரல் இசைத்தது. அதற்கு முன் கடவுளைப் பற்றிப் பாடல்கள் பாடப்பட்டாலும் இக்காலத்தில்போல உள்ளுணர்வுடன் உண்மை வேகத்துடன் ஆனந்த பாவத்துடன் பாடப் படவில்லை என்பதால் இக்காலத்தின் பக்தி வகையின் குரல் வகை புதியது என்று உணரலாம். இதற்குப் பிந்திய காவிய காலத்தில் கடவுளுக்குப் பதில் கடவுள் தன்மை பற்றி புத்தம் புதுக்குரல் எழுந்ததை இன்றும் நாம் கேட்கிறோம். கம்பன் காவியமே இதற்குச் சான்று. கம்பராமன் மலர்களால் அர்ச்சிக்கப்படும் கடவுளாகத் தோன்றுவதைக் காட்டிலும் கவிதைச் சித்திர மலர்களால் உருவாக்கப்படும் கடவுள் தன்மை குடிவாழும் மனிதனாகக் காண்பதால் இதைத் தெளியலாம். இது அல்லாமல் காவிய காலக் கவிதையின் குரல் வகையில் முன்னைவிடவும் சமுதாய பொதுமைக் குரலும் இழைந்துள்ளது என்றும் சொல்ல வேண்டும்.

'பின்னர் சாத்திர வளர்ச்சிக் காலத்தில் கவிதையின் குரல் வகை மாறியது. மேல் உலக இயல் பற்றிய புதுக்குரலே அது என்று குறிக்கலாம். இவ்வாறே பார்த்துக்கொண்டே வந்தால் சித்தர்கள் காலக் கவிதையில் ஞானக்குரலும், பாரதி கவிதையில் புத்தம் புதியதான தேசமும் விடுதலையும் பற்றிய

குரலும், ஒன்றைவிட்டு மாறி இன்னொன்றாக ஒலித்ததை நாம் கேட்கலாம். பாரதியின் தேசீயப் புதுக்குரலில் ஆன்ம சக்திக் குரலின் இழைவும் உண்டு. பாரதிக்குப்பின் வாழ்வின் ஒரு புதுக்காலத்தில் இருக்கிறோம்'. இன்றைய புதுக்கவிதையின் குரல் மனத்தின் குரல். இதற்குமுன் என்றைக்குமே மனத்தின் குரல் கவிதையில் கேட்டதில்லை. மேலும் இன்றைய புதுக்கவிதையின் குரலில் மனிதனைப் பற்றியும் கேட்பதை உணரலாம். பிராய்டும் கார்ல்மார்க்ஸுும் கொடுத்த கொள்கைகளே இதற்குக் காரணம். *(கனகசபாபதி கட்டுரையிலிருந்து)*

இக்காலத்திய மனித மனங்களின் குரல் எப்படி எப்படி இருக்கிறது என்பதையும் விமர்சகர் சி.கனகசபாபதி நன்றாக அளவிட்டுச் சொல்லியிருக்கிறார் அந்தக் கட்டுரையில்.

'மனத்தை ஊறுகாய் போட்டுப் புளிக்க வைக்கும் காலம் இது. கண்டது கடியதை விரும்பி நிரப்பி மனவீட்டை பாழ்படுத்துவோரும், திறந்த மனம் என்று பேசிக்கொண்டு மூடித்தெரியாதவரும், பரம்படித்துப் பண்படுத்தாத மனம் என்னும் தரிசான பொட்டல் வெளிகொண்டவரும், மனத்தின் அடிக்கல் நட்டுவைக்காமல் மேற்கட்டிடமும் பூச்சும் பெற்று உலா வருவோரும், மனம் திண்டாடித் திகைத்துத் தெருவில் நிற்பவரும் நம்மில் நிறைந்திருக்கக் காலம் நம்மைப் பார்த்துச் சிரிக்கிறது. சுருக்கமாகச் சொன்னால், மனம் போன போக்கு மனநோய் கவ்விப் பிடித்திருக்கின்றன. விஞ்ஞான எந்திரத் தொழில் வளர்ச்சி நூற்றாண்டை நிகழ் நொடி வாழ்வின் நரம்பில் செவ்விதும் அபத்தமும் சுரங்களாக அடுத்தடுத்து ஒலிக்கின்றன. கூர்பற்களுடன் சுழலும் எந்திரச் சக்கரத்தின் இடையே அகப்பட்ட பட்டுப்பூச்சிபோல் இந்த நூற்றாண்டு வாழ்வு சிக்கித் தவிக்கிறது. என்ன காரணம் இதற்குச் சொல்லித் தொலைப்பது? பொருளைத் தேடும் முயற்சியிலும் உறவிலும் அருளைத்தேடும் ஆர்வத்திலும் ஆன்ம வேட்டையிலும் கெக்கலிப்புகளும் ஓலங்களும் சீறலும் சறுக்கலும் வெள்ளமிட்டு அடித்துவரும் நிலைதான் காரணம். நோயிலே படுத்துவிட்டது கண்முன்னே நூற்றாண்டு மனிதனின் மனம். இது நோன்பிலே உயிர்ப்பு பெற வேண்டும். சேற்றிலே குழம்பிவிட்டான் இம்மனிதன். இவன் திக்கிலே தெளிவு பெறவேண்டும். இப்படி நோயுடன் மருந்தையும் பற்றிய மனத்தின் குரலே தமிழில் புதுக்கவிதையின் குரல். வாழ்வை நையாண்டி செய்யும் எதிர்மறையில் நேசித்துக் குரல்வகை காட்டினாலும் வாழ்வின்

ஆக்க உடன்பாட்டில் கலையின் ஒளியைக் காட்டுவதாகும். ஏதேனும் குறித்த தத்துவம் இதற்கு உண்டா என்றால் மனத்தின் தத்துவம் இது தழுவியிருப்பது எனக் கூறலாம். இந்த மனத்தின் தத்துவத்திற்குள் எவ்வளவோ பல அறிவுத் துறைகளின் புதிய பழைய புறநிலைக் கருத்துக்களும் உள் முகப்போக்குவரவும், வேண்டுமானால் உள்ளடங்குதலும் செய்வது உண்டு என்பது குறிப்பிடத்தக்கது.' *(எழுத்து 51)*

மனித வாழ்வும், சுய அனுபவங்களும் இதர பாதிப்புகளும் ஏற்படுத்துகிற மனப்பதிவுகளையும் கருத்தோட்டங்களையும் கவிதையாக்கும் முயற்சியில் ஈடுபட்டவர்கள் தொடர்ந்து எழுதிக்கொண்டிருந்தார்கள். வழக்கமாக எழுதி வந்தவர்களோடு, அவ்வப்போது புதியவர்கள் சிலரும் இம்முயற்சியில் ஆர்வத்தோடு இறங்கினார்கள்.

இவர்களது படைப்புகளுக்கு 'எழுத்து' நல்ல ஆதரவு தந்தது; பாராட்டத் தகுந்த, ரசனைக்குரிய, இக்கவிதைகள் பலவற்றையும் எடுத்துச் சொல்லிக்கொண்டிருப்பது இயலாத காரியம் ஆகும்.

என்றாலும் முக்கியமான ஒருசிலவற்றை அவற்றின் தனித்தன்மைக்காக - எடுத்து எழுத வேண்டியது அவசியமாகிறது.

சுந்தர ராமசாமி எழுதிய 'காலம்' *(எழுத்து 51)* அருமையான கவிதை ஆகும்.

'மணியின் முள்ளில் காலமில்லை.
காலமோ – '

என்று துவங்கும் அந்தக் கவிதை சிறிது நீளமானதுதான். கருத்தாழமும் நயங்களும் நிறைந்த அக்கவிதையில் காலத்தைப் பற்றி எண்ண ஓட்டம் படிப்படியாக வளர்கிறது. பிற –

மாயை என்றான் சங்கரன்!
அல்ல, மாயையும் அல்ல வென்றான்.
அரவிந்தனோ லீலை என்றான்,
லீலை தானோ என்று கேட்டான்
அறிந்தறிந்து
தத்துவப் பாகனையே கொல்லும்
யானை அது

இவ்வாறு சிந்தித்து உண்மை ஒளியைக் காண முயல்கிறது மனசு.

காலம் என்ற ஒன்று
யாளியின் வாய்க்குள்
விரலுணர
ஓசையெழ உருண்டோடும்
கண்ணுக்குப் படாத
கல் பந்து

குறையாத ஜாடியினின்று
நிறையாத ஜாடிக்குள்
பார்வைக்குத் தெவிட்டாமல்
வில்லாய் வளைந்து விழும்
விழுந்து கொண்டேயிருக்கும்
கட்டித்தேன் பெருக்கு.

தரைக்கே வாராது
காற்றோடு மிதந்தோடும்
பூப்பந்து
கிணற்றினுள்ளே
கண்ணுக்குப் புலனாகும்
நதியின் பிரவாஹம்.

தேயாததை யெல்லாம்
தேய வைத்து,
தேய்மானம் ஒன்றே
தேயாதது என்று
தேய்த்தும் தேயாது
கோலோச்சும்
தேய்மானத் தத்துவம்,

எனக்கோ,
கடவுள் அளித்த ரஜா,
மரணவூரில்
ஆஜராகி வேலை ஏற்க
யான் பெற்ற
காலாவதி
மணியின் முள்ளில் காலமில்லை
அக்னியைத் தேடி
அலைந்த மனசோ
அடுப்பாய்ப் புகையுது.

பிச்சமூர்த்தி எழுதிய 'வழித்துணை' எனும் நெடுங்கவிதை 53 வது ஏட்டில் பிரசுரமாயிற்று. 'புதுக்கவிதையில் இன்னொரு மைல்கல்' என்று இதை வரவேற்று 'எழுத்து' அதே இதழில் தலையங்கம் தீட்டியுள்ளது. 'அறிவு வார்ப்பான புதுரகப் படைப்பு' என்று சி.கனகசபாபதி இதை விவரித்தும் விமர்சித்தும் தனிக்கட்டுரை எழுதினார். (எழுத்து 52)

பிக்ஷுவின் 1960 காலக் கவிதைகளை 'இரண்டாவது கட்டக் கவிதைகள்' என்று மொத்தமாக, தனியாக, ஆராய வேண்டும் என, அவரது முதல் கட்டக் கவிதைகள், (1934-1964) பற்றி எழுதியபோதே குறிப்பிட்டிருக்கிறேன். ஆகவே, ந.பி. யின் கவிதைகள் பற்றிய என் எண்ணங்களை இத்தொடரில் அங்கங்கே நான் குறிப்பிடவில்லை. 'வழித்துணை' பற்றியும் அப்படியே.

புதிதாகக் கவிதை எழுத முற்பட்டவர்களில் நா.வெங்கட்ராமன் புதிய எண்ணங்களை தம் படைப்புகளில் கொண்டுவர முயன்று வெற்றியும் பெற்றுள்ளார். இயற்கைக் காட்சிகளோடு விஞ்ஞான உண்மைகளையும் கவிதைப் பொருளாக்க வேண்டும் எனும் புதுக்கவிஞர்களின் துடிப்பு அவருக்கு உண்டு என்பதை அவரது படைப்புகள் காட்டுகின்றன. 'பிரசவம்' என்ற கவிதையை ஒரு உதாரணமாகக் கூறலாம்.

ரவிக்கையின் சூடு
கடல் நீரைப் புகையாக்கி விண்ணேற்ற
காற்றோட்ட,
மலை மறிக்க
மழை பெய்யும்.
மலை உச்சி மழை நீரை
புவி ஈர்க்க
அது
பேரருவியாகி
கொட்டும்: கொட்டும்
அதனடியில் குளிப்பதும், மகிழ்வதும்
நான் நீ மட்டுமா?
விஞ்ஞான மருமகள்
டைனமோப் பெண்ணாளும்
அருவியில் குளிக்கின்றாள்.
'குளிக்காமல்' கருவுறுதல்

குவலயத்தில் கண்டதுண்டு.
மருமகளோ
குளித்துக் கருவுறுகின்றாள்.
வட்ட வரிசைப் பற்கள்
புளி மாங்காய் கடிக்கவில்லை.
பச்சரிசி மெல்லவில்லை
வயிற்றில் கனக்கவில்லை,
ஆனாலும்
ஓர் கணத்துள்
பெற்றெடுத்துவிடுகின்றாள் –
ஏழு

பாலுக் கழுதால்
அவளது
தாமிரக்காம்பில்
மின்பால் சுரக்கும்
டைனமோப் பெண்ணாள்
தன் காந்தக் கண்களினால்
குழந்தைகளை நோக்க,
புத்துலகைக் காண்கின்றாள்.
அனல் கக்கும்
ஒரு குழந்தை
ஒலி பரப்பும்
ஒரு குழந்தை
ஒளி வீசும்
ஒரு குழந்தை
ஒலி ஒளியைப்
படமாக்கும் இரட்டையர்கள்.
நிலம் நடுங்க
தாள் பதியும்
மர்மப்பிள்ளை?
ஓயாமல் காலத்தை
ஓட்டிக் காட்டும்
முள்ளுக்கைப் பிள்ளை
பிள்ளை பெற்ற பெருமையிலே
இருந்த பெண்ணாள்
பெயர் வைக்க வந்த
விஞ்ஞான சாஸ்திரியைப்

பார்த்தாளா?
நானறியேன். *(எழுத்து 53)*

நல்முத்து பற்றிய 'கண்' என்ற கவிதையும் ரசமானதுதான். நல்முத்து 'ஆழ்கடல் வயிறு - அவனிக்களித்த - அற்புதப் புதையலோ?' கடலின் சிப்பிக் கண்ணுள் தூசோ எதுவோ நுழைந்ததனால் சேர்ந்த துன்பச் சேமிப்போ, என்றெல்லாம் சிந்திக்கிற கவியின் வியப்பு இப்படி வளர்கிறது -

இல்லை இல்லை
துன்பம் எங்கேனும்
விண்ணில் போய் மின்னி
மாந்தர் கை சேர்ந்து
அரம்பையர் விரும்பும்
அணிகலனாமா?
விலை மலையாய்ப் போமா?
கண் தான் காட்சியா?
இல்லா விட்டால்?
நல்முத்தும்
வர்ணம் பூசின வெறும் எலும்பு
சுண்ணாம்பு பாஸ்பேட்
ஸோடா கார்பனேட் தானா? *(எழுத்து 54)*

விஞ்ஞான உண்மையை நயமான கவிதையாக்கிக் காட்டுகிறது. நா.வெங்கட்ராமனின் 'அந்தி' எனும் படைப்பு.

துயிலும் முன் பரிதி
தூக்கி யெறிந்த
வெள்ளை வெற்றிலைக் காம்புகளை
ஆகாசத் தூசுக்கும்பல்
பொறுக்கி
மென்று
உமிழ்ந்த
எச்சில் *(எழுத்து 65)*

கவிதையில் காலாகாலமாகக் கையாளப்பட்டு நைந்து போன விஷயத்துக்குக் கூடப் புதுமை சேர்க்க இயலுமா என்று புதுக்கவிதை சோதனை செய்யத் தயங்கவில்லை; நிலவு இம்முயற்சிக்கும் கை கொடுக்கிறது.

'கிணற்றில் விழுந்த நிலவு' என்.எஸ். வைத்ஸவரன எழுதியதையும் நிலவை கற்புக்கரசியாகக் கண்டும், நாணமிலாப் பரத்தையாகக்கொண்டும் தி.சோ.வேணுகோபாலன் ஒட்டும் வெட்டுமாக இரு கவிதைகள் படைத்ததையும் முன்னரே குறிப்பிட்டுள்ளேன். வேறு கோணங்களிலும் நிலவைப் பார்க்கிறார்கள் சிலர்.

விட்டெறிந்த இட்டலியோ
கட்டிவைத்த பழஞ்சோறோ
கொட்டி விட்ட கப் தயிரோ
சுட்டு வைத்த அப்பந் தானோ?
என்ன இழவேயானாலும்
எட்ட இருந்து சிமிட்டுது கண்
கிட்ட வந்து எட்ட வில்லை
பாடுபட்ட பாட்டாளி
கொட்டாவி விடுகின்றேன்
ஆவ்......
உறக்கம் வருது பசிமறக்கும்.

இ. அண்ணாமலை என்பவரின் நோக்கு இது. (எழுத்து 66-67) சி. மணி காணும் தோற்றம் வேறு ரகமானது.

நல்ல பெண்ணடி நீ!
முகத்திரை இழுத்து விட
இரண்டு வாரம்
அதை எடுத்து விட
இரண்டு வாரம்
இதை விட்டால் வேறு
வேலையே இல்லையா உனக்கு?

என்று நிலவைப் பார்த்துக் கேட்கிறார் அவர். (எழுத்து 68)

அதே நிலவை சு.சங்கரசுப்ரமண்யன் வேறுவிதமாகப் பார்க்கிறார். (எ.69)

அவளோ
சினிமாக்காரி
உருவம் காட்டி
ஊரை மயக்க
ஒளி பாய்ச்சி
குளோசப்பில்

நிறுத்துகிறார் யாரோ.
அப்படியே
இருந்து விட்டாலோ
முகப்பருவும்
மேக்கப்பை
மீறிவிடும்.
எனவே தான்
ஒளி குறைந்தது
நிழல் பூசி
ஒளிக்கின்றார்
காமிரா வேலைக்கு
காரிகையா பொறுப்பு!

சி.மணியின் 'கவிதை நினைவுகள்' குறிப்பிடப் பெறவேண்டிய மற்றொரு அருமையான கவிதை. பரிகாசமும், சிந்திக்க வைக்கும் கருத்தாழமும் கொண்ட படைப்பு; 4 பகுதிகள் கொண்டது. (எ.61)

இருக்கின்ற பாலோ
இருவருக்குத்தான்
அளவோ குறையாது மூவர்
அருந்த வேண்டுமென்றால்
நீரைக் கொட்டி
சரிக்கட்டுவாள்.
பாலின் சுவை கெடுப்பாள்
அளவைப் பற்றிய கவலை
இல்லையென்றால்
நல்ல பாலைத் தருவாள்.

2வது பகுதியில், மரபின் தூய பருத்திச் சட்டை, கவர்ச்சியான தோற்றத்துடன், களிப்பூட்டும் பலவண்ணங்களிலும் கண்கவரும் பலவகைகளிலும் கிடைக்கும் – நம்பிக்கையான பெருங்கடைகளில் என்பதனால் பலரும் 'அளவெடுத்து' சட்டையையே வாங்கினர். சிலருக்கு அது அமைந்தது. சிலருக்குப் பொருந்தவில்லை. அநேகருக்கு எப்படி எப்படியோ இருந்தது என்றாலும் மரபு முத்திரையில் மயங்கி அதை வாங்குவதிலே பலரும் ஆர்வமாக இருந்தார்கள். சிலர் மட்டும் அது சரியாக இல்லையெனத் தெரிந்ததும், வேண்டிய துணியை வாங்கிக் கொண்டுபோய். 'உடலுக்குத் தக்கபடி, தைத்தார் சட்டை.'

3 ஓங்கு திரைப் பெருங்கட லுலகத்துமாந்தர்
வீங்குமுலை வருத்திடை மகளிரை மருவுவார்
இலங்குஞ் சோளிசேலை குழல் தமைக் கண்டதும்
மனங்கொடா ரோரிழி அலியிட மன்றோ?
சிறப்பான யாப்பிட்ட பனுவ லென்னும்
விரகஞ்சேர் வானின் மங்கை யிருக்க
யாப்பற்ற புதுக்கவிதையை யெப்படி
கைப்பற்ற துணிந்தா ரைம்புல னொப்பி?
யாப்புடைத்த கவிதை
அணையுடைத்த காவிரி
முகிலுடைத்த மாமழை
முறட்டுத் தோலுரித்த பலாச்சுளை
வறட்டுக் கோஷா எறிந்த மங்கை.
யாப்பற்ற கவிதை
அருவருக்கும் அலியல்ல;
மார்கழியின் மொட்டிரவில்
தென்றல் தரும் சூடுபோக்க
வெண்ணிலவின் பயன்துய்க்க;
உடை கலைந்த ஒரு தலைவி
இயற்கையெழில் கொட்டியிருக்க
செயற்கை யணி வேண்டாமென்று
ஒப்பனையை நீக்கிவிட்ட
வனப்பொளிர் கனவுப் பெண்;
கால் குழலாக எல்லாம் கவர்ந்து எழில் கனிய வீங்கி
ஈர்க்கிடை போகலாகா எதிரெதிர் பணைந்து வீங்கும்
வார்க்குலம் அறுந்த கொம்பை வரிமுலை
ஐயா இது.

4 அன்று மனிக்கதவை
தாயர் அடைப்பவும்
மகளிர் திறப்பவும்
செய்தார் மாறி மாறி;
என்றும்
புலவர் அடைப்ப
கவிஞர் திறப்பார்.

சி. மணி சிறியசிறிய - ஆயினும் நயங்கள் நிறைந்த - கவிதைகள் அநேகம் எழுதியிருக்கிறார். 1963-64 வருடங்களில். எடுத்துக்காட்டாக ஒன்றைக் குறிப்பிடலாம்.

வெளுத்தது நான்கு

துவைக்க
வெளுத்தது
துணி.

காதலன்
சுவைக்க
வெளுத்தது
இதழ்!

ஞாயிறு
வெறிக்க
வெளுத்தது
நிலம்.

வாழ்வு
நெறிக்க
வெளுத்தது
முடி.

~

குறை கூறல்

க.நா.சுப்ரமண்யம் 1964ல் 'இலக்கிய வட்டம்' என்ற மாதம் இருமுறைப் பத்திரிகையை வெளியிட்டுக்கொண்டிருந்தார்.

அதன் 17வது இதழ் 'தமிழ் இலக்கியத்தில் சாதனை'யை அளவிடும் விசேஷ மலராகத் தயாராயிற்று. 1947-64 கால கட்டத்தில் தமிழில் நிகழ்ந்த இலக்கிய சாதனைகள் குறித்து தி.ஜானகிராமன், எம்.வி. வெங்கட்ராம், தி.க.சிவசங்கரன், ரகுலன், வெ.சாமிநாதன். ஆர். சூடாமணி, தெ.பொ.மீனாட்சிசுந்தரம், நகுலன், வல்லிக்கண்ணன் ஆகியோர் அவரவர் நோக்கத்தில் அபிப்பிராயங்கள் அறிவித்து கட்டுரைகள் எழுதியிருந்தார்கள்.

தி.க.சிவசங்கரன் 'பதினேழு ஆண்டில் இலக்கியம்' என்ற தலைப்பில் சிறுகதை, நாவல், கவிதை, புதுக்கவிதை, கட்டுரை, இலக்கிய விமர்சனம், நாடகம் என்று பகுத்து, விரிவாகத் தனது கருத்துக்களை அறிவித்திருந்தார். அதில் புதுக்கவிதை பற்றி அவர் கூறியது இங்கு எடுத்துச் சொல்லப்படவேண்டிய கருத்து ஆகும் -

"புதுக்கவிதை குறித்து என் கருத்து யாது?"

புதுமை, சோதனை என்ற முறையில் நான் புதுக்கவிதையை வரவேற்கிறேன்; திறந்த மனத்தோடு புதுக் கவிஞர்களின் படைப்புகளைச் சுவைக்கிறேன்.

புதுமைப்பித்தன், கு.ப. ராஜகோபாலன், பிச்சமூர்த்தி, வல்லிக்கண்ணன், கே.ராமநாதன் ஆகியோரின் புதுக்கவிதைகளை 'கலா மோகினி', 'கிராம ஊழியன்,' 'சிவாஜி', 'நவ சக்தி' ஆகிய இதழ்களில் அவை வெளிவந்த காலம் தொட்டு வாசித்து வருபவன் நான்.

அண்மையில் ஆறு ஆண்டுகளாக 'எழுத்து' இதழ்களிலும், பின்னர் 'இலக்கிய வட்ட'த்திலும் இடைவிடாது படித்து வருகிறேன்.

'எழுத்து' ஏட்டின் தோற்றத்திற்குப் பின்னால், தமிழில் புதுக் கவிதை எண்ணிக்கையில் பெருகியிருக்கிறது. ஆனால் அதன் தரம் பெருகியிருக்கிறதா என்பது சந்தேகம்; விவாதத்திற்குரிய விஷயம்.

என்னைப் பொறுத்தவரையில் இன்று எழுதப்பெறும் பழைய (மரபுக்) கவிதையைப்போலவே புதுக்கவிதையும் எனக்குச் சலிப்பூட்டுகிறது.

புதுக்கவிதையின் புதுப்பாதையை, அதன் சொல்லாட்சியை, படிமச் சிறப்பை, உருவ நயத்தை நான் ரசிக்கிறேன். இப்படியும் கவிதை வரவேண்டியதுதான் என்று உணர்கிறேன்.

ஆயினும், புதுக்கவிஞர்களின் குரல்களை என்னால் ரசிக்க முடியவில்லை.

வெறுமை, விரக்தி முனைப்பு, மனமுறிவு ஆகிய குரல்கள் பல புதுக்கவிதையின் அடிநாதமாக ஒலிக்கின்றன.

நவீன பட்டினத்தார்களாகவும், பத்திரகிரியார்களாகவும் திருமூலர்களாகவும், திகம்பரச் சித்தர்களாகவும் சில புதுக் கவிஞர்கள் மாயாவாதம் (மிஸ்டிசிசம்) பேசுவது, அதுவும் இந்திய வரலாற்றின் முக்கியமான இக்கால கட்டத்தில் அழுது புலம்பிக் கையறு நிலையில் கை விரல்களைச் சொடுக்குவது, எனக்கு மிகவும் பிடிபடாத சங்கதி.

இந்தக் கவிஞர்கள் தமிழ்ச் சொல்லை முறிக்கட்டும். மனித மனத்தை ஏன் சிரமப்பட்டு முறிக்க வேண்டும்? அதுதான் தெரியவில்லை. ஐயோ பாவம் இவர்களுக்கு என்ன சுகக்கேடு, நோய்?

புதுக் கவிஞர்களின் இந்த மனமுறிவு (மனமுறிப்பு) விவகாரம் பற்றி 'எழுத்து' ஆசிரியர் சி.சு.செல்லப்பா, 62வது ஏட்டில் வரைந்திருப்பது இங்கு நன்கு சிந்திக்கத்தக்கது.

'மாடர்னிட்டியும் நம் இலக்கியமும்' என்னும் 1964 பிப்ரவரி தலையங்கத்தில் சி.சு.செ. கூறுகிறார்:

'மனமுறிவு - ஃபிரஸ்டிரேஷன் - ஒரு மோஸ்தர் (ஃபாஷன்) இல்லை. இன்னொரு இலக்கிய நோக்கைப் பார்த்து இமிடேட் செய்வதுக்கு; அந்த இடத்து அந்த நாளைய வாழ்வைப் பொறுத்தது. மேற்கே இன்றைய வாழ்வு அதுக்கு உணவூட்டலாம். நம் வட்டாரத்தில் நம் வாழ்வில் அது தொனித்தால் ஒழிய,

இலக்கியத்தில் தொனிக்காது. இமிடேட் செய்து தொனிக்கச் செய்தால், அதில் உண்மை இருக்காது.

ந. பிச்சமூர்த்தி இது பற்றி ஒரு சம்பாஷணையில் சொல்லியது. 'மேற்கே டிஸ்சின்டக்ரேட்டிங் - அதாவது உதிர்கிற நிலை. நம்முடையது; ஷேப்பிங் அதாவது, உருவாகிற நிலை, எனவே மனமுறிவு நம் இலக்கியத்தின் பொதுத் தொனியாக இருக்கமுடியாது.'

ந.பி. வாழ்க்கையையும் இலக்கியத்தையும் பிரித்துப் பார்க்க முற்படாதவர். ஏன், இலக்கியத்தைவிட வாழ்க்கையையே மேலானதாகக் கருதுபவருங்கூட, ந.பி. சொன்னது ஆணி அடித்த கருத்து...

ந.பிச்சமூர்த்தியின் ஆணி அடித்த கருத்தை, அதை அடியொற்றிக் குரல் எழுப்பும் செல்லப்பாவின் கருத்தை, ஏனைய புதுக்கவிஞர்கள் - மாயாவாத மனமுறிவுக் குரல் கொடுக்கும் புதுக்கவிதைத் தம்பிரான்கள் - ஏற்றுக்கொள்வார்களா, அல்லது மனமுறிவு (மனமுறிப்பு)த் தத்துவம்தான் இன்றைய புதுக்கவிதையின் பொதுக்குரலாக விளங்குமா என்பது பொறுத்துப் பார்க்கவேண்டிய விஷயம்.

நான் உணர்ந்த வரையில், மிகைபடக் கூறல், கூறியது கூறல், மயங்க வைத்தல் ஆகிய சீக்குகள் புதுக் கவிஞர்களிடமும் மலிந்து காணப்படுகின்றன. இந்நோய் விரைவில் அகலக் காலதேவன் அருள் புரிவானாக!

~

க.நா.சு. கருத்து

1963 இறுதியில் தோன்றியது க.நா.சுப்ரமண்யத்தின் 'இலக்கிய வட்டம்'; மாதம் இருமுறை. அதன் இதழ்களில் புதுக்கவிதை போதிய இடம்பெற்று வந்தது.

'இலக்கியத் துறையில் செய்ய வேண்டிய காரியங்கள் எத்தனையோ இருக்கின்றன - இன்றைய தமிழ் இலக்கிய வளம் பெருக' என்ற நோக்குடன் ஆரம்பிக்கப்பட்ட 'இலக்கிய வட்டம்' பத்திரிகையில், 'நமக்கு நாமே பல விஷயங்களையும் தெளிவு செய்துகொள்ள வேண்டும்' என்ற எண்ணத்துடன் அதன் ஆசிரியரும் மற்றும் சில எழுத்தாளர்களும் எழுதிக்கொண்டிருந்தார்கள். அதனால், 'இலக்கியவட்டம்' நல்ல இலக்கியப் பத்திரிகையாக விளங்கியது. எழுத்தாளர்களுக்கும் இலக்கியப் பிரியர்களுக்கும் பயன்படக் கூடிய அருமையான விஷயங்கள் ஒவ்வொரு இதழிலும் பிரசுரமாயின. 'இ.வ.' சுவாரஸ்யமான ஒரு இலக்கிய ஏடு ஆகவும் வளர்ந்து வந்தது.

அது ஒரு வருஷமும் சில மாதங்களும்தான் உயிரோடிருந்தது என்று நினைக்கிறேன்.

'இலக்கிய வட்டம்' புதுக்கவிதையையும் ஒரு சோதனைத்துறை' ஆகத்தான் கருதியது. பிச்சமூர்த்தியின் படைப்புகளை 'புதுக்கவிதை'யாக அது அங்கீகரிக்கவில்லை.

அதன் 25வது இதழில் வெளிவந்த அபிப்பிராயம் இது -

புதுக்கவிதை

'ஏனய்யா இந்தமாதிரிக் கவிதையல்லாத கவிதைகளையெல்லாம் போட்டு எங்கள் பிராணனை வாங்குகிறீர்?' என்று ஒரு நண்பர் புதுக்கவிதை முயற்சிகளைக் குறித்து எழுதிக் கேட்டுள்ளார்.

மணிக்கொடி காலத்தில் சொ.வி.புதுமைப்பித்தன் என்ற பெயரில் சிறுகதைகள் எழுதத் தொடங்கிய காலத்தில் இதெல்லாம் கதைகளா ஐயா, கழுத்தறுப்பு என்று சொன்னவர்கள் உண்டு.

அவர்களே இப்போது புதுமைப்பித்தன் என்றால் ஆஹா என்கிறார்கள்.

இந்தப் பாராட்டுக்கும் கண்டனத்துக்கும் அர்த்தமேயில்லை. சிறுகதை என்கிற உருவம்போல, புதுக்கவிதை என்கிற உருவம் தோன்றிவிட்டது - நிலைக்க அதிக நாள் பிடிக்காது.

தமிழில் செய்யுள் எழுதுவது மிகவும் சுலபமான காரியமாகி, எழுதப்பட்ட செய்யுள் எல்லாம் கவிதை என்று சொல்கிற அளவுக்கு வந்தாகிவிட்டது.

இது எல்லா மொழி இலக்கியங்களுக்குமே பொதுவாக உள்ள விஷயம்தான். மரபு என்பதை மீறியே மரபுக்குப் புது அம்சங்களைச் சேர்க்க வேண்டியது அவசியமாகிறது.

இந்த அர்த்தத்தின் புரட்சியும் எல்லா மரபுகளிலுமே உள்ள ஒரு அம்சம்தான்.

கவிதை வழிகள் தடம் தேய்ந்து தென்றல் காயவும், மதி தகிக்கவும். மலர் துர்க்கந்தம் வீசவும் (காதலால் அல்ல) தொடங்கிவிட்டது என்பதைத் தற்காலக் கவிதையைப் படிப்பவர்களில் சிலராவது ஏற்றக்கொள்வார்கள்.

இந்தக் கவிதை மொழி, வார்த்தைகள், பொருள்கள், மதி, மலர், தென்றல், ஒளி இத்யாதி எல்லாம் உபயோகத்தால் தேய்ந்து தேய்ந்து உருக்குலைந்துவிட்டன.

பழைய சந்தங்கள் போக, புதுச்சந்தங்கள், புது வார்த்தைச் சேர்க்கைகள், புது உவமைகள் இன்று உள்ள நிலைமைக்கேற்பத் தோன்றியாகவேண்டும்.

லக்ஷியத் தச்சன் தேடிக் கைப்பிரம்பு இழைப்பதும், உருப்படாத வழியில் பானை வனையும் குயவனின் பாண்டம் உருக்குலைவதும், உருக்குலைந்த சிறகொடிந்த - வலிகுன்றிய சிந்தனைகள். இவை இன்று கவிதையே யாக மாட்டா.

புதுக்கவிதை புது வாழ்வின் எதிரொலியாம். வாழ்க்கையின் இன்றையச் சிக்கலை சிக்கலாகக் காட்டும் சிந்தனை வெளியாம். சிக்கலைச் சுலபமாக்கி சுகம் தேடும் மனப்பிராந்தி அன்று.

புதுக்கவிதை சங்ககாலத்துப் பேச்சுச் சந்தத்தை அஸ்திவாரமாக்கிக்கொண்டு எழுதக் கூடாது என்பதில்லை.

'யாதும் ஊரே, யாவரும் கேளிர்' என்கிற சந்தம் எல்லா காலத்துக்கும் பொதுவானதுதான்.

புதுக்கவிதை ஏமாற்றத்தை, ஏக்கத்தைத்தான் எதிரொலிக்க வேண்டுமென்கிற கட்டாயமில்லை.

மேலை நாடுகளில் அப்படியென்றால், ஆனைக்கு அர்ரம் என்பதில்லை.

புதுக்கவிதை, சிறுகதை, நாடகம், நாவல்போல, விமர்சனம்போல, இலக்கியத்தில் - தமிழ் இலக்கியத்தில் ஒரு புதுத் துறை.

அது இன்னும் கவிதையாகிவிடவில்லை.

புதுக்கவிதை எழுதுகிற பத்திருபதுபேர் தொடர்ந்து எழுதி வந்தால் புதுக்கவிதை கவிதையாகிற பக்குவம் பெறலாம்.

அதுவரை அது ஒரு சோதனைத் துறை.

('இலக்கிய வட்டம்' 23.10.64)

சோதனை ரீதியில் கவிதை படைத்து வந்த அமெரிக்க, ஐரோப்பியக் கவிஞர்கள் பலரது கவிதைகளின் மொழி பெயர்ப்பு 'இலக்கிய வட்டம்' இதழ்களில் பிரசுரமாயின.

க.நா.சு. 'மயன்' என்ற பெயரில் கவிதைச் சோதனைகள் நடத்தி வந்தார். அவரது சோதனை முயற்சிக்கு ஒரு உதாரணமாக 'முச்சங்கம்' என்பதைத் தருகிறேன்.

தார்த்தாரிப்
பரந்த
புல்
வெளியிலே
பல்
லாயிரம்
பெண்
பரிகள்
பின்
தொடர
நிமிர்ந்து

நடை
போட்ட
தொல்
காப்பியம்
பேசும்.

அரபு
மக்களிடை
தனியான
தோர்
அன்பு
கண்ட
திருக்
குறளும்
எடுத்
தோதும்
மங்கோலிய
மன்னரிடை
உரிமை
கொண்டாடிய
தேவாரம்
ஒரு
நா
லாயிரம்
பாடும்.

க்ருஸேடு
வீரர்களைச்
சுமந்து
பல
தீரக்
கேளிக்கைப்
போட்டிகளிலே
மோதி
விழுந்த
பெரிய
புராணமும்
சொல்லும்.

ஆதவன்
மறையாத
சாம்
ராச்சியங்கள்
– பிரிட்டிஷ்
மற்றும்
இஸ்பானிய
ஃபிரெஞ்சு
இத்யாதி
வென்று
தந்த
படை
வீர
ராமாயணமும்
கனைக்கும்
மங்கோலிய
தார்த்தர்
அரபு
எனும்
முச்
சங்கப்
பெருமை
சூழ
ஓட்டை
வண்டி
இன்று
இழுக்கும்
பெருமை
காண்மினோ
– காண்மினோ!

விலா
எலும்பு
தெரிய
பசி
மயக்கக்
கனைப்புக்
கனைத்துச்

சென்னைத்
தார்
ரோட்டிலே
புல்
மேயும்
பிரபாவம்
காண்மினோ
- காண்மினோ!

டி.கே. துரைஸ்வாமியும் சுந்தரராமசாமியும் தீவிரமான சோதனைப் படைப்புகளை ஆக்கி வந்தனர். வல்லிக்கண்ணன், எம்.வி. வெங்கட்ராம் கவிதைகள் எப்பவாவது இடம்பெற்றன. புதுசாகக் கவிதை எழுதத்தொடங்கியவர்களில் சண்முகம் சுப்பய்யாவையும் நீல பத்மனாபனையும் குறிப்பிட வேண்டும்.

சோதனை ரீதியான புதுக்கவிதை என்ற தன்மையில் சுந்தரராமசாமியின் படைப்புகள் மிகச் சிறப்பாக அமைந்திருந்தன. கருத்தாழமும், புதுமையும், தனி அழகும், பரிகாச தொனியும் கொண்ட நல்ல கவிதைகள் அவை.

'கொள்கை' என்றொரு கவிதை -

மேற்கே
ரொமாண்டிஸிஸம்
நாச்சுரலிஸம்
ரியலிஸம்
அப்பால்
இம்ப்ரஸனிஸம்
என் மனைவிக்கு
தக்காளி
ரஸம்

அப்பால்
ஸிம்பாலிஸம்
ஸர்ரியலிஸம்
மீண்டும்
வெறும்
ரியலிஸம்
அப்பால்
அதற்கும்

அப்பால்?
சொல்லும்
எட்மண்ட் வில்சன்
நீர் சொல்லும்
கனிவாய்.
சொல்லும்
மிஸ்டர் பிரிச்செட்
நீர் சொல்லும்
தயை கூர்ந்து

ஸாத்ரேக்கு
எக்ஸிஸ்
டென்ஷியாலிஸம்
காமுவுக்கு
இன்னொன்று
பின்னால்
வேறொன்று;
காமுவின் விதவைக்கு
மற்றொன்று;
பிறிதொன்று
அவள் அருமைப்
பாட்டிக்கு
கரடிக்குக் கம்யூனிஸம்
டாலர் ஹீமனிஸம்
பீக்கிங்குக்கு
என்ன?
சொல்லும்
எ.ஐ. பூரே
மிக விரைவாய்.

நாம் எல்லாம்
டமில் எழுத்தாளர்,
நமக்கோ
ப்ளேஜியாரிஸம்,

இன்றைய பக்தர்களின் போக்கையும் பக்தியின் தன்மையையும் கிண்டல் செய்து சுந்தர ராமசாமி 'மந்தரம்' என்ற சுவாரஸ்யமான கவிதையை எழுதினார் –

ட்யூப் லைட் சுந்தராச்சி உபயம்
குத்துவிளக்கு கோமுட்டிச் செட்டி உபயம்
உண்டியல் பெட்டி தெ.கு.வே. உபயம்
பஞ்சதிரி விளக்கு ஆண்டி நாடார் உபயம்
குண்டுச் சட்டி பால்பாயச உருளி த்ரிவிக்ரமன் நாயர் உபயம்
சூடன் தட்டு ரீஜென்று மகாராணி உபயம்
தகரடப்பா ஆறு நித்யானந்தா உபயம்
அலுமினியப் போனி வமு. சல. பெ. ம.
அரிகரபுத்திரன் செட்டியார் உபயம்
ஸ்க்ரு ஆணி நட்டு பட்டு அம்மாள் உபயம்
தீபத்தட்டு பெரியன் தாத்தாச்சாரி உபயம்
சின்ன நட்டு ஒரு டஜன்
வைரங்குளம் மிட்டாதார் உபயம்

வைரங்குளம்
மிட்டாதார்
அவர் அப்பா உபயம்
அவர் அப்பா
அவர் அப்பா உபயம்
அவர் அப்பா
அவர் அம்மா உபயம்
அவர் அம்மா
அவர் அப்பா உபயம்
அவர் அப்பா
அவர் அம்மா
அவர் அம்மா
அவர் அப்பா
நீ
நான்
அவள்
இவன்
அவன்
பூனை
புண்
பூ
புழு
பூச்சி
குண்டூசி

குத்தூசி
கடப்பாரை
லொட்டு லொடக்கு
எல்லாம்
ஸ்வாமி
உபயம்
ஸ்வாமி
சிற்பி
உபயம்
சிற்பி
அவர் அப்பா உபயம்
அவர் அப்பா

என்று மேலும் அடுக்கப்பட்டு, முடிவாக

எல்லாரும்
ஸ்வாமி
உபயம்

ஸ்வாமி
நம்ப
உபயம்

நாம்
ஸ்வாமி உபயம்

நம்ம பேரு சாமி மேலே
சாமி பேரு நம்ம மேலே

என்று நிறைவுறுகிறது இக்கவிதை.

~

நாடும் போரும்

'**எ**ழுத்து' காலத்தில் புதுக்கவிதை எழுதியவர்கள் தனிமனித அக உளைச்சல்கள், கனவுகள், ஏமாற்றங்கள், விரக்தி, மரணம், காமம் போன்ற விஷயங்களை மட்டுமே கவிதைப் பொருள்களாக எடுத்தாண்டார்கள் என்று குறை கூறப்படுவது உண்டு. அது தவறான மதிப்பீடேயாகும்.

சோதனை ரீதியாகப் புதுக்கவிதைப் படைப்பில் ஈடுபட்டவர்கள் சகல விஷயங்களையும் விசாலப் பார்வையினால் தொட முயன்றிருக்கிறார்கள் என்பதை 'எழுத்து' காலக் கவிதைகளை ஆராய்கிறவர் உணர முடியும்.

1965ல் சீனா இந்தியா மீது ஆக்கிரமிப்பு செய்தபோது, நாடு பற்றிய வரலாற்று ரீதியான நோக்கும், போர் பற்றிய சிந்தனையும்கொண்ட கவிதைகளை 'எழுத்து' பிரசுரித்துள்ளது.

இவற்றில் எஸ்.வைதீஸ்வரன் எழுதிய 'நாடு என் உயிர்' எனும் கவிதையை முக்கியமாகக் குறிப்பிட வேண்டும். அதன் சிறப்பையும், அதில் காணப்படும் நயங்களையும் கருதி, அதை முழுமையாகவே இங்கு எடுத்தெழுதுகிறேன்.

நாடு என் உயிர்
நாடு என் நிழல்
நாடு என் உடல்

பனி கமழ் கூந்தல்
திரு நதிச் சீலை
கடல் அணி பாதம்
என் தாயின் தனியழகு.

பரந்த நிலம்
விரிமனதின் வேர் விட்ட ஞானம்
பேச்சிலோர் அமைதி பிறழாத தன்மை
என் தாயின் தனி இயல்பு.

யுகம் யுகமாய் முகம் மலர
கபடமின்றி வரவேற்று
பொன் கொடுத்துக் கலை பகிர்ந்து
தாளிடாத மாளிகைக்குள்
புகலிடம் தந்த கரம்
என் தாயின் தனிப் பண்பு.

அவள் வளர்ந்த ஜீவக் கதை
அவள் பெருக்கிய வேதப் புதல்வர்
அவள் தழுவிய மதங்கள்
அவள் ஆக்கிய கலைகள்
இத்தனையும் பொய்யாத புகழ்க்கதை
ஆனால் –

கலை, கணிதம், கலாச்சாரப் பணி,
வேதம், சோதிடம், போதசன் மார்க்கம்,
கோபுரம், மந்திரம் கோர்த்து நின்ற மதங்கள்,
யானை, அரசு, இடையிடைப் பூசல்கள்,
மனம் வளர்த்த உழைப்பு,
உழைப்பு மீறிப் பொன், பொருள்,
காலத்தை நீட்டிக் கருத்தை உள்ளிழுத்து

ஞானமே யாவும்
அஹம் பிரும்மாஸ்மி
தர்மம் சரணம் கச்சாமி
என்று மேளந்தட்டிப் பாடி
புறநோக்கு விலகிப் போச்சு.
முன்னூற்றுக்கு முன்
விஞ்ஞானம், லௌகீக வியாபாரம்
பொல்லாத தொழில் நுட்பம், கள்ளமுகம்
யந்திரப் பூட்டம், தந்திரப் பேச்சு
என்றேதும் தெரியாத பாமரமாய்
களித்திருந்தோம் பிறவியினால்.

திரை கடலோடி திரவியம் தேடி
வந்தோரின் நிறப் பகட்டுக்கு
நாட்டைக் கைகழுவி, நெறியைப் பங்கிட்டு
நாமும் நிறம் மாறி
துரை வாழ்வில் வழுக்கி

விழுந்தோம் அடிமைப் புதையில்,
புதையிருளில் மோகமுற்று
மகுடி முன் பாம்பாகி
தாய் சொல் தாழ்வென்ற நினைப்பில்
வேடிக்கை யந்திரங்கள், மில்துணிகள்
குல்லாய்கள், காலுறைகள், நீளக்கைப் பழக்கங்கள்
நிரம்பி வழிந்து நிலத்தைக் குழப்பின.

இருந்தும்
நெறிகெட்ட புயல் மறைந்து
நிலையான விளக்கேற்ற
நரி, புரி விரட்டி நாமிங்கு கொடிகட்ட
புரிந்த தியாகம், தவம்.
வாழ் வெரிய குலம் கலங்க
சத்தியத் தீக்குளித்து
கீதை - ராட்டை கவசம் கட்டி
புறம் வெந்து பட்டும்
அகம் நொந்து போகாது
அகிம்சையாலே தாவை மீட்ட கதை
வீரக் கதையா - காந்தியின் கீதைக் கலையா?

ஆனாலும்,
வெற்றியிலோர் மறு.
அன்னையின்
பனிகமழ் கூந்தலில்
ஒரு குடங்கை பிய்தல்.
இழி மயிரது கருகிக் குமைந்து
தாயின் தனிப்பண்பு சோதனைக் குள்ளாச்சு.
விஞ்ஞான நீர்தேக்கி, தொழிற் கப்பல் ஓட்டி
அகவாழ்வும் புறநோக்கும், சமவாழ்வும்
குடியரசால் ஆக்கி வரும் காலை
தேரை நிமிர்த்திவிட்டு தெருவுக்குள் இழுக்கும் வேளை

வடமுனை 'டிராகன்' தீ மூச்சு தற்ற
நெஞ்சு நீட்டி மண்காக்க காவு கொடுத்தோம் அன்று.
இன்றோ திரண்ட நிலவை விழுங்க வரும் பாம்பாய்
வடமேற்கு பாக் கபடமாய் ஊர்ந்து வர
காவு கொடுத்தலினும் காவு கொடுக்க
வைத்தோம்.

பாம்பு பின் ஊர சுவடு பற்றி
புற்று நோக்கி சென்றோம்.

நாடு என் உயிர்
நாடு என் நிழல்
நாடு என் உடல்
இன்று நாம் எழுப்பும் புதுக்குரல்கள்.
நேரில் காணும் நிஜ உணர்வுகள்.
காலத்தில் ஊற்றெடுத்த வீரமும்
வீரத்தால் சிந்தி விட்ட ரத்தமும்
வீணல்ல; ததர்மம் மாய்க்க மண்ணில்
கண்ணன் நிகழ்த்திய காவியமும்
கால மலைப்புதரில் ஓடித்திரிந்து
உடலை இரும்பாக்கி
பெற்ற வீரப் போர் முறைகளும்
வெற்றிக்குத் துணையாச்சு,
இனி... *(எழுத்து 84 - 1965)*

அறுபதுகளின் பாரதப் போரை புராதன பாரதப் போருடன் உவமித்து சு.சங்கரசுப்ரமண்யன் 'பாரதப்போர்' என்ற கவிதையை எழுதியுள்ளார். ரசிக்கப்பட வேண்டிய ஒரு படைப்பேயாகும் அது.

பொய்ப்புழுதி கிளப்பி பாவக்குருதி சிந்தி
தன்வினை தின்னும் பகைக் கூத்து
தாய்மடி அறுக்கும் தறுதலை ஆட்டம்
சரித்திர சாபத்தின் அந்திமப் புலம்பல்
உடமை மறுத்தது பழங்கதைப் பிறப்பு
உரிமை பறிப்பது புதுக்காவிய வித்து
நாமே பாண்டவர் பண்டு ஆண்டுவர்
அவரோ கவரவர் கவரும் பண்பினர்
சூதை வளர்க்கும் சகுனிச் சீனன்
கீதை உரைக்கும் சாரதித் துங்கு
தூது பொய்த்திடும் தீயோர் மன்றம்
களமோ பெரிது காணும் உலகே குருக்ஷேத்திரம். *(எழுத்து - 84)*

சி.சு.செல்லப்பா வேறொரு கோணத்தில் அந்த சரித்திர நிகழ்ச்சியைக் கண்டு 'பகைத் தொழில்' எனும் கவிதையை எழுதியிருக்கிறார்.

'கிழிபடு போர், கொலை, தண்டம்
பின்னியே கிடக்கும் அரசியலதனில்'
கொலை வழி உதறி அறவழியாலே
கதிகாண வழிவகை காட்டிக் கிழக்கே
பகைத்தொழில் மறக்க வைத்த முதல்வன்
ஒத்துழையாமையான் காலமும் போச்சு;
அழிசெய் நியூகிளியர் ஆயுதம்
ஓங்கியே சீறிடும் 'ரட்சகர்' கையில்
அருள் வழி சிதற மறவழி பற்றி
கதிகலங்கச் சதிவகைகள் செய்து
கொடுந்தொழில் பரவச் செய்யும் மேற்கே
ஒத்துப்போகார் காலமும் ஆச்சு!
என்று நாம் கணித்திருக்கும் வேளை
அண்டை நட்பும் சகவாழ்வும் கானல் நீராச்சு;
வரம் கொடுத்த தலைமேலே கைவைக்க எல்லையில்
முழுவடிவைத் தின்ன வந்த பிறை வடிவோன்
'பாய் பாய்' குளிரப் பேசி பழமை பாசம் பேசி
பசப்பி விளிம்பில் இமயப் பாய் சுருட்ட வந்தோன்
சுயாட்சிக்குத் தந்த ஆதரவு மறந்து நடுக்கடலில் நின்று
ஊளையிடும் நம்பெயர் பாதி கொண்ட உதிரித் தீவோன்
மூக்கூட்டாய்ச் சேர்ந்து பகைத் தொழில் வளர்க்க
புறப்பட்ட கதையே இன்றைய நிஜமாச்சு.
உழக்கிலே கிழக்கு மேற்கா?
கிழக்கிலும் மேற்கு, மேற்கிலும் கிழக்கு
பகைத் தொழிலுக்கா காலம்? *(எழுத்து-85)*

சி. மணி

புதுக்கவிதை வரலாற்றில் சி.மணிக்கு தனியான ஒரு இடம் உண்டு.

1962ல் 'நரகம்' என்ற நெடுங்கவிதையை உருவாக்கி, தனது படைப்பாற்றலையும், சொல்லாட்சியையும், பழந்தமிழ் இலக்கிய ஈடுபாட்டையும், புதுமை வேட்கையையும், கற்பனைவளத்தையும், வாழ்க்கைச் சுற்றுப்புறத்தைக் கூர்ந்து நோக்கி அழுத்தமான முடிவுகளுக்கு வருகின்ற மனப் பக்குவத்தையும் நிரூபித்துக் காட்டிய சி.மணி மேலும் மேலும் பல புதுமைகளையும் சோதனைகளையும் வெற்றிகரமான சாதனைகளாக ஆக்கியிருக்கிறார். அவற்றில் முக்கியமான ஒரு சிலவற்றை அவ்வப்போது நான் குறிப்பிட்டுமிருக்கிறேன்.

1965ல் இவர் 'வரும் போகும்' என்ற நெடுங்கவிதையையும் 1966ல் 'பச்சையம்' எனும் நீண்ட கவிதையையும் படைத்துள்ளார்.

இவை போக சிறுசிறு கவிதைகளாக அநேகம் எழுதியிருக்கிறார். கற்பனை வளம், கருத்து நயம், வளமான சொல்லாட்சி, புதுமைப் பார்வை முதலியன சின்னஞ்சிறு கவிதைகளிலும் காணக்கிடக்கின்றன. லேசான பரிகாசமும் சில கவிதைகளில் தொனிக்கிறது.

நிலவைப் பற்றி இவர் எழுதிய கவிதை ஒன்றை முன்பு குறிப்பிட்டேன். 'நிலவுப்பெண்' என்ற இவர் இன்னொரு கவிதையும் எழுதியுள்ளார்.

ஊடாத பெண்ணொருத்தி உண்டென்றால்,
ஊடிப் புலந்து வெண்முகம் திரும்பி
கருங்குழல் புரளும் புறம் காட்டாது
கலைமுகக் காட்சி தந்தே கூடல்
தீ வளர்க்கும் பெண்ணொருத்தி உண்டென்றால்
நீயல்லவோ அப்பெண்! *(எழுத்து - 76)*

இன்றைய பாரியையும் அவனுடைய ஈகைத் திறத்தையும் நயமாக அறிமுகம் செய்கிறது ஒரு கவிதை.

ஈகை

பட்டமரம் போலச் சாய்ந்த சாலை
இருபுறத்திலும் நடைபாதை
நெடுகிலும் மனிதர்
மறைந்து வாழ
பயன்படும் வளைகள்
ஒன்றில் சாக்குத்திரை;
அதில் நீளும் கிழிசல்
வழியே அசைந்த –
கல்பட்டுக் கீறலுற்ற
ரசம் போன கண்ணாடி
முகக்கொடிக்கு
ஒரு கணத் தயக்கத்தேர்
ஈந்து சென்றான்
இன்றைய பாரி.   (எ - 76)

'சாதனை' என்றொரு கவிதை.

வேதனை வண்ணான் இன்னொரு
சாதனை செய்தான்
வெளுத்து வாங்கி விட்டான்
கறுத்த மயிரை   (எ - 80)

மூன்று வரிகளிலும் கவிதையை உருவாக்க முடியும் என்று முயன்று வெற்றி கண்டிருக்கிறார்.

1 பார்த்தேன் வெள்ளைப் பூவேலை
   வார்த்த சோளி முதுகை
   தெரிந்தது முகமே.

2 கம்பி என்று காலிரண்டும்
   எம்பி வீழ்த்தவும் இளித்தது
   கம்பி யதன் நிழல்.

3 மிரண்ட குதிரைத் தடதடப்பா
   முரட்டுத் தரையதில் காற்றின்
   சருகுக் குளம்பொலி.   (எ - 94)

'கொலைகாரர்கள்' என்ற கவிதை மனித வர்க்கத்தில் காணப்படும் பலரகக் கொலைகாரர்களையும் அறிமுகம் செய்கிறது. எல்லாக் காலத்தையும் சேர்ந்தவர்கள் இவர்கள்.

1. புகழாசை பிடித்தாட்ட போர் மீது சென்று எண்ணற்றோரைக் கொன்று வெற்றி வீரன் எனப் பெயர் பெற்ற கொலைகாரன்.

2. மதம், கடவுள் என்று பேசி நாலாயிரம் பேர்களைக் கழுவேற்றினவர்கள்.

3. மூன்றாவதாக நாகரிக ரகம்.
கள்ளிலே போதையில்லை.
சதையெழில் தளும்பித் தளும்பி
வழியும் கன்னியில் போதையில்லை;
கண்முன் தெரியாமல் காற்றாகக்
காரை ஓட்டுவதில் தான் என்ன போதை!
மரம் வீடு வண்டி பாய்ந்தோட
கையை ஹாரனில் அழுத்தி,
கண்ணைப் பாதையில் வைத்து,
பல்லை உதட்டில் தைத்து
60, 70, 80, 95 - ஐயோ!
வண்டி நின்றது
மனிதப் பிணம் நிறுத்த.

4. கள்ள நோட்டுக்களை நல்ல நோட்டுக்கள் என்று தள்ளிவிடுவோர்.

5. உண்மையும் போலியும் ஒன்று தான்
வாங்குவது என்னவென்று தெரியாமல்
வாங்கும்போது எல்லாமே ஒன்றுதான்;
கிடைத்தால் போதுமென்று தவிக்கிறார்கள்.

பழியேற்க உண்டு கடவுளும் டாக்டரும்,
நமக்கோ உண்டு லாபம்.
ஒன்றுக்கு நூறு. போ,
மருந்தைக் கடைக்கு அனுப்பு.

6. கு.ப.ராவின் 'ஆற்றாமை' கதாநாயகி சாவித்ரி மாதிரி; தான் அனுபவிக்கக் கிட்டாத இன்பத்தை மற்றவர்கள் அனுபவிப்பதைப் பொறுக்காமல் குறுக்கிட்டு ஊறு செய்து திருப்தி காண்கிறவர்கள்.

7. கொலைகாரனின் தத்துவம்! –
   இதுக்கென்ன பெரிய வாதம்?
   நான் கொலைகாரன் தான்.
   பல கொலைகளைச் செய்தவன்தான்
   அப்போது, கழுத்தை அறுத்த போது
   வெள்ளரிப் பழத்தை அறுப்பது போல் அறுத்தபோது
   நான் கடவுளாக இருந்தேன்
   நான் நினைத்தால் உயிர்
   கொடுக்கலாம், போக்கலாம்,
   நீங்கள் யாரும் கொலைகாரன் ஆனதில்லை;
   அதனால் நீங்கள் யாரும் கடவுள் ஆனதில்லை!   (எ-95)

'நரகம்' என்ற கவிதை பற்றி முன்பே எழுதியிருக்கிறேன். மேலைநாட்டு நாகரிக வாழ்வை முற்றிலும் ஏற்றுக்கொள்ளாமலும் கீழ்நாட்டு வாழ்க்கை முறைகளை அடியோடு விட்டுவிட இயலாமலும் திண்டாடுகிற இந்த நாட்டின் இன்றையப் பெருநகரத்தில் வசிக்கிற ஒருவனின் உணர்ச்சிக் குழப்பங்களை அது வர்ணிக்கிறது. காம உணர்வைத் தூண்டிவிடுகிற சூழ்நிலைகளும், சினிமா இலக்கியம் கடற்புறம் போன்றவைகளும் – அனுபவிக்க ஆசை இருந்தும் வசதிகள் இல்லாமல் ஏங்கித் தவிக்கிற ஒரு இளைஞனின் உள்ளத்தை, உணர்வுகளை, நினைப்பை எவ்வளவு தூரம் பாதிக்கின்றன என்பதை அக்கவிதை திறமையோடு சித்தரிக்கிறது.

'வரும் போகும்' எனும் நெடுங்கவிதையில் காணப்படுகிற சூழ்நிலையும் வாழ்க்கையும் அதேதான். ஆனால் கவிதைத் தலைவன் வேறு ரகம். அலுவலகத்தில் பணிபுரிந்துவிட்டு வீடுசேரும் துடிப்புடன் வந்து, பஸ்ஸுக்காகக் காத்து நிற்கும் ஒருவன் – இளமை குன்றியவன் – காண்கிற காட்சிகளும், அவை அவனுள் எழுப்புகிற எண்ணங்களும் இதில் அழகாக விவரிக்கப்படுகின்றன.

   காதடைக்கும் இரைச்சலுடன்
   டவுன் பஸ்கள் வரும் போகும்

என்று ஆரம்பிக்கிறது கவிதை. இவ் இரு வரிகளும் ஊடே ஊடே வந்துகொண்டு ஒரு அழுத்தம் தரத் தவறவில்லை. நகரத்தின் பஸ் ஸ்டாப் வர்ணனை வருகிறது –

பணி புரிந்து மிகக் களைத்து
மனைக்கே வழிதேடி
வேர்வைத் துளி பல்லிளிக்க
சோர்வோடு உடல் வளைத்து
சுற்றி நிற்கும் ஒரு கும்பல்;
பூத்துவிட்ட விழி குறுக்கி
அத்திப்பூ டவுன் பஸ்ஸை
அலுத்து நோக்கும் பிறிதொன்று;
பழைய நட்பு பேச்சிலாளும்;
புதிய நட்பு வலைவீசும்
நட்பில்லா மனிதர்களோ
செவி தீட்டி நெருங்கி நிற்பர்;
செவிக்குணவு மட்டுமின்றி
விழிக்குணவும் இருக்குமெங்கும்

பலர் வாழ்வு பூராவும் 'உழைத்துப் பெறுகின்ற வருவாயை ஒரு மூச்சில் விழுங்கிய கார்' 'நடுத்தரக் கார்' டாக்ஸி ஆட்டோ அத்தனையும் வரும் போகும், 'மனம்நீங்கி உருப்பெற்று உலவுகின்ற ஆசைகளாய்.'

இளைஞர், வஞ்சியர் அலங்காரத் தோற்றங்கள் பல ரகம். இவர்களிடையே நடக்கும் உணர்ச்சி நாடகங்கள்தான் எப்பேர்ப்பட்டவை?

கோடிவரை யோட்டிக் கள்ள விழி சுழற்றி
நோக்கி நேர்நோக்கி யெதிர் நோக்கி
நோக்கிப் பயனில்லை யெனத் தெளிந்து
தீட்டிய இதழ் விரித் தோச்சி
என்ன என்ன வாய்ச் சொற்கள்
வண்ண வண்ணச் சிரிப்பொலிகள்;

இளமை 'போயிங்' உணர்ச்சி வானில்
பறக்கும் வேளையில் கிளம்புமொலிகள்,
அவ்வேளையிலே வஞ்சியிடம்
எத்தனை மலர்ச்சி துள்ளல் துவளல்
எத்தனை உணர்ச்சியின் வானவில் திரட்சி
எத்தனை அருகில் வா எட்டி நில்;
வஞ்சி நோக்கி வெடிப்போரிடம்
எத்தனை கவர்ச்சி துள்ளல் ஆட்டம்

எத்தனை தலைமுறை வேட்டையின் வளர்ச்சி
எத்தனை சிக்கியதா தப்பிவிட்டதா

'மலட்டு ஒத்திகையின் மலட்டு முன்னோட்டம்' ஆன இது இளமையின் இனிமைக்கூத்தாய் சுவைக்கிறது. வந்து போகும் டவுன் பஸ்கள் 'பொய்த்துப் பொய்த்து' மேஜை மேல் பைலெனக் குவிக்கிறது கும்பலை!' இடம் பிடிக்கும் வலிமையும் கயமையும் இளமையும் இல்லாமல் நிற்கின்ற கவிதை நாயகன் 'வெளியிலே உருப்பெற்ற ஆசைஉலா' கண்டு பொழுது போக்க வேண்டியதாகிறது.

இவன் மனம் குறுகுறுக்கிறது –
யார் சொன்னார் இந்தியா
பிற்பட்ட நாடென்று?
முத்தர வகுப்பென்று?
பிற்போக்கு நைலான் உடுத்துமா?
கடை நடுத்தரம் கார் வலம் வருமா?
இங்கே இப்போது
தெரிவதெல்லாம் மேல்தரம்,
வறுமை யேது, இங்கே
இருப்பதெல்லாம் பெருமைதான்
இன்பந் தான்; சிலோன் சீனா
பாக்கிஸ்தான் எதுவுமில்லை;
இருப்பவை
மவுன்ட்ரோடு வாய்ப்பேச்சு விழிவாள் வீச்சு
பற்சர மின்னல் நகை ஜலதரங்கம் தேர்வு
இழப்பு இளிப்பு இளமையின் இயல்பு.

இரைச்சலோடு டவுன் பஸ்கள் வரும்போகும் இடத்தில், காலம் ஓட கால்வலிக்கக் காத்துநிற்கும் வசதியற்றவனின் மனம் பெரிய இடங்களின் யுவர்களும் யுவதிகளும் பயில்கிற நடுத்தெரு நாகரிகத்தை மேலும் மேலும் கண்டுசிலிர்க்கிறது. எப்பவோ குடித்த ஒரு கப் காபி வயிற்றில் கரைந்து போன உணர்வு. கண்முன்னாலோ –

பசிக்காமல் உண்ண முடியாமல்
திணித்து முடித்து விட்டு
நீட்டிய தட்டில் எறிந்தபடி –
பிளேயர்ஸ் ஒன் பாக்கட் – ஓ
கீப் தி சேன்ஜ் வெயிட்டர் –

ஒயிலாக சிகரெட் பற்றவைத்து
சுருள் சுருளாய் புகை கிளப்பி,
தவளைக்கும் பாம்பின் வாய் விரிப்பாய்
அவள் வியப்பின் விழிவிப்பை
கடைக் கண்ணில் களித்து –
டிரைவர். நீ போ.
பட் பீ ரெடி அட் டென்,

காதடைக்கும் இரைச்சலுடன் டவுன் பஸ்கள் வருகின்றன. போகின்றன, இவனுக்கு இடம் இல்லை.

சற்றே
மிகச் சற்றே தயங்கிப் பின் தங்கி
இட்ட அடிக்கும் எடுத்த அடிக்கும்
இசைந்தே ஆடும் சடையழகை
நெளிந்தே குலையும் பின்னழகை
வெறித்து நோக்கி விருந்துண்டு,

கிறங்கிடும் மனம் அவள் தோளில் கைபோட்டு நடந்து, தொட்ட சுகம் மயக்க இடித்தும் இணைந்தும் சென்று, கடற்கரையில் தனிமை இடம் தேடி இன்பம் சுவைத்து வியக்கிறது.

நின்ற இடத்திலேயே நிற்கும் அவனுள் ஆசை மலர்கள் விரிகின்றன.

பஸ் வரும். போகும். ஒரு கப் காபி கரைந்து போயிற்றே என்ற தவிப்பு தலைதூக்குகிறது.

அவனது 'சிவப்புச் சேலை அழகி' சிறிது நின்று போக மாட்டாளா என்ற ஏக்கம். பயன்தான் இல்லை.

செல்வம் இளமை யின்மை
நடைபாதையில் காக்க வைக்கும்
கூட்டம் குறையும் வரை.
பொறுமை தீரும் வரை
மயக்கம் தள்ளும் நேரம்
சிவப்பழகி சற்று நிற்க
புத்துணர்ச்சி துளிர்க்க..

இவனுக்கு இடம் கிடைத்துவிடுகிறது. 'காசம் பிடித்து உலுக்குவது போல், துடிக்கின்ற பழுதுடல்' பஸ் சூடேறிய

காற்றோடு, டீசலின் பெரு நாற்றத்தோடு நகர்கிறது. அந்தச் சூழலிலும்,

> பக்கத்து மங்கையின் உரசல்
> பல்லற்ற வாய்க்குக் கரும்பு:
> ஆசைக்கு அழிவேது?
> செல்வம் மங்கை பெருமை இளமை
> இவைகளுக்கு அழிவேது?
> ஆயினும் இவன் நிலைமையோ?
> முதுமை.
> வறுமை,
> சிறுமை.
> நாய் வால் முதுகு.
> சீவாத தலையாகக் கலைந்து
> சிதறிக் கிடக்கும் தாள்கள், -
> இப்பிறவியில் விடிவில்லை.

பற்றாக்குறைச் சம்பளம், பொழுதுபோக்கு இன்றிக் கூடிப் பெற்ற ஒன்பது செல்வங்கள், நீங்காத ஆஸ்த்மா, நிரந்தரத் தொல்லைகள்; என்ன செய்வது? 'கனவு - செல்வம் மங்கை இளமை'.

வசதியோடும் வளங்களோடும் வாழ ஆசைப்பட்டும் வாழ முடியாது தவிக்கும் ஒரு அப்பாவி மனிதனின் அனுபவ உணர்வுகளை விரிவாய், அழகாய் விவரிக்கும் 'வரும்போகும்' கவிதையிலும் சி.மணி நயமான புதுமையான உவமைகளைக் கையாண்டிருக்கும் திறமை ரசித்துப் பாராட்டத் தகுந்ததாகும்.

இவரது மற்றொரு நெடுங்கவிதையான 'பச்சையம்' நோக்கும் தொனியும் வேறு ரகமானது.

'பாலுணர்ச்சி' கூட்டி பச்சையாக எழுதுகிறார் கவிஞர் என்ற குற்றச்சாட்டுக்கு சி.மணி கூறும் எதிர்ப்புதான் 'பச்சையம்' என்ற நெடுங்கவிதை. அவருடைய சீற்றம் உணர்ச்சி வேகத்தோடு கவிதை உருவம் பெற்றிருக்கிறது.

எழுத்திலே பாலுணர்ச்சி கூடாது, அது பச்சை என்று சொல்கிறவர்கள் யார்?

> வாலை இளநீரை வாய்விழியால்
> வாரிப் பருகும் இவர்கள்

இளமை கொடுக்கும் துணிவில்
இடித்துக் களிக்கும் இவர்கள்
வயது வழங்கிய வாய்ப்பில்
அமர்ந்து சிலிர்க்கும் இவர்கள்
இருவரைக் கட்டிலேற்ற ஊதி
முழக்கி ஊர் கூட்டும் இவர்கள்
இருளில் ரகசியமாய் வெட்கி
மருவி மயங்கும் இவர்கள்
பிறகு தவழ விட்டு ஊரெல்லாம்
பெருமை உரைக்கும் இவர்கள்
எல்லாம் இவர்கள்தான் – வேறு யார்
சொல்வார்கள்? கூடாதாம்; பச்சையம்!

எழுத்திலே பச்சை என்றால், எழுத்தாளன் மனசிலே பச்சை என்றாகுமா? நாடகத்தில் பாத்திரங்கள் பேச்செல்லாம் ஆசிரியர் பேச்சா? 'நரகம்' எனது நரகமா. நரகத் தலைவன் நரகமா என்றெல்லாம் கேட்டுவிட்டு, கவி சொல்கிறார்.

பலவகை ஆறுகள்
எனக்குள் இருக்கும் கடலில்
கலக்கும்; எழுபவை கடல் முகில்,
அருவிக்கு வெறுப்பில்லை
வருவோரைக் குளிப்பாட்டும்.
காற்றுக்குத் தடுப்பில்லை
காற்றெங்கும் புகுந்து விடும்,
நீயிழுத்த காற்றணுக்கள்,
நானிழுத்த காற்றணுக்கள்;
கதிரொளிக்கும் மறைப்பில்லை;
கதிரொளியில் பச்சையில்லை;
படைக்கின்றேன் பச்சையத்தால்.

'நடப்பில் நிகழ்வது படைப்பில்' இடம்பெறும்: 'நடப்பில் நிகழ்வது' என்ன?

பற்பசையில் முத்துச்சரம்
எண்ணெயில் தாழ்கூந்தல்
செருப்பில் மலரடி
உடையில் சிலையுரு
பௌடரில் பட்டழகு

சோப்பினில் நட்சத்திரம்
விற்றிடுவாள் விளம்பரத்தால்
முலைக்கோண வலைக்குமரி.

இப்படிப் பல நிகழ்ச்சிகள் சுவையாகச் சித்தரிக்கப்படுகின்றன. இலக்கியத்திலிருந்து பற்பல வரிகள் நினைவு கூறப்படுகின்றன. இவ்வாறு 'இச்சைக்கு வழிபாடு' எங்கும் எப்போதும் நடை பெறுவது சுட்டிக்காட்டப்படுகிறது. உடலில் உப்பு மாதிரி 'கவர்ச்சிக் கலப்பு' நிறைந்து காணப்படுகிறதே!

ஆற்றல் இழந்த கடவுளர்
சாலையில் காட்சிப் பொருளாகிப்
பெற்றனர் அழகியல் போற்றல்
பக்தி மலருக்குப் பதிலாய்.
அறிவியல் இக்கையில் பறித்துப்
பறித்ததை நீக்கி மகிழக்
குவித்தது அக்கையில் பல பொருள்;
முன்னேற்றம், நைலக்ஸ், சினிமா
இறைவனை விட்டபின், மற்றது
பிறப்பு மர்மம் ஆண் பெண்
பிணைப்பு மர்மம் ஒன்றுதான்,
நாயக நாயகி
பக்தி போனதும்
தலைவன் தலைவி
சித்தி வந்தது.
கோவில் போனதும்
கொட்டகை வந்தது;
கடவுள் போனதும்
நட்சத்திரம் வந்தது.
டும் டும் டும்.

'காண்பது நோக்கைச் சார்ந்தது; உண்மை. ஆனால் நம்முள் ஐந்துக்கு மேலோடி வழிசெய்யும் ஆறுண்டு. எதுவும் தவறாது மூளையில் பதியும் என்பது உளவியல்'.

'இயற்கைப் புணர்ச்சி வழங்கிய காலம்' ஒன்று இருந்தது. குலத்திணைக் கூறிடா நிலத்திணைக் காலம் அது, உளமொன்றும் காதலர் உடலொன்றி வாழ்ந்தனர்.

பிறகு, நிலத்திணை மங்கி, குலத்திணை ஓங்க 'செயற்கைப் புணர்ச்சி' நினைப்பிலும் பாடலிலும் தலைகாட்டியது.

படிப்பும் பணியும்
கதவைத் திறக்கவும்
ஆடினர் பாவையர்
பாம்புக்குப் பால் வார்த்து
துலங்கல் மறந்து
தூண்டுதல் ஓம்பி,
வினையில் எதிர்வினை,
அறுவடை செய்கிறார்.

இந்தக் குழப்பம் எல்லாம் ஒருசில தலைமுறை நீடிக்கும். பிணியற்ற இனப்பார்வை, குலமற்ற மனப்பார்வை அதற்குள் கிட்டிவிடும். என்னதான் சொன்னாலும், உயிரியல் தேவையிது.

கவிஞனும் நடிகன் தான், கவிஞன்
எழுத்தில் நடிப்பான்; எழுதிய
வரிக்கு நடிகன் குதிப்பான்
கனிந்த நடிகனே என்றாலும்
நடிப்ப தெல்லாம் நடிப்பா,
கலப்பிலா நடிப்பா? சற்றும்
இமைப்பிலா நடிப்பா? சற்றும்
இமைப்பிலா விழிப்புடன் நடிகன்
நடிக்கட்டுமே, ஒருமுறை கூடவா
உணர்வுடன் புணர்ந்து தன்னை
மறக்க மாட்டான்? மறந்து
கலக்கமாட்டான். நடிப்பு
மறந்து சொந்தம் கலப்பது
அறிவது அருமை கலப்பது
அரிதல்ல. புறவயப் பார்வை
அழிப்பதல்ல அகத்தை; தட்டி
பிழைப்பதில்லை கவிஞன் தன்நிழல்.

(சி. மணியின் கவிதைகள் 'வரும் போகும்', 'ஒளிச்சேர்க்கை' என்று இரண்டு தொகுப்புகளாக வெளிவந்துள்ளன.)

~

பிந்திய விளைவுகள்

புதுக்கவிதை தரமான வளர்ச்சியைப் பெற்றுக்கொண்டிருந்த போதே - அந்தக் காரணத்தினாலேயே - அதற்கு எதிர்ப்பும் கிண்டலும் எழுத்தாளர்கள் மத்தியிலும் பத்திரிகையிலும் மீண்டும் தலைகாட்டின 1966-67ல்.

'தீபம்' பத்திரிகை மாதம்தோறும் 'இலக்கிய சந்திப்பு' நடத்திய எழுத்தாளர்களிடம் 'புதுக்கவிதை பற்றி உங்கள் கருத்து என்ன?' என்ற கேள்வியைத் தவறாது கேட்டுவந்தது. பேட்டி அளித்த இலக்கியவாதிகளும் புதுக்கவிதையைக் குறை கூறியும், யாப்பில்லாக் கவிதை எழுதுகிறவர்களைத் தாக்கியும் கண்டித்தும் தங்களது மேலான அபிப்ராயங்களை அறிவித்துக் கொண்டிருந்தார்கள்.

அவ்வாறு கருத்துக் கூறியவர்களில் எழுத்தாளர் கு.அழகிரிசாமி புதுக்கவிதைக்காரர்கள் பற்றி முரட்டடியாக அபிப்பிராயம் தெரிவித்திருந்தார். 'நான் பார்த்த புதுக்கவிதைகளை எழுதியவர்களுக்குக் கவிதையைப் பற்றி மட்டுமல்ல, பொதுவாக இலக்கியத்தைப் பற்றிக் கூட எதுவும் தெரியாது என்பேன். இனி மேலாவது இவர்களுக்கு இலக்கிய அறிவைப் புகட்டமுடியும் என்ற நம்பிக்கையும் கூட இவர்கள் இதுவரை அளிக்கவில்லை. இவர்களைத் திருத்த முயல்வது வீண் வேலை' என்று அவர் குறிப்பிட்டிருந்தார்.

'தாமரை'யும் புதுக்கவிதையின் போக்கைக் குறைகூறி எப்போதாவது கட்டுரைகள் வெளியிட்டுக்கொண்டிருந்தது.

அதேசமயத்தில், இப்பத்திரிகைகள் புதுக்கவிதையைப் புதுப்படைப்பாகவோ மொழி பெயர்ப்பாகவோ பிரசுரிக்கத் தயங்கவுமில்லை.

சென்னையில் நிகழ்ந்த இலக்கியக்கூட்டங்களும் புதுக்கவிதை மீது தனிக் கவனம் செலுத்தி வந்தன.

இதனால் எல்லாம், ஜனவரி 1967ல் தனது 97வது ஏட்டின் தலையங்கத்தில் 'எழுத்து' பெருமையுடன் குறிப்பிட நேர்ந்தது -

'புதுக்கவிதை நிலைத்துவிட்டது. புதுக்கவிதை என்பதுக்குப் பதில் தற்காலக் கவிதை என்றே இனி நாம் குறிப்பிடலாம். தமிழை முறையாகப் படித்தவர்கள் யாப்பிலக்கணம் அறிந்தவர்கள் உள்பட புதியவர்களின் கவிதைகள் எழுத்துக்கு முன்னைவிட அதிகமாகக் கிடைக்கின்றன...

சரி. கவிதைகள் பெருகினால் போதுமா, கவிதைகளை ரசிக்கச் செய்ய? போரில் எதிராளியிடமிருந்து இடத்தைப் பிடித்துவிட்ட பின் அடுத்து செய்ய வேண்டிய வேலை, பிடித்த இடத்தை ஊர்ஜிதப்படுத்திக்கொள்வதுதான். அதுக்குப்பின்தான் மேலே முன்னேற்றம். அதேபோல் இலக்கிய சோதனை முயற்சிகள் செய்து வரவும், செய்த அளவுக்கு கணிப்பு செய்வது அடுத்த வேலை'.

அந்த இதழ் முதல் சி. கனகசபாபதி 'பாரதிக்குப் பின் தமிழில் புதுக்கவிதை' என்ற தலைப்பில் எழுதிய கட்டுரை தொடர்ந்து பிரசுரிக்கப்பட்டது.

அதே இதழில் 'லகுகவிதை' என்ற கட்டுரையும் இடம் பெற்றது, அது பூரணமாக நினைவு கூறத் தகுந்தது.

"வெர்ஸ் லிப்ரே என்று பிரெஞ்சு மொழியிலும், ஃப்ரிவெர்ஸ் என்று இங்கிலீஷிலும் கூறப்படுவதின் தமிழ் அர்த்தம் லகுகவிதை. சென்ற நூற்றாண்டில் பிரான்சில் வாழ்ந்த ஜுல்ஸ் லாஃபோர்க் (1860-1887) தான் இந்த வெல்ஸ் லிப்ரே அமைப்பை பிரெஞ்சு மொழியில் கையாண்டவர். அது பின்னால் எஸ்ரா பவுண்டு, டி.எஸ். எலியட் போன்றவர்களால் இங்கிலீஷில் கையாளப்பட்டது. நம் தமிழிலும் இந்த முறைக் கவிதைகள் நிறைய வெளிவந்திருக்கின்றன.

ஆனால் மற்ற மொழிகளில் அவ்வப்போது இந்தவித முயற்சிகளுக்கு எதிர்ப்பும் கண்டனமும் இருந்ததுபோலவே தமிழிலும் இன்று காணப்படுகிறது. திட்டவட்டமானதாக கருதப்படும் யாப்பு உருவத்துக்கு மீறிச் செய்வது அடாத செயலாகக் கருதப்படுகிறது. இன்னும் ஏதோ தமிழ் கவிதை ஒன்றுக்குத்தான் மரபான, சத்தான யாப்பு இலக்கணம் இருப்பதுபோலவும், உலகில் மற்ற மொழிகளுக்கு அப்படி எதுவும் இல்லாததுபோலவும் நினைப்பு.

எந்த ஒரு மொழி இலக்கியக் கவிதைக்கும் தன் தனக்கென யாப்பு அமைதி இருக்கத்தான் செய்கிறது. லாஃபோர்க்கைப் பற்றிக் கூறும்போது, அவர் மரபான கவிதை உருவத்தை பெயர்த்து எறிந்துவிட்டார் என்றும், 'சின்டாக்ஸ்' என்கிறோமே சொற்புணரிலக்கணம், அதை சின்னா பின்னம் செய்துவிட்டார் என்றும், துணிச்சலோடு அன்றைக்கு பழக்கத்தில் இருந்த சொற்களைப் புகுத்தினார் என்றும் சொல்லப்படுகிறது. இதே மாதிரிதான் எலியட், பவுண்டு போன்றவர்கள் இங்கிலீஷ் மொழியில் செய்தார்கள். ஆக, புதுக்கவிதை முயற்சி, தற்கால கவிதைப் போக்கு, தமிழில் செய்யப்படுகிறபோது ஏதோ புனிதம் கெடுக்கும் காரியமாக கருதுவது அர்த்தமற்றதாகும். உலக கவிதை மரபு அறிந்து செய்கிற காரியம். ஆகவே இந்த லகு கவிதை பற்றிய சில கருத்துக்களை நாம் தெரிந்துகொள்ள வேண்டியது அவசியமாகும்.

அமிலோவல் என்பவர் ஆயிரத்து தொளாயிரத்தி பத்துக்களில் இயங்கிய படிம இயக்கத்தில் சம்பந்தப்பட்டவர். அவருடைய கருத்து இது; 'இலகு கவிதை என்பது பேசும் குரலின் ஒலி நயத்தின் அடிப்படையில் அமைக்கப்படுவது. திட்டமிடப்பட்ட சந்த அமைப்பை கடைப்பிடித்து உருவாக்குவது இல்லை. நம் சுவாசத்துக்கு ஏற்பவும் இருக்கும்' என்று குறிப்பிட்டிருக்கிறார்.

இதை ஒட்டியே டி.எச்.லாரன்ஸ் சொல்கிறார்; ' ஒலி நயம் என்கிறபோது அகலமான இறக்கைகள்கொண்ட ஒரு பறவை வானில் பறந்தும் சறுக்கியும் வழுக்கிப் போவதையுமே நான் நினைக்கிறேன். எல்லாம் நாம் எடுத்துக்கொள்ளும் ஒரு நிறுத்தல், ஓய்வு, உணர்ச்சிக்கு ஏற்ப குரல் சுதாவாக இழுபடுவதைப் பொறுத்துத்தான் இருக்கிறது. கவிதையை ஆக்குவது துலக்கமாக உள்ள உருவம் இல்லை. உள்பொதிந்து மறைந்து நிற்கும் உணர்ச்சிப் பாங்குதான்.

லாரன்ஸ் சிறந்த புதுக்கவிதைக்காரர்களுள் ஒருவர். அவரது 'பாம்பு' என்ற கவிதை மிகச் சிறப்பாக கருதப்படுவது. அவரைப்போலவே டி.எஸ்.எலியட்டும் ஒரு கவி. அவர் கூறுகிறார்: 'உருவத்திலிருந்து விடுதலை பெறுவதுதான் லகு கவிதை என்றால் ஒரு மட்டமான கவிதான் அதை வரவேற்பான். அது செத்துப்போன, ஒழிந்த, உருவ வகைக்கு எதிரான ஒரு கலகம். புதிய உருவத்துக்கான ஒரு ஆயத்தம், அல்லது பழசை புதுப்பிப்பது ஆகும். வெளித்தோற்றமான ஒரு ஒருமிப்பு

ஒரே மாதிரியாக இருக்கும். அதுக்கு எதிராக உள்ளமைந்த ஒருமிப்பைத்தான் இது வலியுறுத்தும். இந்த உள்ளார்ந்த ஒருமிப்பு ஒவ்வொரு கவிதைக்கு தனி விதமானது'.

'பாழ்நிலம்' என்ற தன் சிறந்த கவிதை உள்பட புதுக்கவிதைத் துறையில் தலைசிறந்த சாதனை காட்டியுள்ளார் எலியட். அவரைப்போலவேதான் எஸ்ராபவுண்டும். அவர் கூறுகிறார்; 'ஒருவர் எழுதித்தான் ஆக வேண்டும் என்ற நிலை ஏற்படுகிற போதுதான் ஒருவர் லகு கவிதை எழுத வேண்டும்; அதாவது தீர்மானிக்கப்பட்ட சந்த முறைகளால் முடிவதைவிட அதிக அழகுடன் ஒரு ஒலி நயத்தை பொருளை (கவிதை உள்ளடக்கம்) ஏற்றிக் காட்டமுடிகிற போதுதான். அல்லது விதிமுறையான, மாறாத, ஒலிக்குறிகொண்ட செய்யுளின் அளவைவிட அதிக இயல்பானதாக, பொருளின் உணர்ச்சித் தன்மையின் பகுதியாக அதிகம் இருக்கும், அதிக பொருத்தமானதாக உற்றதானதாக அர்த்தம் சொல்லத்தக்கதாக இருக்கிறபோதுதான்.'

எஸ்ரா பவுண்டு தன் 'கேன்டோ' கவிதைகள் மூலம் புதுக்கவிதைகளை சிறப்பாக்கியவர். இப்படி லகு கவிதை பற்றி அந்தத்துறையில் சாதனை காட்டியவர்களே கூறி இருப்பதை நாம் பார்க்கிறபோது இந்த முயற்சி ஏதோ யாப்பு தெரியாமல் எழுதப்படுவது என்பதில்லை, யாப்பை மீறவேண்டும் என்பதுக்காக செய்யப்படவில்லை என்பதும் தெரியவருகிறது.

லகு கவிதை எழுதுபவர்களுக்கு ரொம்ப நுண்ணுணர்வுள்ள செவி தேவையாகும். நல்ல வேலை செய்ய விரும்புகிறவனுக்குத்தான் லகு கவிதை சாத்தியம். லகு கவிதையின் ஊடேயும் எளிமையான ஒரு சந்தப்போக்கின் சாயல் பதுங்கிச் சென்றுகொண்டிருக்கும். புதுக்கவிதை வாசகர்கள் இவைகளை மனதில்கொண்டால் லாபகரமானதாகும்." (எழுத்து 97)

புதுக்கவிதைக்கு எழுந்த எதிர்ப்பின் தன்மையையும், அப்படி எதிர்த்தவர்களின் தன்மையையும் சுட்டிக்காட்டி. அவர்களுக்கு பதில் கூறும் விதத்தில், 'புதுமை தாங்காத கிணற்றுத் தவளைகள்!' என்ற கட்டுரை 98வது ஏட்டில் வெளியிடப்பட்டது.

'எழுத்து' ஒன்பதாம் ஆண்டில் வழக்கமாக எழுதிக் கொண்டிருந்தவர்களின் புதுக்கவிதைப் படைப்புகள் இடம் பெறவில்லை. சி.மணியின் கவிதை ஒன்று, வ.க. கவிதைகள் இரண்டு. எஸ். வைதீஸ்வரன் கவிதைகள் மூன்று, கி.அ.

சச்சிதாநந்தம் கவிதைகள் நான்கு. இவைபோக மற்றவை எல்லாம் புதிய படைப்பாளிகளின் கவிதைகள்தான். ஹரி சீனிவாசன், நீல.பத்மனாபன், பூ.மாணிக்கவாசகம், எழில்முதல்வன், இரா. மீனாட்சி முதலியோர் உற்சாகமாக எழுதிக்கொண்டிருந்தார்கள். அவர்களுடைய ஆற்றலைக் காட்டும் தரமான படைப்புகளாகவே அவை அமைந்திருந்தன.

நா.காமராசனின் 'புல்' எழுத்து மே - ஜூன் இதழில் (101-102) வெளிவந்தது.

வால் முளைத்த மண்ணே
வசந்தத்தின் பச்சை முத்திரையே
உடல் மெலிந்த தாவரமே
உன்னை பனித்துளிகளின் படுக்கையறை என்பேன்.
நஞ்சைத் தண்ணீரில் நனைந்து வளர்ந்து
நாள் தோறும் அறுவடையாகும் நாட்டியப் புல்லே
பால் தரும் கால்நடைகளின் தின்பண்டமே
பச்சை நிறத்தின் விளம்பரமே
குசேலரின் உணவுக் களஞ்சியமே
குதித்தாடும் கடல் நீரைக் காதலிக்காமல்
உப்புருசி பெற்று விட்ட
ஓவியப்புல்லே!

மாதம்தோறும் வெளிவந்த 'எழுத்து' அதன் ஒன்பதாம் ஆண்டின் பிற்பகுதியில் (மே-ஜூன் முதல்) இரண்டு மாதங்களுக்கு ஒரு இதழ் என்ற முறையில்தான் பிரசுரம்பெற முடிந்தது, அதன் பத்தாம் ஆண்டில், முதல் மூன்று மாதங்கள் மாசிகையாக வந்தபின், ஏப்ரல் முதல் அது 'காலாண்டு ஏடு' ஆக மாறிவிட்டது.

காலாண்டு ஏடு ஆக 'எழுத்து' புதுக்கவிதைக்குச் செய்த பணியை தனியாக ஆராயவேண்டும்.

காலாண்டு ஏட்டில்

'எழுத்து காலாண்டு ஏடு ஆக; 1968-69 இரு வருடங்களில் எட்டு இதழ்கள் வெளிவந்தன. இவ்விதழ்களில் கவிதை எழுதியவர்களில் ந.பிச்சமூர்த்தி, தி.சோ.வேணுகோபாலன் சி.சு.செல்லப்பா தவிர மற்ற அனைவரும் புதிதாகப் படைப்பு முயற்சியில் ஈடுபட்டவர்களே ஆவர். பிச்சமூர்த்தி சிந்தாமணி பில்வமங்கள் காதல் கதையை ஆதாரமாகக்கொண்டு, 'காதலின் இரவு' என்ற குறுங்காவியம் படைத்திருந்தார். இலக்கணத்தோடு ஒட்டிய கவிதைப் படைப்பு இது. இவ் மரபு வழிக் காவியம். எழுத்து 119ஆம் ஏட்டில் பிரசுரமாயிற்று. தி.சோ. வேணுகோபாலனின் கவிதைகள் தற்கால வாழ்க்கை அவலங்களை பரிகாசத் தொனியோடு சுட்டிக்காட்டின.

'குருவி' என்றொரு கவிதை. காது கிழிபட கீச்சிட்டுக் கொம்மாளமிடும் குருவியை நோக்கி மனிதன் எரிச்சலுடன் கூறுகிறான்..

    ஊர் நிலவரம் உனக்கெங்கே தெரியும்?
    வாராவாரம் விரதம் இருந்து
    வயிற்றுத்தீ அவிக்க
    வயிறெரிந்தது
    வாங்கி வரும் 'பல சரக்கில்'
    அரிசி மணி பொறுக்கி
    அரைக் குருடாய்ப் போயாச்சு!
    'காக்கைகுருவி எங்கள் ஜாதி'!?!
    அவனுக்கென்ன?
    பாடினான்!

    அகத்துக்காரி
    அடுத்த வீட்டிலிருந்து யாரும் அறியாமல்
    கூனிக் குறுகி
    கடன் வாங்கி வந்த அரிசியை

முற்றத்தில் இறைத்து உங்கள்
மாநாடு கூட்டி
மகிழ்ந்து கரம் கொட்டி
பாடினான்!
அவன்
பட்டினி கிடந்தான்;
ஆனாலும் ஊரெல்லாம்
அன்னதானம் நடந்தது;
அந்தக் காலம்!

'படி' அரிசிப் பேச்சால்
பதவி பறிபோகும்;
இந்தக் காலம்!
அன்றவன் அடிமை!
ஆனந்தப் பட்டான்;
இன்று நான் சுதந்திரன்!
சோகப் படுகிறேன்,
சீ! போ!

புதிதாக எழுதத் தொடங்கியிருந்தவர்களில் செல்வி இரா. மீனாட்சியின் கவிதைகள், தனிப்பார்வை கற்பனைவளம், இனிய சொல்லோட்டம், கருத்தாழம் முதலிய நயங்களோடு அமைந்திருந்தன. ஆற்று மணலில் பதியும் கால்தடங்கள், பாய், ஆலம்விழுது, கோட்டையும் கோவிலும் போன்ற விஷயங்களை புதியகோணத்தில் கண்டு கவிதைகள் படைத்திருக்கிறார் இவர். 'ஆடிக்காற்றே!' என்ற கவிதை குறிப்பிடப்பட வேண்டிய ஒன்று.

ஆடிக் காற்றே வா! வா!
மண் தூவி விதை தூவி
முளை காண விழை காற்றே
என் சொல் கேளேன்.

நெல்லை நாற் புழுக்குறானே
அவனைப் படியில் உருட்டி விடு,
இளைத்தவன் வயிற்றில் சொடுக்குறானே
அவனைக் குழியில் இறக்கி விடு.
மஞ்சள் இதழில் பச்சை கிறுக்குறானே
அவனை பனைமரத்தில் தொங்கவிடு.
உதைத்துக் கொள்ளட்டும்.

துள்ளல் அடங்கட்டும்.
புரட்சிக் காற்றே!
இவற்றைக் காண விழைந்த என் துணை
இதோ, இங்கே நிலப்படுக்கையில்.

எனக்காக –
மல்லிகை மலர்களைத் தூவ மாட்டாயா?
மெல்ல – மெல்லத் தூவு, நோகாமல் தூவு.   (எ - 116)

அயல்நாடுகளின் கவிதைகள் பல தமிழாக்கப் பெற்று வெளியிடப்பட்டன. வேறொரு விஷயத்தையும் குறிப்பிடலாம் என்று நினைக்கிறேன். எழுத்து 97ஆம் இதழில் வல்லிக்கண்ணனின் 'உன் கண்கள்' வந்திருந்தது.

சூழ்நிலைப் பாலையில்
வாழ்க்கை வெயிலில்
சுற்றித் திரியும்
என் கண்களுக்கு
குளு குளு ஓயாஸிஸ்
ஆயின, அன்பே!
உன்னிரு விழிகள்.

அலுவல் அலைகளில்
எற்றுண்டு இடறி
காகிதக் கடலில்
புரண்டு தவிக்கும்
என் விழிகள்
தங்கி இன்புற
பசுமைத் தீவாய்
உதவும், பெண்ணே!
உன் ஒளிக் கண்கள்.

இக்கவிதை தூண்டிவிட்ட விளைவாக, செல்வம் 'இலக்கியத்தில் கண் வர்ணனை' என்றொரு ஆராய்ச்சிக் கட்டுரை தயாரித்தார். சங்ககாலக் கண் வர்ணனை, அதைத்தொடர்ந்து 19ஆம் நூற்றாண்டுவரை பயின்ற கண் வர்ணனை, இந்த இரண்டு காலப் பிரிவுகளுள் கண்ணுவமைகள் எவ்வெவ்வாறு வழங்கின என்ற தொகுப்பு. தற்காலத்தில் கண் வர்ணனை – 'உன் கண்கள்' காட்டியபடி என நான்கு பிரிவுகளைக்கொண்ட நீண்ட கட்டுரை இது; 'எழுத்து' இதழில் 18 பக்கங்கள் இடம்

பெற்றுள்ளது. இக்கட்டுரை செல்வம் என்ற எழுத்தாளரின் பழந்தமிழ்ப் புலமையை, கவிதை ரசனையை, ஆய்வுத்திறமையை நன்கு புலப்படுத்துகின்றது.

இந்த இரண்டு வருடங்களில் செல்லப்பா அதிகமாகவே கவிதைகள் இயற்றியிருக்கிறார். பல ரகமான சோதனைகளில் அவர் உற்சாகத்துடன் ஈடுபட்டுள்ளார். செல்லப்பாவின் கவிதைகளில் 'மாற்று இதயம்' எனக்கு ரொம்பவும் பிடித்திருக்கிறது. இதயத்தை மாற்றிவிட்டு இன்னொருவனின் இதயத்தை வெற்றிகரமாக வைக்கும் சிகிச்சை முதன்முதலாக நடைபெற்ற சமயம் அது. மாற்று இதய சிகிச்சை பற்றிய பேச்சுக்கள் அதிகம் அடிபட்டுக்கொண்டிருந்த காலம். அக்காலத்திய நிகழ்ச்சியால் தூண்டப்பட்டு, செல்லப்பா 'மாற்று இதயம்' கவிதையை எழுதியுள்ளார்.

மாற்று இதயம் வேண்டும் எனக்கு
யாரிடம் இருந்து கிடைக்கும் எனக்கு?

என்று கவி தேடுகிறார். தனது தேவையைத் தெளிவுபடுத்துகிறார், படிப்படியாக.

என் இதயத்துக்கு ஒரு சரித்திரம் உண்டு
அது பசிக்கு அழுதது, வலிக்கு முனகியது,
காதலுக்கு ஏங்கியது, பொருளுக்குத் தவித்தது,
உணர்ச்சிக்குத் துடித்தது; அறிவுக்குப் பறந்தது.
புரட்சிக்குச் சீறியது; அமைதிக்கு விழைந்தது;
புதுமைக்கு எம்பியது; பழமைக்கு உருகியது.

அவருக்கே 'போர்' அடித்துப் போனதால்தான் அவர் மாற்று இதயம் கேட்கிறார். எப்படிப்பட்ட இதயம் வேண்டுமாம் அவருக்கு?

அரசியல் வாதியின் இதயம் வேண்டாம் எனக்கு
அது தான் இப்போ ரொம்ப மலிவாக இருக்கு;
மதவாதியின் இதயம் வேண்டாம் எனக்கு
அதுதான் இப்போ மரத்துப் போய் கிடக்கு;
வேதாந்தியின் இதயம் வேண்டாம் எனக்கு
அது இப்போ வறண்டு போய் கிடக்கு.
விஞ்ஞானியின் இதயம் வேண்டாம் எனக்கு
அதன் சிறப்பான பணி அழிவுக்கு!

ஒரு புது உறவில் எல்லோருடனும் உறவாட அவருக்கு ஒரு இதயம் வேண்டும். அவரிடம் உள்ளது 'நாள்பட்ட சரக்கு'.

'இகத்துக்குப் பயன்படாத சரக்கு,
பரத்துக்கு வழி சொல்லத் தெரியாது;
வாழத் தெரியாத சரக்கு
சாகத் துணியாத சரக்கு'

அதனால் மாற்று இதயம் கேட்கிற அவருக்கு..

ஒரு குழந்தை இதயம் வேண்டாம்
அதுக்கு கபடம் தெரியாது;
ஒரு வாலிபன் இதயம் வேண்டாம்
அதுக்கு நிதானம் தெரியாது;
ஒரு நடு வயது இதயம் வேண்டாம்
அதுக்கு எதிலும் சந்தேகம்;
ஒரு கிழட்டு இதயம் வேண்டாம்
அது கூரு கெட்டிருக்கும்.

'என் தேவையைச் சொல்லிவிட்டேன்' என்பவர் உணர்கிறார். 'தேவை இல்லாதவை மட்டும்சொல்லிவிட்டேனா?' என்று.

ஓ, மன்னிக்கவும் நான் எதிர்மறை விமர்சகன்.
'உடன்பாடான பார்வை எனக்கு இல்லையாம்'
இந்த உடன்பாடும் எதிர்மறையும் –
எதுக்கு எது உடன்பாடு;
எதுக்கு எது எதிர்மறை?

அதன்பிறகு கவி டாக்டரை நோக்கித் தன் சந்தேகங்களை வெளியிடுகிறார். மூல இதயத்துக்கும் மாற்று இதயத்துக்குமுள்ள வித்தியாசம் என்ன? பழைய இதயத்தோட போனது என்ன? மாற்று இதயத்தில் இருந்து, அவனுக்குள் நுழைந்தது என்ன?

ஆமாம்; அவன் மனிதனாக நடமாடுவான்,
அதே மனிதனாகவா?
இவனுக்குத் தன் இதயத்தைக் கொடுத்தானே
அவன் இதயத்தில் இருந்ததை எல்லாம்
இவனுக்குள் அடைத்து மூடிவிட்டபின்
இவன் நடமாடுவான் அதே மனிதனாகவா!

டாக்டர் செய்தது பெரிய தவறு, அது ஒரு பாதகம் என்ற அறிவு விழிப்பு அவருக்கு ஏற்படுகிறது.

பழுத்த இதயம் அழுகி விழுந்த அவனுக்கு
சாவு இனிப்பை அளித்திருக்குமே;
காயாக விழுந்தவன் புது இதயம்
புளிப்பையே தொடர்ந்து தருமே.
புளிப்பும் தித்திப்பும் இருவகை ருசி ஆனாலும்
புளிப்பு வேறு தித்திப்பு வேறு.
புளித்த வாழ்வை தொடரவா
அவனுக்கு மாற்று இதயம்?

உடன்படும் எதிர்மறையும் - புளிப்பும் திதிப்பும் - இன்னதெனப் புரிந்துவிடுகிறது அவருக்கு. இவை இல்லாத மாற்று இதயம் வேண்டும்; யாரிடமிருந்து கிடைக்கும் என்று கேட்கிறார்.

மேலும் வருகிறது ஒரு பின்குறிப்பு -

“ஓ டாக்டர்” மன்னிக்கவும்.
மாற்று இதயம் வேண்டாம் எனக்கு.
எவன் உணர்ச்சியும் தேவையில்லை எனக்கு.
என் இதயம் பாடம் கற்றிருக்கு.
அது தன் வழியே போய் ஒடுங்கட்டும்.

ஓ டாக்டர், உங்களுக்குத் தொந்திரவு தந்தேனோ மன்னிக்கவும்,

சுவாரஸ்யமான இந்தக் கவிதை வாழ்க்கை உண்மைகளை சிந்திக்கச் செய்கிறது.

செக்நாட்டில் சோவியத் ரஷ்யா ஆக்கிரமிப்பு செய்தபோது செல்லப்பா ‘இரணியம் பிறப்பதோ?’ என்றொரு கவிதை எழுதினார். (எழுத்து 113) ரஷ்யப் புரட்சியை வரவேற்று முழக்கம் செய்த கவி பாரதியின் வரிகள் இதில் மிகுதியாக எடுத்தாளப் பட்டிருப்பது தவிர, பாராட்டத்தகுந்த நயங்கள் எவையும் இக்கவிதையில் இல்லை. எழுத்து 114ஆம் ஏட்டில் செல்லப்பா சிரமப்பட்டு இயற்றிய 2000 வரிகள்கொண்ட குறுங்காவியம் ‘நீ இன்று இருந்தால்’ பிரசுரமாயிற்று ‘மனிதர்க்கெல்லாம் தலைப்படு மனிதன்’ மகாத்மா காந்தியின் வாழ்க்கை சரித்திரமும் சாதனையும் பற்றியே நெடுங்கவிதை இது.

உலக இலக்கியங்களைப் புரட்டிப் பார்த்தால் அங்கங்கே நெப்போலியன் காலம், பிரெஞ்சுப் புரட்சி, நாட்கள், ரஷ்யப் புரட்சி, ஸ்பானிய உள்நாட்டு யுத்தம் நடந்த கட்டம் சம்பந்தமாக

எல்லாம் நாவல்கள், நாடகங்கள், கவிதைகள் இயற்றப் பட்டிருப்பதைப் பார்க்கிறோம் ஆனால் நம் தமிழ் இலக்கியத்திலோ கல்கி ஆரம்பித்து வைத்த சேர, சோழ, பாண்டிய, பல்லவ காலத்து கற்பித சூழ்நிலையைத் தாண்டி வரவில்லை. இன்னும், கிழக்கு இந்தியக் கம்பெனி நாட்களுக்குக்கூட வரவில்லை. அப்படி இருக்க, காந்திகால சுதந்திரப் போராட்ட நாட்களுக்கு எப்போது வருவோம் என்று எப்படிச் சொல்ல முடியும்? அந்தக் காலத்தை சாட்சிக்காரனாக நின்று பார்க்கும் ஒரு பார்வை, ஒதுங்கி நின்று அந்த நாட்களை மதிப்பிட்டுப் பார்க்கும் சக்தி. படைப்புக்கு அதைப் பயன்படுத்தும் திறமை இன்னும் தமிழ்ப்படைப்புத் துறையில் ஏற்படாததே காரணமாக இருக்கக்கூடும் என்று செல்லப்பா சிந்தித்து மனப்புழுக்கம் வளர்த்திருக்கிறார்.

அதன்மீது காந்திஜியின் வரலாற்றையும் சாதனையையும் அவரது மரணத்துக்குப் பிந்திய நிலைமைகளையும் தன் பார்வையில் எழுதியிருக்கிறார். 'ரஷ்யக் கவியான மயகாவ்ஸ்கி ரஷ்யப் புரட்சித் தலைவன் லெனினைப் பற்றி 2000 வரிகளில் 1924ல் அவர் இறந்து சில மாதங்களுக்குப் பிறகு எழுதியுள்ள, கவிதையில் ரஷ்யப்புரட்சி சரித்திரத்தையும் லெனின் சாதனையையும் பிணைத்துத் தன் பார்வையில் எழுதி இருப்பதுபோல, தானும் 200 வரிகளில் மகாத்மாவைப் பற்றிக் கவிதை எழுதியுள்ளதாகவும் செல்லப்பா குறிப்பிட்டிருக்கிறார். 'ஆசை பற்றி அறையலுற்ற' செல்லப்பாவின் முயற்சியையும் உயர்ந்த நோக்கத்தையும் சோதனை ஆர்வத்தையும் பாராட்டத்தான் வேண்டும்.

நாட்டுக்குச் சுதந்திரம் பெறுவதற்காகத் தன்னை அர்ப்பணித்துக்கொண்டு, நாட்டு மக்களிடையே விழிப்பு உண்டாக்கி, அவர்களை போராட்டத்தில் ஈடுபடுத்தி, வெற்றியும் பெற்ற தலைவன், சுதந்திரம் கிடைத்த உடனேயே சுட்டுக் கொல்லப்பட்டு இருபது ஆண்டுகள் கழிந்த பின்னர் எழுதப்பட்ட இக்காவியம் கோடி கோடிக்கணக்கான ஆண்டுகளுக்கு முன்பிருந்தே மண்ணகத்தில் தர்மம் காக்கப் போராடியவர்களை நினைவு கூர்கிறது. வேதகாலம், புராண இதிகாசகாலம் எல்லாம் தாண்டி வரலாற்றின் அண்மை நாட்கள் வரை தொடுகிறது. முத்தாய்ப்பாக,

    இவை அத்தனையும் இன்று
    பாடப்புத்தக வரலாற்றுக் கதைகள்
    மேடைப் பேச்சின் வாய் வீச்சுக்கு

பயனாகும் பழம் பெருமைகள்
தகவல் சாதனை அறியா இளம் தலைமுறைக்கு
வெறும் போட்டோ ஆல்பங்கள்.

என்று குறிப்பிடுவது, நயமாக, ரசமாக, அமைந்துள்ளது.

காந்தியின் பிரவேசம், போராட்டங்கள், விளைவுகள், சுதந்திரம் பெற்றது, ஜனவரி 30 நிகழ்வுகள், காந்தி மறைந்ததும் பலரும் அறிவித்த கருத்துரைகள், விடுதலை பெற்ற இந்தியாவின் குழப்பங்கள், வளம் பெறுவதற்கான திட்டங்கள், சாதனைகள், வேதனைகள், சோதனைகள், மக்களின் நிலை பற்றி எல்லாம் மிக விரிவாக, 20 பகுதிகளில் ('எழுத்து' 20 பக்கங்கள்) 2000 வரிகளில், விவரிக்கப்பட்டுள்ளது, உணர்ச்சிகரமான பகுதிகள், வறண்ட பட்டியல்கள், பொறுமையை சோதிக்கும் பகுதிகள், நயமான பகுதிகள் எல்லாம் இக்காவியத்தில் உள்ளன. இந்த நாட்டில் மட்டுமல்ல, உலகம் முழுவதிலும், பல நாடுகளின் வரலாற்றிலும் இதே நிலைமைதான் காணப்படுகிறது என்ற சிந்தனையோடும்.

ஒரு வேளை
நெஞ்சுக் குறையுடன் கரைந்த நீ
மீண்டும் எம்மிடை வந்து பிறந்து
இருபதாண்டு இளைஞனாய்
சர்க்கா தத்துவம் தொடர
சத்தியம் அகிம்சை நிலைநாட்ட
சமயத்துக்கு எதிர்பார்த்து
வளர்கிறாயோ எங்களோடு

என்ற ஆசை நினைப்போடும் காவியம் முடிகிறது.

இவ்வளவு நீளமாக எழுதவேண்டும் என்று ஆசைப்படாமல் கவிதைக்கு வேகமும் உணர்ச்சியும் அதிகம் கொடுத்து இன்னும் நன்றாக எழுதியிருக்கலாம் என்ற எண்ணத்தை இப்படைப்பு உண்டாக்குகிறது. இதில் வறண்ட முறையில் சொல்லப்பட்டுள்ள பல விஷயங்களை அதிக வலுவோடும் விறுவிறுப்பாகவும் வசனமாகக் கட்டுரை வடிவில் எழுத முடியும் - எழுதியிருக்கலாம் - என்ற எண்ணம் 1968ல் இதைப் படித்தபோது எனக்கு ஏற்பட்டது. இன்றும் அதே எண்ணத்தைத்தான் இக்காவியம் எனக்குத் தருகிறது.

எழுத்து 115ஆம் இதழில் 'மெரீனா' என்ற 444 வரிக்கவிதையை செல்லப்பா எழுதியிருக்கிறார். இதுவும் ஒரு சோதனைப்

படைப்புதான். 'மெரீனா' சம்பந்தமாக செல்லப்பா குறிப்பிடுவது; 'பரிபாடல் கவிதைகளை படித்து ரசித்துக்கொண்டிருந்தேன். அதேசமயம் தொல்காப்பியம், யாப்பருங்கல விருத்தி, காரிகை, பன்னிரு பாட்டியல் முதலிய யாப்பு நூல்களையும் உரையுடன் படித்தேன். அதன் விளைவாக பிறந்தது மெரீனா. பரிபாடலுக்கு எல்லை 400 அடிகள் என்று தொல்காப்பிய சூத்திரம் கூறுகிறது. என்னுடையது 444 அடிகள்கொண்டது. மரபை அறிந்து அதை மீற வேண்டிய அவசியம் வருகிறபோது மீறித்தான் ஆகவேண்டும் என்று கருதுபவன் நான். இந்த நீண்ட கவிதையில் என்னெல்லாமோ கையாள முயன்றிருக்கிறேன்' இலக்கணம் பற்றிய சில குறிப்புகளை தொடர்ந்து இணைத்திருக்கிறார். இலக்கணம் விதிகளுக்கு உட்படுதல், இலக்கணப் பிழைகள் பற்றி எல்லாம் இலக்கணப் பிரியர்கள் குழம்பியும் குழப்பியும் பொழுது போக்கட்டும்,

கவிதை எப்படி இருக்கிறது என்று கவனிக்கலாம். சென்னை 'மெரீனா' கடற்கரையின் வெவ்வேறு நேரக் காட்சிகளை செல்லப்பா இதில் வர்ணிக்கிறார். வெள்ளி முளைப்பதற்கு முந்தியநேரம் முதல் இரவின் கும்மிருட்டுப் படியும் சமயம் வரை, அந்தக் கடற்கரையில் நிகழ்வனவற்றை மிக விரிவாகச் சித்தரிக்கிறார். இந்த முயற்சி பாராட்டுதலுக்கு உரியது. ஆயினும், வலிந்து செய்யப்பட்ட சொல்லடுக்கு வேலையாக இக்கவிதை அமைந்துள்ளது. இயல்பான ஓட்டம் இல்லை. ரசித்து மகிழக் கூடிய சில சில வரிகள் அங்கங்கே தென்படுகின்றன.

இதற்குப் பிறகு வந்த மூன்று 'எழுத்து' இதழ்களிலும் செல்லப்பா சிறுகவிதைகள் சில எழுதியுள்ளார். 'ஒலி பெருக்கி' என்ற கவிதையைக் குறிபிட்டுச் சொல்லலாம்.

இசை அலறும்
எரிமலை வாய்;
பேச்சு நொறுங்கும்
கல்லுடை ரோலர்;
ஜவ்வைத் தீய்க்கும்
கொல் உலை எஃகுக் கோல்

இது 119ஆம் இதழில் வெளிவந்தது. இதுதான் கடைசியாகப் பிரசுரமான 'எழுத்து'ஏடு. (1970ல்)

~

நடை

'எழுத்து' காலாண்டு ஏடு ஆக நடைபெற்றுக் கொண்டிருந்த போதே, 'எழுத்து'வின் போக்கில் அதிருப்தி அடைந்துவிட்ட இளைய நண்பர்கள் சிலர் 'நடை' என்ற பெயரில் 'இலக்கிய முத்திங்கள் ஏடு' ஒன்றை ஆரம்பித்தார்கள், அக்டோபர் 1968ல் தோன்றிய 'நடை' சேலத்திலிருந்து வெளிவந்தது.

"நடை இலக்கிய முத்திங்கள் ஏடு. இலக்கியப் படைப்புக்கும் திறனாய்வுக்கும் என்றே வருகின்ற ஏடு. இதுபோன்ற ஏடு தமிழுக்குப் புதிதல்ல. என்றாலும் நடை பல வகையிலும் மாற்றம் உடையது. இந்த மாற்றம் நடையினது நோக்கத்தின் அடிப்படையில் எழுவதாகும். தமிழ் இலக்கிய வளர்ச்சிக்கும் திறனாய்வு வளர்ச்சிக்கும் ஒரு புதிய வாய்ப்பை அளித்து அவற்றின் வேகத்தை அதிகப்படுத்த வேண்டும் என்பதே நடையின் நோக்கம். இந்த இருவகை வளர்ச்சியிலும் நாட்டம்கொண்ட நண்பர் சிலரின் கூட்டு முயற்சியே இந்த நடை" இது 'நடை'யின் முதல் இதழில் காணப்பட்ட அறிவிப்பின் ஒரு பகுதி ஆகும்.

'எழுத்து' இதழ்களில் முன்பு எழுதி வந்த நண்பர்கள் தான் - சி.மணி, ந.முத்துசாமி, எஸ்.வைத்தீஸ்வரன், இரா.அருள், வி.து. சீனிவாசன் ஆகியோரே' - 'நடை'யின் இதழ்களில் அதிகமாகவே எழுதினார்கள். ஐராவதம், ஞானக்கூத்தன், புதிதாக வந்தவர்கள். மற்றும், அசோகமித்திரன் நகுலன், மா.தஷிணாமூர்த்தி, நீல பத்மநாபன். கோ.ராஜாராம் படைப்புகள் அவ்வப்போது பிரசுரமாயின. வெ.சாமிநாதன் கலாநிதி க.கைலாசபதியின் மார்க்சீயக் கண்ணோட்ட விமர்சன முறையை ஆராயும் நீண்ட கட்டுரையை 'மார்க்ஸின் கல்லறையிலிருந்து ஒரு குரல்' என்ற தலைப்பில் தொடர்ந்து எழுதினார்.

'நடை' ஓவியம், கலை சம்பந்தமாகவும் கருத்து தெரிவித்து, கட்டுரைகள் பிரசுரித்தது. புத்தக விமர்சனம். மொழி பெயர்ப்பு விஷயங்களும் உண்டு. நாடகம் படைப்பதிலும் ஆர்வம்

காட்டியது. 'நடை' எட்டே எட்டு இதழ்கள்தான் வந்தன. அது நடைபெற்ற இரண்டு வருஷகாலத்தில் இலக்கியத்தையோ எழுத்தாளர்களையோ பாதிக்கும்படியான பெரும் சாதனைகளை 'நடை' புரிந்துவிட்டது என்று சொல்வதற்கில்லை. சிறுகதையில் 'நடை' கணிசமாகவோ, நினைவில் நிற்கும்படியாகவோ எதையும் தந்ததில்லை.

தமிழ் இலக்கியம் சம்பந்தமான 'ஆய்வுக்' கட்டுரைகள் சில வந்துள்ளன. திரைப்படப் பாடல்களின் இலக்கியத் தன்மை குறித்து, முதல்முறையாக சிந்தனையைத் திருப்பிவிடத் தூண்டும் நல்ல கட்டுரை ஒன்றும் வந்தது. இதை 'செல்வம்' தான் எழுதியிருந்தார். பழந்தமிழ் இலக்கியப் பயிற்சியும் புதுக்கவிதைப் படைப்பில் நல்ல தேர்ச்சியும் பெற்றிருந்த சி.மணிதான் செல்வம் என்ற பெயரில் எழுதிக்கொண்டிருந்தார். (சி. மணி என்பதே புனை பெயர்தான்) செல்வம் என்று இலக்கிய பிரச்னைகள் குறித்துக் கட்டுரைகள் எழுதிய அவர் நடையில் வே.மாலி என்ற பெயரில் கவிதைகளும் எழுதினார். ஆகவே, நடையில் சி.மணியின் சாதனைகளே மிக அதிகமானவை.

'நடை'யின் முதன்மையான - முக்கியமான சாதனை அதன் மூன்றாவது இதழில் 'யாப்பியல்' என்ற கட்டுரையை (52 பக்கங்கள்) இணைப்பாக வெளியிட்டது ஆகும். இந்த யாப்பியலை எழுதியவர் செல்வம். இது பயனுள்ள ஆய்வும் விளக்கமும் ஆகும். யாப்பின் உறுப்புகளான எழுத்து, அசை, சீர், தளை, அடி, பற்றிய இலக்கணம் பாவினம், பாவகைகள், பற்றிய விளக்கங்கள், யாப்பு இலக்கணம், படைப்பாளிகளுக்கு தரும் உரிமைகள், நெகிழ்ச்சிகள்; இவை போதாமல் படைப்போர் மேலும் பயன்படுத்தும் உரிமைகள் பற்றி எல்லாம் செல்வம் தெளிவாகவும் எளிய நடையில் விளக்கமாகவும் விவரித்திருக்கிறார். இக்கட்டுரையில்.

"யாப்பையும் மரபையும் மீறியதாகப் புதுக்கவிஞர்கள் கூறுவதும் அவ்வளவு சரியானதாகத் தெரியவில்லை; அவர்கள் மீறியேவிட்டதாக நினைத்துக்கொண்டு பலர் புறக்கணிப்பதும் அவ்வளவு சரியானதாகத் தெரியவில்லை. இப்படிச் சொல்வதற்குக் காரணங்கள் இருக்கின்றன. பலவகைச் சீர்களைக் கலந்து எழுதுவது மரபை மீறுவதல்ல. ஏனென்றால் சீர்வகையிலும் எண்ணிக்கையிலும் கருத்து வேறுபாடு உண்டு. மேலும் வெண்பாவைத் தவிர மற்ற பாவகைக்கும், எல்லாப்

பாவின வகைக்கும் நிச்சயமான சீர்வகை வரையறை இல்லை. எனவே சீர் மயக்கம் புதிதல்ல; மரபானதே.

பலவகைத் தளைகளைக் கலந்து எழுதுவது மரபை மீறுவதல்ல. ஏனென்றால், வெண்பாவைத் தவிர மற்ற பாவகைக்கும் பாவின வகைக்கும் தளைவரையறை இல்லை. எனவே, தளைமயக்கம் புதிதல்ல; மரபானதே, பலவகை அடிகளைக் கலந்து எழுதுவது மரபை மீறுவதல்ல, ஏனென்றால் வெண்பாவைத் தவிர மற்ற பாவகைக்கும் அடிவகை வரையறை இல்லை. எனவே அடி மயக்கம் புதிதல்ல; மரபானதே. எதுகை மோனை இல்லாமல் எழுதுவது மரபை மீறுவதல்ல, தொடைவகை இரண்டல்ல; பல ஆகும் 'சொல்லிய தொடையின் பாட்டியலின்', அதையும் செந்தொடை என்பது வழக்கம். செந்தொடை உள்ளிட்ட தொகை வகையான 13699லிருந்து கவிதை தப்புவது அருமை.

ஈரடி உருவம், மூவடி உருவம், நாலடி உருவம் மரபையே ஐந்தடி முதல் அடிவரையறையின்றி நடப்பதும் மரபே, நான்குவகைப் பாக்கள் கலப்பதும் மரபே. பாட்டிலே அசையோ சீரோ அடியோ கூனாக வருவதும் மரபே. தொல்காப்பியம் பாட்டிலும் உரைநடை பொருட்குறிப்பாக வரும் என்கிறது. எனவே, உரைநடையாக ஒலிக்கின்ற பகுதியும் பாட்டில் வருவது புதிதல்ல, மரபானதே, ஒரு குறிப்பிட்ட விதியை மீறுவதும் புதில்ல மரபானதே.

கி
யூ
வி
லே
ஒரே கூட்டம்

என்று எழுதுவதும் மரபை மீறுவதல்ல. இதுவும் ஒருவகைச் சித்திர கவிதான். இன்னும் சொல்லப்போனால், சித்திரக் கவி பெரும்பாலும் இலக்கியக் கழைக்கூத்து நிலையிலேயே நின்றுவிட, புதுக்கவிதையில் வரும் இவ்வகையான உத்தி கவிதையின் பொருளுக்குத் துணை செய்கின்றது. எனவே இதுவும் புதிதல்ல, மரபானதே.

புதுப்புது உருவங்களைத் தோற்றுவித்தல் புதிதல்ல. இதுவரை வெளிவந்த சந்தப் பாடல்கள் எத்தனையோ புதிய உருவங்களைத்

தந்துள்ளன. எனவே புதிய உருவத்தில் எழுதுவதும் மரபானதே. ஒரே படைப்பில் பலவகை உருவங்களைப் புகுத்துவதும் புதிதல்ல. இணைக்குறள் ஆசிரியப்பா, வஞ்சி விருத்தம், வெண்டுறை, கட்டளைக் கலித்துறை என்னும் பல உருவங்களால் இயல்வது கலம்பகம். எனவே இதுவும் மரபானதே.

இக்கருத்துக்களின் அடிப்படையில் பார்க்கும்பொழுது புதுக்கவிதை மரபானதே என்பதை ஒப்புக்கொள்ள விரும்புவோரும் அது யாப்புக்கு உட்பட்டது என்பதை மறுக்கலாம். அதனால் இக்கருத்துக்கு விளக்கம் தேவைப்படுகிறது என்று கூறி செல்வம், அநேகம் புதுக்கவிதைகளை வகைப் படுத்தி உதாரணம் காட்டியுள்ளார்.

'புதுக் கவிஞர்களுக்கு யாப்பே தெரியாது' என்று கவிஞர்களும் 'கவிஞர்களுக்கு யாப்புதான் தெரியும்' என்று புதுக் கவிஞர்களும் செய்கின்ற "கேலியின் அடிப்படை மேற்போக்கான பார்வைதான். தமிழ் மரபையும் யாப்பையும் இணைத்து நோக்கும்போது, கவிஞர்களின் பிடிவாத இயல்பும் புதுக் கவிஞர்களின் புரட்சி நோக்கமும் பொருள் பொதிந்தனவாகத் தோன்றுவதில்லை. ஏனென்றால் தமிழ் மரபையும் யாப்பையும் இணைத்து நோக்கும்போது, பிடிவாதத்திற்கும் புரட்சிக்கும் தேவை இருப்பதாகவே தெரியவில்லை. இவ்விரண்டுக்கும் இடையில் சிக்கிக்கொள்வது தமிழ்க் கவிதைதான். பிடிவாதம் வறட்சியைத் தருகிறது. புரட்சி கட்டுக்கோப்பைத் தளர்த்துகிறது. இரண்டும் கவிதைக்கு இழப்பையே விளைவிக்கின்றன".

இவ்வாறு கூறி, செல்வம் கவிதையின் உருவம், உள்ளடக்கம் சம்பந்தமான விளக்கங்களை எழுதியிருக்கிறார்.

"கவிஞரின் படைப்புக்களில் பெரும்பாலானவை செய்யுள் அல்லது பாடலைச் சார்ந்தவை. புதுக் கவிஞர்களின் படைப்புகளில் பல கவிதையைச் சார்ந்தவை.

ஒரு மொழியோ ஒரு காலமோ இலக்கியச் சிறப்புமிக்கதாக ஆக வேண்டும் என்றால் அந்த மொழியிலோ காலத்திலோ நிறைய செய்யுள் தோன்றிப் பயனில்லை. நிறையப் பாடல் தோன்றியும் பயனில்லை. நிறைய கவிதை தோன்ற வேண்டும். ஏனென்றால் பாவகை மூன்றிலும் தலைசிறந்தது கவிதைதான்.

இன்று வறண்ட செய்யுளும், சற்றே பசுமையான பாடலும், கட்டுக்குலைந்த கவிதையுமே மிகுதியாக வெளிவருகின்றன.

பாக்களே கவிதையாகத் தப்பிப் பிழைக்கின்றன. இன்றைய இலக்கியச் சிறப்புக்கு இக்கவிதைகள் போதாது என்றே சொல்லவேண்டும்.

கவிஞர், புதுக்கவிஞர் என்னும் இருவகையினரும் உருவம், உள்ளடக்கம் என்னும் இரண்டிலும் சமமான கவனம் செலுத்துவதில்லை. கவிஞரின் கவனம் உருவத்தைச் சார்கிறது. புதுக்கவிஞரின் கவனம் உள்ளடக்கத்தைச் சார்கிறது. கவிஞரின் கவனம் உள்ளடக்கத்தையும் நோக்கிச் செல்லாத காரணத்தால், உள்ளடக்கத்திலும் புதுமையும் இறுக்கமும் இல்லாமல் வறட்சியே தெரிகிறது. புதுக்கவிஞரின் கவனம் உருவத்தையும் நோக்கிச் செல்லாத காரணத்தால், உருவத்தில் கட்டுக்கோப்பு இல்லாமல் தளர்ச்சியே தெரிகிறது. இக்குறைகளை நீக்குவதற்குக் கவிஞரும் புதுக்கவிஞரும் உருவம் உள்ளடக்கம் இரண்டிலும் சமமான கவனம் செலுத்தவேண்டும். உருவத்தைக் கவனிக்கிற அளவு உள்ளடக்கத்தையும் கவிஞர் கவனிக்க வேண்டும். உள்ளடக்கத்தை கவனிக்கிற அளவு உருவத்தையும் புதுக்கவிஞர் கவனிக்கவேண்டும்.” என்று ‘யாப்பி’ல் செல்வம் வலியுறுத்தியிருக்கிறார். இது படைப்பாளிகள் நினைவில் நிறுத்திக்கொள்ளத் தகுந்த கருத்து ஆகும்.

‘நடை’யில் பிரசுரிக்கப்பட்டுள்ள கவிதைகளில் பெரும்பான்மையானவை உள்ளடக்கப் புதுமையோடு, உருவ அமைதியும் பெற்றிருக்கவேண்டும் என்ற எண்ணத்தோடு படைக்கப்பட்டவை என்றே தோன்றுகின்றன.

சி.மணி (செல்வம்), வே.மாலி என்ற பெயரில் கவிதைகள் படைத்தபோது, புதுமையான உள்ளடக்கத்தைக் கையாளும் வேளையில், கவிதையின் பொருளுக்கு ஏற்றபடி உருவமும் அமையவேண்டும் என்ற சிரத்தையும் காட்டியிருக்கிறார்.

காதல் காதல் என்ப, காதல்
வெறியும் நோயும் அன்றே, நினைப்பின்,
இறக்கம் நோக்கிப் பாயும் நீராம்,
காதல் கவிந்த வாழ்வில்
வானம் தந்த வாம நிலவாம். *(காதல் - சி.மணி, நடை - 1)*

நீரியல் பூஞ்சை தளும்பியாலக்
கெஞ்சிடும் மென்நடை பயின்ற பாவை

வீதியில் இட்டது தளும்பு நடை,
நெஞ்சினில் இட்டதோ தழும்பு நடை. *(சி.மணி, நடை -2)*

சனித்து விட்டது
மினி யுகம்; ஒழிந்தது
நனி பெரும் மனிதர் கொற்றம்
இனி
மினி மக்கள் காலம்
மனி தனை விட்டு
மினி தனைப் பாடு போற்று
குனி என் பேச்சைக் கேள் ஏ
னெனி லெனக்குத் தெரியும் நானொரு
மினி மேதை. *(மினியுகம் -வே.மாலி நடை 3)*

மேற்கு ஜெர்மனிக்குப் பட்டம்
ஏற்று மதியாகின்றன
மற்ற நாடுகளும் கூட இ
வற்றை வாங்கலாம் காகிதப்
பட்டம் இரண்டு மூன்று டாலர், பிளாஸ்டிக்
பட்டம் ஐந்தாறு டாலர்; பல்கலைக் கழகப்
பட்டம்? விலை மதிப் பற்ற மாபெரும்
வட்டம், *(நாளுக்கு நாள்)*

இலக்கியம் என்றால் என்ன என்றேன்.
புலவர் ஒருவர், இது கூடத் தெரியாதா
இலக்கு கூட்டல் இயந்தான் என்றார்.
(உங்களுக்குத் தெரியுமா நடை -4)

அன்று மயிற் பொறி மற்றும் அணுவைக்
கண்டு பிடித்த அலுப்பில் படுத்துக்
குறட்டை விட்ட நாம், இன்று
உறக்கம் நீங்கி எழுந்து
கண்டு பிடிக்கக் கிளம்பி விட்டோம்,
டீஎன்டி, டீஎன்ஏ முதலிய எல்லா
மேற்கத்திய - களுக்கொப் பானதமிழ்ச்
சொற்களை. *(கண்டுபிடிப்பு நடை -4)*

இவை சில உதாரணங்கள்.

நாட்டு மக்களிடையே மண்டி வளரும் சிறுமைகளையும், குறைபாடுகளையும் கண்டு பழித்துப் பரிகசிக்கும் 'ஸட்டயர்' தொனியே, மாலியின் கவிதைகளில் மேலோங்கி நிற்கிறது. சில மென்மையான பரிகாசமாகவும், சில முரட்டுக் கிண்டலாகவும் அமைந்துவிடுகின்றன. 'பூ இவ்வளவு தானா' கேள்வியே பதில் ஆகுமா? 'தலைமுறை தலைமுறையாக' 'மனக்கணக்கு' 'அழைப்பு' 'நாட்டியக் களை' போன்றவை இத்தகையன. ரசிப்பதற்கு உரிய அருமையான படைப்புகள், அவற்றை எல்லாம் முழுமையாக எடுத்தெழுதுவதற்கு இடமில்லை.

புதுமையான உள்ளடக்கம், பரிகாசத் தொனி,வேகம், உருவநலம் நிறைந்த கவிதைகளை ஞானக்கூத்தன் 'நடை'யில் அதிகமாகவே எழுதியிருக்கிறார்.

வாரத்துக் கொன்றிரண்டு வெளியூர் கூட்டம்
வரப்பார்க்கும் மணியார்டர், மாலை, துண்டு.
காரத்தில் பேசத் துப்பாக்கிச் சூடு
கல் பிறந்த காலத்தில் பிறந்தோர் தம்மை
நேரத்தில் களிப்பூட்ட அகநானூறு;
நெய்யாற்றில் பாலாற்றில் பேசிப்பார்த்த
தீரத்தில் தெரிந்தெடுத்த நகைத்துணுக்கு
(தமிழர்க்கு வேறென்ன கொடுக்க வேண்டும்)
புகையூதி ரயில் வண்டி எழும்பூர் நீங்கும்;
பேச்சாளர் மனதில் கையொலிகள் கேட்கும்...

என்று தொடங்கி வளரும் 'பரிசில் வாழ்க்கை' பேச்சாளர் தன்மையையும், அவர்கள் வாழ்ந்து வளர்வதற்கு வகைசெய்யும் நாட்டுமக்களின் இயல்பையும் சுவையாகச் சித்தரிக்கிறது.

பிரசங்கிகளின் வாய்ச்சவடாலை கிண்டல் செய்யும் வகையில் ஞானக்கூத்தன் பல கவிதைகள் எழுதியுள்ளார். அப்படிப்பட்டதுதான் 'நடை'4ல் வந்த 'ஆவதும் என்னாலேயும்'.

முதலிலிவர் போட்டியிட்டார் ஜாமின் போச்சு,
மறுபடியும் இவர் நின்றார் எவனெல்லாமோ
உதவுவதாய் வாக்களித்துக் கை விரிச்சான்.
கடைசி நாள், நான் போனேன். சுவரிலென்பேர்
கண்டதனால் முன் கூட்டி மக்கள் வெள்ளம்.
கைதட்டல் நானெழுந்து பேசும் போது,
ரெண்டு மணி. எதிரிகளைப் பிட்டு வைச்சேன்.

பத்தாயிரம் வாக்கதிகம். இவர் ஜெயிச்சார்.
சாவு கொடுத்த கேள்வித்தாள்; தீர்வு,

கீழ்வெண்மணி, நாய், செத்தபன்றி, தணல், வகுப்புக்கு வரும் எலும்புக்கூடு. கொள்ளிடத்து முதலைகள், படிமத் தொல்லை ஆகிய ஞானக்கூத்தன் கவிதைகள் 'நடை'யில் வந்தவைதான்.

பேச்சில் அடிபடுகிற சாதாரண வழக்குச் சொற்களைக் கோத்து உயிரும் உணர்ச்சியும் வேகமும் உள்ள கவிதைகளைப் படைத்துவிடும் திறமை ஞானக்கூத்தனுக்கு இருக்கிறது. இதை 'நடை'யில் வந்த கவிதைகள் எடுத்துக்காட்டின. பரிகாசத்தொனி அவர் கவிதைக்குத் தனித்தன்மை சேர்க்கிறது.

பாகிஸ்தானி சொல்றானாம்
பயந்தாங் கொளியாம் நாமெல்லாம்
சீனாக்காரன் சொல்றானாம்
சண்டை நமக்குத் தெரியாதாம்
இலங்கைக்காரன் சொல்றானாம்
எழுத நமக்கு வராதாம்
எடுப்பார் கையில் பிள்ளையென்று
ருசியாக்காரன் சொல்றானாம்,
பேச்சு நமக்குக் கைவருமே
அதை

எந்தப் பயலும் சொன்னானா?
குன்னி கிருஷ்ணன் சாட்டர்ஜி
கொண்டித் தோப்புக் குமரேசன்
இவர்கள் போலப் பிறநாட்டில்
ஒருத்தன் உண்டா சொற்பொழிய?
அது போகட்டும் கதக்களிகள்,
கும்மி, கரகம், கோலாட்டம்
என்னும் நமது கவின் கலைகள்
ஏதுமுண்டோ அவர் நாட்டில்?
ஆனால்

முனியன் கோயிற் குதிரைகளும்
நாக்கு தொங்கி, குறி விறைத்த
உள்ளூர்க் கோயில் யாளிகளும்
வாங்கறானாம் வெளிநாட்டான்

அதுதான் தொடக்கம் படிப்படியாய்
அவரும் நாமும் இணையாக

'இணையும் கோடுகள்' என்ற இக்கவிதையில் அந்நயங்களைக் கண்டுகொள்ளலாம்.

எஸ். வைத்தீஸ்வரன் மா. தக்ஷிணாமூர்த்தி, தி. சோ. வேணுகோபாலன், சி.அ. சச்சிதானந்தம், கோ. ராஜாராம், பிரமில் பானு சந்திரன் கவிதைகளையும் 'நடை' கிரசுரித்தது. ஏ. இக்பால், சிவா, சிவம், என்ற பெயர்களில் ஒவ்வொரு நல்ல கவிதை வந்திருந்தது இவை நன்றாகக் கவிதை எழுதித் தேர்ச்சி பெற்ற எவருடைய புனைபெயராகவும் இருக்கக்கூடும்.

மொத்தமாகப் பார்க்கிறபோது 'நடை' தனது இரண்டு வருஷ வாழ்வில் கவிதைக்குச் சிறப்பாகப் பணியாற்றியிருப்பது தெரியவரும், இது பாராட்டப்பட வேண்டிய சாதனைதான்.

~

குருக்ஷேத்ரம்

'எழுத்து'ம், 'நடை'யும் புதுக்கவிதை வளர்ச்சிக்குப் பணி புரிந்துகொண்டிருந்த காலத்திலேயே, தமிழ் இலக்கியத்தின் போக்கை ஓரளவுக்குப் பிரதிபலிக்கும் முயற்சியாக 'குருக்ஷேத்ரம்' திருவனந்தபுரத்தில் தோன்றியது.

'குருக்ஷேத்ரம் தமிழ் இலக்கிய உலகில் ஒரு புதிய முயற்சி. இது ஒரு சூழ்நிலையையும், அதன் விளைவையும் குறிக்கிறது. திருவனந்தபுரத்தைச் சார்ந்த, இலக்கியத்தில் ஈடுபாடு உடைய ஒரு சிலர் மூலதனங்கொண்டு உருவாகியது'. (குருக்ஷேத்ரம் - அறிமுகம்).

இந்த இலக்கியத் தொகுப்பை தயாரித்தவர் 'நகுலன்' - டி.கே. துரைஸ்வாமி. இத்தொகுதியில் கட்டுரை, சிறுகதை, கவிதை, குறுநாவல், நாடகம் எல்லாம் உள்ளன. மலையாளத்திலிருந்து மொழிபெயர்க்கப்பட்ட கட்டுரை, கதை, கவிதைகள் சிலவும் இதில் இடம்பெற்றுள்ளன.

'குருக்ஷேத்ரம்' பாராட்டத் தகுந்த நல்ல தயாரிப்பு, படைப்பாளிகளின் ஒத்துழைப்பு நகுலனுக்குப் போதுமான அளவில் கிடைக்கவில்லை. எழுத்தாளர்கள் தாராள ஒத்துழைப்பு அளித்திருந்தால் குருக்ஷேத்ரம் இன்னும் சிறந்த இலக்கியத் தொகுப்பாக விளங்கியிருக்க முடியும். நகுலன் அணுகிய படைப்பாளிகளில் அநேகர் தங்கள் எழுத்துக்களை குருக்ஷேத்ரத்துக்கு உதவ முன்வராத காரணத்தால், சிலரது பல கதைகள், கட்டுரைகள், கவிதைகளை இந்த ஒரே தொகுப்பில் இணைத்தாக வேண்டிய கட்டாயம் நகுலனுக்கு ஏற்பட்டுவிட்டது.

பிரமில் பானுசந்திரன் (தருமு சிவராமு) கட்டுரைகள் 3, மௌனி கதைகள் 2, சார்வாகன் கதைகள் 2, தக்ஷிணாமூர்த்தியின் கட்டுரை, கதை, மொழிபெயர்ப்புகள், நீலபத்மநாபன் படைப்புகள், மொழிபெயர்ப்புகள் பல காணப்படுகின்றன.

இப்படைப்பாளர்களின் ஆற்றலையோ படைப்புக்களின் தரத்தையோ நான் குறைத்து மதிப்பிடவில்லை. ஆனால், 'ஒரு குறிப்பிட்ட காலத்தின் ஆதிக்கத்தைக் காட்டி இலக்கியம் காலாதீதமாக விளங்குவது' என்பதை எடுத்துக் காட்டுவதற்கு, ஒரு சிலரது எழுத்துக்களையே மிகுதியாகத் தொகுப்பதைவிட, படைப்பாளிகள் பலரது ஆக்கங்களைத் தொகுத்துத் தருவது உபயோகமாக இருக்கும். மேலும் தொகுதியில் பல்வேறு ரகமான எழுத்துக்களும் (வெவ்வேறு நோக்கும் போக்கும் கொண்ட எழுத்தாளர்களது படைப்புகளும்) சேர்ந்து அம்முயற்சியின் வெற்றியைச் சிறப்புறச் செய்யும்.

குருக்ஷேத்ரம் கவிதைப் பகுதியில் இக்குறைபாடு பளிச்செனத் தென்படுகிறது.

கவிதைகள் ஸி.ஜேசுதாசன் 3 (ஆங்கிலத்திலிருந்து), ஐயப்ப பணிக்கர் (நீலபத்மநாபன் தமிழாக்கம்) 2, நீல பத்மநாபன், 5, ஹரி ஸ்ரீனிவாசன் 3, வல்லிக்கண்ணன் 4, ஷண்முக சுப்பையா 43, மா.தக்ஷிணாமூர்த்தி 2, நகுலன் 1.

கேரளப் பல்கலைக் கழகக் கல்லூரித் தமிழ்ப்பேராசிரியர் ஸி. ஜேசுதாசன் பிளேக் கவிதை 'ஆட்டுக்குட்டி'யையும் வேறு இரண்டு ஆங்கிலக் கவிதைகளையும் (மரம், விளையாட்டுப் பிள்ளை) தமிழாக்கியுள்ளார். இனிய எளிய தமிழ்க் கவிதைகள்.

'கேரளத்தில் புதுக்கவிதை இயக்கத்தில் ஒரு தவிர்க்க முடியாத சக்தியாக இயங்கும்' ஐயப்ப பணிக்கர் எழுதிய 'சாப விமோசனம்'.

வந்தனவே சுபதினங்கள்;
காத்துக் காத்திருந்தென
சின்ன அகல்யைக்களுக்கின்று
சாப விமோசனம் தானே,
எந்தக் காட்டருவியும்
கங்கை தானிப்போ;
ஒருவெறும் ஜலபிந்து
கூடத்தான் மகா தீர்த்தம்,

என்று ஆரம்பமாகி வளர்கிறது.

சாபசை தன்யத்தால் பெண்மை
கல்லாகிக் கிடக்கையில்

பூமிப்புதல்விக்கு அனுராகம்
எங்ஙனம் தோன்றிடும்?

என்று கவி கேட்கிறார். ராமன் லக்ஷ்மணனை விளித்துச் சில எண்ணங்களைக் கூறுகிறார்.

என் மனதில் மலர்ச்சிதான்
பிரீதிதான்; ஒளியில்
வர்ணஎழில்கள் குழுமி
பூமணம் கமழ்ந்தது.
இக்கொடும் பாறைத்திறன்
காலின் கீழ் அழுத்தி நீ
மானிடபுத்ரா, உன் ஆத்ம
உணர்வை வளர்க்கையில்
செல்வியாம் அவனியும்
வளர்க்கும் தாரகைகளும்
உற்சவம் கோஷிக்கின்றன;
சாபமுக்தனானேன் நானும்!

என்று கவிதை முடிகிறது. சிந்திக்க வைக்கும் நல்ல கவிதை இது. பணிக்கரின், 'சாவு பூஜை'

ஹே மந்த காமினி
(ஹே மெதுநடையாளே!)
ஹேமந்த யாமினி
கனசியாமரூபிணி
நீ வாராய்

என்று பிறந்து வளர்கிறது.

உலக நியதிகளையும் மனித இயல்புகளையும் பரிகாசத் தொனியோடு சுட்டிக்காட்டி வளரும் கொஞ்சம் நீளமான கவிதை இது.

'நாளையின் பாட்டை நான்
பாடவில்லையோ?
தருக நாணயம்.'
இதுதான் என்
சுதந்திரப் பாடகன்
எங்கேயோர் போருண்டு
எங்கேயோர் பஞ்சமுண்டு

என்று கேட்பினும்
கவிதை தீட்டி
அதையும் காசாக்குவான்
பொதுமக்கள் இதத்திற்காய்ப்
பிறவி பெற்று வாழ்பவன்.
கண்ணியமே கொள்கையாக்கி
மேலுடையின் கோடியில்
ஜரிகை நகை இழைக்கின்றான்
அறத்தின் பிரசாரகன்.
தேகமிது அநித்யம்'
எனவே
'இன்றைக்கு
தருவாய் நின் சுகத்தை'
என் கின்றான் அன்புப் பிரவாசகன்.
ஹேமந்த காமினி
ஹேமந்தயாமினி
சரத் சொப்பன காமினி
நீ வாராய்.

என்று 'மிருத்யு பூஜை' பண்ணுகிறார் கவி. நீலபத்மநாபன் மொழி பெயர்ப்பு இனிமையாகவும் நயமாகவும் அமைந்துள்ளது.

மனிதனின் பலநிலைத் தூக்கங்களை எடுத்துக்கூறும். 'தூக்கம்' மற்றும் 'நெருப்புக்குச்சி சிலை' '?', சரணாகதி என்ற கவிதைகளும் நீலபத்மநாபன் படைப்புகள். 'சரணாகதி' சிறிது நீளமான கவிதை. வாழ்க்கையில் காணப்படும் கசப்பான உண்மைகளை கவிதைச்சுவையோடு அவர் இதில் வர்ணித்திருக்கிறார். அவருடைய கவிதைகளுக்கு ஒரு உதாரணமாக '?' என்பதை இங்கு தருகிறேன்.

பிறவிக்கு நன்றி?
  பெற்றோருக்கு!
வளர்ச்சிக்கு நன்றி?
  அவர்களுக்கே!
கல்விக்கு நன்றி?
  ஆசானுக்கு!
கலவிக்கு நன்றி?
  மனைவிக்கு!
பதவிக்கு நன்றி?
  அரசுக்கு!

பாசத்திற்கு நன்றி?
    உடன்பிறப்புக்கு!
நட்புக்கு நன்றி?
    நண்பருக்கு!
அருளுக்கு நன்றி?
    இறைவனுக்கு!
கொள்ளிக்கு நன்றி?
    குழந்தைக்கு!
சாவுக்கு நன்றி?
    ?

நயமான கவிதைகள் பலவற்றை 'எழுத்து', 'தாமரை' இதழ்களில் எழுதித் தனது படைப்பாற்றலை நிரூபித்துள்ள ஹரி ஸ்ரீனிவாசன், சந்திரத் துண்டுகள், அற்புதம், நொடிகள் எனும் அருமையான படைப்புகளை இத்தொகுப்புக்கு அளித்திருக்கிறார்.

'அற்புதம்' என்ற கவிதையை இங்கு எடுத்து எழுதுகிறேன் -

மாறிவரும் உலகில் மதிப்பில்லா என்மீது
தங்கக் கைநீட்டி எனையொரு பொருட்டாய்
தடவிவிடும் இளம்பரிதி!

வேதனையில் பிறந்து தன் வாய்ச்சிரிப்பால்
மாது மனம் மலர வைத்துச் சாவுக்குச் சாவுமணி யடிக்கும்
நேற்றுப் பிறந்த இளங்குழவி!

தளிரான தலைதூக்கி எம்மையெலாம் கண்டு
களுக்கென்று சிரித்துக் கண்மலரும்
மண்ணிலே இட்ட விதை!

நூலுருண்டை போலிருந்து மேலும் கீழும் தாவி
மூக்கால் மதுவருந்திப் பேடையுடன் ஆட
சீட்டி யடிக்கும் சிறுகுருவி!

வாக்கால் வசமிழந்து தம்மறிவுத் தடமாறி
போக்கான பெருவழியை விலகிக் குறுஞ்சந்தில்
தம் பெருமை பேசும் தம்பட்டம்!

ஆறறிவு படைத்தோம் அஃறிணையுமல்லோம்
ஆண்டவனின் அருமந்த புத்ரர் யாம் எனச்சொல்லி
வெள்ளிச் செருப்புமுன் செய் வணக்கம்

அநுமானைப் போலத் தன் வலிமை யுணராமல்
தினமுழைத்தும் திவலைச் சுகம் காணாமல்
தரமிழிந்து வாழும் வாழ்வு

பனையோலைக் குடிலுக்குள்
பிரித்தொதுக்கித் தள்ளப்பட்ட
பறைச்சிப் பெண் மார்பில்
பால்!

அவரது 'நொடிகள்' கவிதை அழகும் கருத்துநயமும் சேர்ந்து மிளிரும் அற்புதப் படைப்பு.

கடிகாரம் இடையறாது
தட்டித் தவிக்கும்
பிடிவாதக் குழந்தைகள்

என்றும்,

'முத்தாயிரம் கோத்த
மணியாரச் சரட்டில்
முத்திடை மின்னும்
தத்துவத் துண்டுகள்'

என்றும் 'நொடிகள்' பற்றி வியந்து வளரும் இம் மணிக் கவிதை படித்துப் படித்து ரசிக்கப்பட வேண்டிய ஒன்று. அதைப் பூரணமாக எடுத்தெழுத வேண்டும் என்ற ஆசை எனக்கு உண்டாகிறது. ஆனால் கவிதையின் நீளம் (6 பக்கங்கள்) கருதி விட்டுவிடுகிறேன்.

'முடிவா முக்கியம்?', 'எண்ணிப்பாரு சும்மா!' ஒரு புத்தகம், அப்படியா தோணுது? ஆகியவை வ.க.கவிதைகள்.

ஷண்முக சுப்பய்யாவின் கவிதைகள் 'குழந்தைக் கவிதைகள்' என அறிமுகப்படுத்தப்பட்டுள்ளன. வெறும் ஓசை நயத்தை முதன்மையாகக்கொண்ட குழந்தைப் பாடல்களை அவர் அதிகம் எழுதியிருக்கிறார்.

பச்சைக் கார்

பாரப்பா பார்
அதோ ஓர்
பச்சைக் கார்

அது பொப்பப்போ
போடாமல்
போவதெங்கே
சொல்லப்பா

போன்றவை உதாரணமாகலாம். ஆனாலும் அவர் வார்த்தை ஜாலங்கள் செய்வதோடு நின்றுவிடுவதில்லை. கசப்பான வாழ்க்கை அனுபவங்களையும் உலக நியதிகளையும் சிறு சிறு கவிதைகளாகப் படைத்திருக்கிறார்.

செல்லப் பிள்ளை
செல்லப்பா
செல்வந்தராம்
அவனப்பா.
அதனால் வந்த
இறுமாப்பால்
அவன் சொல்வதெல்லாம்
வீராப்பே.
அதைச் சொல்லப்போனால்
பொல்லாப்பே

என்று அறிவிக்கும் 'செல்லப்பிள்ளை, மற்றும் குச்சுநாய், வயிற்றைக்கேள், உலகம் போன்றவை இதற்கு நல்ல உதாரணங்கள் ஆகும், 'வயிற்றைக்கேள்' ரசமானது.

தலையைச் சொறி
நாக்கைக் கடி.
பல்லை இளி.
முதுகை வளை.
கையைக் கட்டு.
காலைச் சேர்.
என்ன இது?
வயிற்றைக் கேள்.
சொல்லுமது.

புதுமையான தாலாட்டு ஒன்றையும் தந்திருக்கிறார் அவர்,

யாரும் அடிக்காமல்
நீ ஏன் அழுகின்றாய்?
நீ பிறக்காமலிருக்க
நான் முயன்றேன்

என்ற கடுப்பாலோ;
காரணமில்லாமல்
நீ ஏன் சிரிக்கின்றாய்
எனை ஏமாற்றி
நீ பிறந்துவிட்டாய்
என்ற களிப்பாலோ!

இவருடைய கவிதைகள் பலவற்றில் நையாண்டித் தொனிகலந்து உயிரூட்டுகிறது. கண்ணே நீ, எதிர்ப்பு, படிகள் போன்றவை இத்தகையன. உதாரணத்துக்கு, 'மேற்கத்தியோரே' கவிதை இங்கே தரப்படுகிறது.

ஒரு பக்கம்
வாழ வழிவகுக்கும்
சாகக் குழி பறிக்கும்
உங்களைப் போலல்ல
நாங்கள்.
நாங்களோ
வாழவும் விரும்ப மாட்டோம்
சாகவும் துணியமாட்டோம்
உங்களைப் போலல்ல
நாங்கள்,
வாழாமல் வாழ்ந்து
சாகாமற் சாகும்
நாங்கள் நாங்களே

மா.தக்ஷிணாமூர்த்தியின் 'குளத்துமீன்' புதுமையும் இனிமையும் ஓட்டமும் உணர்ச்சியும் கலந்த நல்ல கவிதை. அவரே, ஜான் டண் என்பவரின் 'நிழலைப் பற்றி ஒரு சொற்பொழிவு' என்னும் கவிதையையும் தமிழாக்கியுள்ளார். காதலின் தத்துவத்தை நிழல்களோடு இணைத்து விளக்குகிறது இது.

காதல் ஒரு வளர்ச்சி,
நிலையான ஒளி.
நடுப்பகலுக்குப் பின்
முதல் விநாடி இரவு

என்று முடிகிறது.

நகுலன் 'இப்படியும் ஒரு கவிதை' என்று நான்கு பக்க விளக்கத்துடன் ஒரு சோதனை சிருஷ்டியை இத்தொகுப்பில் சேர்த்திருக்கிறார்.

'எந்த ஒரு எழுத்துப் பத்தியையும் எடுத்துக்கொண்டு வார்த்தைகளையும் சொல் அமைப்பையும் மாற்றி அமைத்தால் ஒரு நூதன உருவைக்கொண்டு வரலாம்' என்று வில்லியம் பரோஸ் என்பார் 'டைம்ஸ் லிட்டரி சப்ளிமென்ட்'டில் எழுதியிருந்த கட்டுரையைப் படித்த நகுலன், அக்கொள்கையை அவர் வழியில் ஏற்றுக்கொண்டு ஐங்குறுநூற்றின் பல பாடல்களிலிருந்து பலவரிகளை ஒன்று கூட்டி (அவைகளுடன் கூடியவரை, அந்த நடைக்கு ஏற்ப என்னால் இயன்றவரை என் வரிகளையும் சேர்த்து) ஒரு கவிதையைச் செய்திருக்கிறார்.

இப்படி ஒரு கவிதை

நெய்தல்

'காண்மதி பாண! நீ உரைத்தற்கு உரியை!' *(நெய்தல் 40)*

'யான் எவன் செய்கோ! பாண!' *(நெ. 133)*

'ஒண்தொடி அரிவை கொண்டனள்!' *(நெ. 172)*

'இரவினாலும் இன் துயில் அறியாது
அரவு உறு துயரம் எய்துப தொண்டித்
தண் நறு நெய்தல் நாறும்
பின் இருங்கூந்தல் அணங்குற்றோரே' *(நெ. 178)*

'தோளும் கூந்தலும் பல பாராட்டி,
வாழ்தல் ஒல்லுமோ – பாண!
'அம்ம வாழி! பாண' *(நெ. 178)*

'பிரியினும் பிரிவது அன்றே –
இவளோடு மேய மடந்தை நட்பே!' *(குறிஞ்சி 207)*

'புல்லென்று
படரும் இம்மாலைவாய்
அம்பல் கூம்ப
அலரும் சிதற
ஊரும் இவள் உருவம்
கண்டெனம் அல்லமோ!'
பாண,
ஆகலின்,
'வறிது ஆகின்று, என் மடம் கெழு நெஞ்சே!' *(மருதம் 47)*

'கவிதையை நான் எழுதிவிட்டேன். இந்த மாதிரி முயற்சிகள் அவசியமா என்பது வாசகர்கள் தங்களுக்குள் நிச்சயித்துக்கொள்ள வேண்டியது' என்றும் நகுலன் குறிப்பிட்டிருக்கிறார்.

'சோதனை முயற்சி' என்ற தன்மையில் விளையாட்டாகவோ, பொழுதுபோக்காகவோ, தனது அகண்ட படிப்பறிவையும் ஆழ்ந்த ரசனையையும் புலப்படுத்த ஆசைப்படுகிறவர்கள் இதுபோன்ற வேலையில் ஒன்றிரு தடவை ஈடுபடலாம், பொதுவாகப் பார்த்தால், இது வீண் வேலை என்றே நான் கருதுகிறேன்.

குருக்ஷேத்திரம் என்ற இலக்கியத் தொகுப்பு 1968ல் வெளி வந்தது. அதற்குப் பிறகு எந்தத் தொகுப்பும் வரவில்லை. இதுபோன்ற தொகுப்பு ஆறு மாதங்களுக்கு ஒரு முறை பிரசுரிக்கப்பட்டால் இலக்கியத்துக்கும் படைப்பாளிகளுக்கும் நல்லது. இலக்கிய ரசிகர்களுக்கும் பயன் உள்ளதாக இருக்கும். அது சாத்தியப்படாவிட்டால் தரமான இலக்கியத் தொகுப்பு வருஷத்துக்கு ஒன்றாவது தயாரித்து வெளியிடப்பட வேண்டும். இலக்கியத்தின் வளர்ச்சியை அளவிடவும் நல்ல படைப்புகளும் புதிய சோதனைகளும் தோன்றவும் அது துணைபுரியும்.

ஆனால் தமிழ்நாட்டில் இது நிகழ்வதற்கான வாய்ப்புகள் இல்லவே இல்லை. எத்தனையோ வகைகளில் துரதிர்ஷ்டம் பிடித்தது தமிழ் மொழி, இதையும் தமிழின் 'துரதிர்ஷ்டத்'தில் சேர்த்துக்கொள்ள வேண்டியதுதான்.

~

‘எழுத்து’வின் கவிதைப்பணி

1959 ஜனவரியில் மாதப் பத்திரிகையாகப் பிறந்தது ‘எழுத்து’. ஒன்பது ஆண்டுகள் மாசிகையாகவே வளர்ந்த அது, பத்தாவது ஆண்டில் ஏப்ரல் முதல் காலாண்டு ஏடு ஆக மாறியது. 1968 மார்ச் முடிய 111 ஏடுகள் மாத இதழ்களாகவும், பின்னர் மும்மாதம் ஒரு முறை ஏடு ஆக 8 இதழ்களும் எழுத்து வெளிவந்தது. 1970 ஜனவரி – மார்ச் இதழாகப் பிரசுரமான 119வது ஏடுதான் ‘எழுத்து’வின் கடைசி இதழ் ஆகும். இந்தப் பதினோரு ஆண்டுகளிலும் எழுத்து 460க்கும் மேற்பட்ட கவிதைகளை பிரசுரித்துள்ளது. இவற்றில் மொழிபெயர்ப்புக் கவிதைகளும் அடங்கும். ‘எழுத்து’வில் வெளி வந்த கவிதைகளை இதுவரை இக்கட்டுரைத் தொடரில் நான் விரிவாகவே அறிமுகம் செய்திருக்கிறேன்.

எழுத்து ஆசிரியர் சி.சு.செல்லப்பா தமது பத்திரிகையின் மூலம் புதுக்கவிதை வளர்ச்சிக்கு சிறப்பான சேவை புரிந்ததுடன், ‘எழுத்து பிரசுரங்’களாகக் கவிதைத் தொகுப்புக்களை வெளியிட்டும் போற்றத் தகுந்த பணி ஆற்றியிருக்கிறார். ந. பிச்சமூர்த்தி கவிதைகளைத் தொகுத்து 1962 ஆகஸ்டில் ‘காட்டு வாத்து’ என்ற புத்தகமாக அவர் பிரசுரம் செய்தார். பிச்சமூர்த்தி 1938–1944 காலகட்டத்தில் எழுதிய கவிதைகள் இருபதும், 1959க்குப் பிறகு எழுதியவை பதினைந்தும் இத்தொகுப்பில் இடம்பெற்றுள்ளன.

பிறகு, 24 கவிகளின் 63 கவிதைகளை சேர்த்து ‘புதுக்குரல்கள்’ என்ற தொகுப்பாக 1962 அக்டோபரில் செல்லப்பா பிரசுரித்தார். பிச்சமூர்த்தி 1962க்கு முன்பு எழுதிய ஐந்து கவிதைகளையும் சேர்த்து ‘வழித்துணை’ என்ற புத்தகமாக 1964 ஏப்ரலில் அவர் வெளியிட்டார்.

தி.சோ.வேணுகோபாலன் எழுத்து இதழ்களில் எழுதிய கவிதைகள் தொகுக்கப்பெற்று ‘கோடை வயல்’ என்ற புத்தகமாக 1965 ஆகஸ்டில் வெளிவந்தது.

'கண்ணுக்குள் திரை இருப்பதைக்கூட உணராத சமூகத்தைப் பார்த்த ஏமாற்றம், ஏக்கம், கோபம் மூன்றும் கலந்த உணர்ச்சி' வேணுகோபாலன் கவிதைகளில் ஒலி செய்கிறது.

'இலக்கிய ஞான சூன்யம்' மேலோங்கி நிற்கிற நிலைமையும் சுதந்திரம் பெற்றும் நாட்டில் நிலவுகிற தத்துவ தரிசனக் குழப்ப நிலையும், நிகழ்கால சமுதாயம் வலிமையற்றிருப்பதை மறக்க, மரபென்றும் பண்பென்றும், பண்டையகால வாழ்வு என்றும் மதுவின் போதை வசப்பட்டு ஏற்படும் தடுமாற்றம், அதனால் விளையும் தவறான மதிப்பீடு ஆகியவைகளும் அவர் உள்ளத்தில் ஏற்படுத்தும் சலனங்கள் தாக்குதல்களாகவும் பரிகாசக் கணைகளாகவும் அவர் கவிதைகளில் வெளிப்பட்டுள்ளன.

வேணுகோபாலனைப்போலவே தனித்த நம்பிக்கைகளும் நோக்கும் மனப்போக்கும் கொண்டவர்கள், பல கருத்துக்களையும் உணர்ச்சிகளையும் தேர்ந்தெடுத்து கவிதையாக இசைக்கும் முயற்சியில் தீவிரமாக ஈடுபட முன்வந்தபோது, 'எழுத்து' அவர்களுக்கு நல்ல அரங்கமாக உதவியது.

எழுத்து ஏடுகளில் கவிதை எழுதியவர்கள் பலரும் தத்தமக்கெனத் தனியான வாழ்க்கைப் பார்வையும், மதிப்புகளும், தத்துவ நோக்கும் கொண்டவர்கள். தங்கள் கருத்துக்களைக் கவிதையாக்குவதற்குத் தனித்தனி உத்திகளைக் கையாளும் முயற்சியிலும் அவர்கள் ஆர்வம் காட்டியுள்ளார்கள் என்பதை எழுத்து காலக் கவிதைகள் எடுத்துக்காட்டுகின்றன.

கவிதை மனநெகிழ்ச்சியை, மன அசைவை அடிப்படையாகக் கொண்டது என்பதைக் கருத்தில் கொண்டு அவர்கள் கவிதை படைத்திருக்கிறார்கள். 'எண்ணத்துக்கு உருவாகாமல் பிரக்ஞை நிலையிலேயே இருக்கும் அக உளைச்சல்களையும் வாழ்க்கையும் சூழ்நிலையும் காலமும் தம்முள் சேர்க்கிற மனப்பதிவுகளையும் ஒரு கட்டுக்கடங்காத மனப்போக்கையும் எழுத்தில் வெளியிட அநேகர் ஆசைப்பட்டுள்ளனர் என்பதையும் எழுத்து காலக் கவிதைகள் விளக்குகின்றன.

எழுத்து காலப் புதுக்கவிதைகளில் பெரும்பாலும் வெறுமை, மனமுறிவு, விரக்தி, நம்பிக்கை ஊட்டாத தன்மை போன்ற குரல்களே ஒலிக்கின்றன என்று பொதுவாகக் குற்றம் சாட்டப்பட்டுள்ளது.

வாழ்க்கையின் போக்கும், சூழ்நிலை பாதிப்புகளும் நாட்டின் நிலைமையும் தனி மனிதர்களிடையே வேதனையை, விரக்தியை ஏமாற்றத்தை, ஏக்கத்தை, ஏலாக்கோபத்தை, நம்பிக்கை வறட்சியைத்தான் விதைத்து வளர்க்கின்றன.

சுதந்திரம் வந்துவிட்ட பிறகு, சுதந்திர நாட்டிலே, ஃப்ரஸ்ட்ரேஷனுக்கு (மனமுறிவுக்கு) இடமே இல்லை என்று கூட ஒரு விமர்சகர் கூறியுள்ளார்.

ஆனால், உண்மையில் சுதந்திரம் பெற்ற பின்னர்தான் - நாட்டின் வளத்துக்கும் சமுதாய வளர்ச்சிக்கும் என்று பெரிய பெரிய திட்டங்கள் தீட்டி ஏதேதோ சாதிக்கப்பட்டுள்ளதாக விளம்பரப்படுத்தப்பட்டு வந்திருக்கிற கால கட்டத்திலேதான் நாட்டு மக்களிடையே வறுமையும் வெறுமையும், ஏமாற்றமும் ஏக்கமும், வெறுப்பும் விரக்தியும், மனமுறிவும் கையாலாகாக் கோபமும் வளர்ந்து பெருகுவதற்கான சூழ்நிலையும் கனத்துக் கொழுத்துள்ளது.

இவற்றிடையே அல்லற்படும் தனி மனிதர்கள், இந்நிலைமைகள் தங்கள் மனதுக்குள் கொண்டுசேர்க்கும் உணர்ச்சிப் பதிவுகளையும் கருத்துச் சுழிப்புகளையும் கவிதைகளாக்குவது இயல்பே. இலக்கியம் என்பதே தனிமனித அனுபவ உணர்ச்சிகளின், எண்ணங்களின் வெளிப்பாடுதானே!

இந்த வகையில், எழுத்து காலத்தில் புதுக்கவிதை எழுதியவர்கள் சரியான இலக்கிய உணர்வுடனேயே படைப்பு முயற்சியில் ஈடுபட்டுள்ளனர் என்றே சொல்வேன்.

அவர்களுடைய வாழ்க்கைப் பார்வையும் மதிப்புகளும், தத்துவ நோக்கும் கோளாறானவை - குறைபாடுகள் உடையவை, மனித குலத்துக்கு நலம் பயக்க முடியாதவை என்று வேறு நோக்கும் போக்கும் தத்துவ ஈடுபாடுகளும் கொண்டவர்கள் சொல்லலாம்... சொல்கிறார்கள்.

இலக்கியத்தில் பல்வேறு நோக்குகளுக்கும் போக்குகளுக்கும் நம்பிக்கைளுக்கும் - நம்பிக்கை வறட்சிகளுக்கும்கூட - இடம் உண்டு.

~

பிச்சமூர்த்தி கவிதைகள்
(1969க்கு பிற்பட்டவை)

ந. பிச்சமூர்த்தியின் கவிதைகளில், 1934-1946 காலத்திய படைப்புகளை இத்தொடரில் ஆராய்ந்தபோது, 1960களில் இயற்றப்பட்ட அவரது கவிதைகளைத் தனியாகக் கவனிக்கவேண்டும் என்று குறிப்பிட்டிருந்தேன். பிச்சமூர்த்தியின் இரண்டாவது காலகட்டக் கவிதைகள் பெரும்பாலும் 'எழுத்து' இதழ்களிலேயே பிரசுரம் பெற்றன. மிகக் குறைவானவையே 'நவ இந்தியா', 'சிவாஜி' மலர், 'சுதேசமித்திரன்' மலர் ஆகியவற்றில் வெளிவந்துள்ளன.

'இயற்கையையும் வாழ்க்கை அனுபவங்களையும் இணைத்து, அறிவுத் தெளிவுடன் நல்வாழ்வுக்கான தத்துவ உண்மைகளைக் காணும் முயற்சிகளே பிச்சமூர்த்தியின் கவிதைகள். அறிவொளியும், உணர்வின் ஓட்டமும், அழகு நயங்களும் செறிந்த, ரசனைக்கு இனிய விருந்து ஆகும். இலக்கிய படைப்புகள் அவை!

ந.பி.யின் முதல்கட்டக் கவிதைகள் குறித்து இவ்வாறு கூறியுள்ளேன். அவருடைய பிற்காலக்கவிதைகளும் இதே எண்ணத்தை வலியுறுத்துகின்றன.

இயற்கையின் தரிசனமே வாழ்க்கைக்கு அத்தியாவசியமான நல்ல வழிவகைகளை உணர்த்தக்கூடும் என்பதில் கவிஞருக்கு அசையாத நம்பிக்கை இருக்கிறது. இயற்கையே நல்லாசான், சிறந்த வழிகாட்டி, அரியதுணை, உற்ற மருத்துவன் என்று தம் கவிதைகள் மூலம் திரும்பத்திரும்ப எடுத்துக்கூற முற்படுகிறார் கவிஞர்.

'வாழ்வுக்கு வக்கணை சொல்ல' வந்தவர்கள்.

வர்த்தகராய்.
வணிகராய்.

பண்டமாற்றுப் பரம்பரையாய்.
உழைப்புக்குக் கூலியும்,
உடைக்கு விலையும்
நெல்லுக்குப் பண்டமும்,
மூச்சுக் கெதிர் மூச்சும்
கொடுப்பதை நெறியாக்கி
இருப்பதை ஒளிக்கச் சொன்னார்.
ஒன்றைக் கொடுத்து
ஒன்பதைக் கொள் என்றார்.

ஆனால் தோட்டத்தில் நட்ட செடி என்ன கற்பிக்கிறது?

சளைக்காமல் தினந்தோறும்
வெடிக்கும் மலர் முரலும்
'என்னை எடுத்துக் கொள்
இன்னுயிரைப் பறித்துக் கொள்
என்னை அண்டாமல்
எட்டி நீ நின்றாலும்
இளித்தாலும்
கறுத்தாலும்
என் மணத்தால் தொத்துவேன்
ஏற்காமல் முடியாது
மயக்க நெறி வேண்டாம்
மனிதனே என்று சொல்லும்

முரட்டிருட்டில் முள்ளுவழி செல்லும்போது, தங்கத் தமுக்காயிரம், தடதடக்க ஏறிவரும், பழம்பரிதி தானாக

ஒளி இந்தா
விலை இல்லை
வாடகை இல்லை,
திகைப்படைய வேண்டாம்,
வழி இதுதான்.

என்று கை கொடுக்கும்.

இவற்றிலிருந்து 'வாழ்நெறித் திறவுகோலை வாங்கிக்கொள்' என்று இயற்கை கற்றுத் தருவதாக 'திறவுகோல்' எனும் கவிதை கூறுகிறது.

இத்தகைய கருத்தை ‘ரவி கூறும் மர்மம் புவி கூறும் கர்மம்’ பற்றி வேறு கவிதைகளிலும் பிச்சமூர்த்தி விளக்கியிருக்கிறார்.

‘உலகைத் திருத்தும் உத்தமச் செய்கை’ மனிதருக்கு வேண்டாம் என்று அவர் அறிவிக்கிறார்.

உன்னைத் திருத்த
உலகில் வந்தவர்கள்
பிறர் சுமையைத் தூக்க
வக்காலத்து வாங்கியவர்கள்
பொதுச் சேவை என்று
பலசரக்கு கொணர்ந்தவர்கள்
வந்த வழி சென்று விட்டார்கள்.
சுமையும் ஏடுகளும்
ராம பாண பூச்சியும்
காதுடன் உறவாடும் உபதேசப் பந்தலும்
காசுக்குத் தூண்டி விடும்
கலாசாரக் கைகளும் தான் மிச்சம்.

‘கோபுரச் செருக்கொலிக்க, வாழ்வுக்கு வழி காட்டும், வரையோட்டுச் சாத்திரம் சொல்ல நான் வரவில்லை. சுயநலத்தைப் பொதுத் தொண்டாக்கும், ஜாலக் கண்ணாடி வித்தைகாட்ட நான் பாடவில்லை’.

பழவேதப் படையை ஒட்டி
லோகாயத வேதப் படையின்
தமுக்காய் ஒலிக்க நான்
தரணியில் அதிரவில்லை
மனுக்கால வெள்ளம் போச்சு,
மார்க்ஸ் கால வெள்ளம் போகும்
பூமித்தாய் கருணை வெள்ளம்
எக்காலும் வடியாதோடும்
இயற்கையின் ஓயாத் தானம்
உயிர்களின் ஒழியா உழைப்பு
செயற்கையின் சிலும்பலிடையே
மலையாக நிலைத்து நிற்கும்.

என்று தெரிவிக்கிறார் கவிஞர் ‘காட்டு வாத்து’ கவிதையில்.

சென்றதுக்கு ஏக்கம் வளர்த்து, வருவதற்கு வாழ்த்து கூவி, முன்னேற்றம் காணும் விஞ்ஞான விந்தை என்று தடுமாறி,

அநாவசியமான அலுவல்களில் ஈடுபடுவதினால் இன்றைய வாழ்வுக்குப் பயன் எதுவும் ஏற்படாது என்று விளக்குகிறது அந்த நீண்ட கவிதை.

தன்னறிவுக்கும் மேலாக, தனி அறிவுக்கு அப்பாலும் தரணியையும் தராதலங்கள் அனைத்தினையும் உடலாக்கிப் புகுந்து, விஞ்ஞானிகளும் வியக்கும் படியாக விளையாடும் சக்தியை, உதிரத்தில் ஒன்றியதாய், உள்ளுக்குள் இருந்து கணத்திற்குக் கணம் வழி காட்டும் உணர்வாய் உணர்ந்துவிட்டால்,

முன்னும் இல்லை
பின்னும் இல்லை
தொடர் சங்கிலி
முழுதும் இன்பம்
முற்றிலும் உணர்வு

வேடன்தாங்கலில் வந்து சேரும் பறவைகளை இதற்கு ஆதாரம் காட்டுகிறார் கவி.

தன்னினத்தைப் பேணும் உணர்வில்,
நெறியோ நீதியோ,
நீண்ட கதைகளோ
கலாசார மரபோ, மமதையோ
புகட்டாத மெய்யுணர்வால்
மூவாயிரம் கல்தாண்டி

பறவைகள் வேடன்தாங்கல் தேடிவருகின்றன. அங்குள்ள நீர்ப்பரப்பு நடுவில் கவிந்தமரங்களில் தங்குகின்றன.

பறந்துவரப் பாதை உண்டா
பார்த்து தெளிவு பெற
படங்களுண்டா?
தவறைத் திருத்தப்
பகுத்தறிவுண்டா?

அப்படியிருந்தும், காட்டு வாத்து சைபீரியாவைவிட்டு வேடன்தாங்கல் வந்து, ஏரி நடுமரத்தில் கூடுகட்டி வாழ்ந்து, முட்டை இட்டு குஞ்சு பொரித்து வளர்கிறது.

உயிரின் இயக்கத்தை
விண்டு வைக்கும் காவியத்தைக்
கண்ட பின்னும் உன்வழியைக் காணாயோ?

பாடம் கேட்காமல்
பாதை காட்டாமல்,
குஞ்சுகளும் தாமாய்
சைபீரியா செல்லும்
இயல்புணர்வைக் கண்டபின்னும்
ஒளியைக் காணாயோ?

என்று கவி கேட்கிறார்.

'உயிரின் பெருமியக்கில் ஒளிந்தசையும் உள்விசையை, சிந்தனையே அறியாத சிவந்த ரத்தம், உடலென்னும் ஒன்றைச் செய்யும் விந்தை விஞ்ஞானத்தை,

உணர்ந்து வணங்கி
காட்டு வாத்தாகி
சிறகை விரி
வாழ்வும் வேடன் தாங்கலாகும்

என்று அறிவுறுத்துகிறது 'காட்டுவாத்து'.

வாழ்க்கைக்கு வழிகாட்டும் தத்துவம் என்ற தன்மையில் இதில் புதுமை ஒன்றும் இல்லை. பறவைகள் 'நாளை' பற்றிக் கவலைப்படுவதில்லை. அடுத்தவேளை உணவைச் சேர்த்து வைப்பதுமில்லை. இயற்கை வாழ்வு வாழ்கின்றன. அவ்வாறே மனிதர்களும் வாழக் கற்றுக்கொள்ள வேண்டும் என்று ஞானிகள் எல்லாக் காலங்களிலும் கூறிவருகிற தத்துவம்தான் இது. கவி பாரதியார்கூட 'விட்டு விடுதலையாகி நிற்கும் சின்னஞ்சிறு சிட்டுக்குருவியைப்போல' மனிதனும் வாழ்ந்து இன்புற வேண்டும் என்று வலியுறுத்தியிருக்கிறார்.

பிச்சமூர்த்தி பழைய தத்துவத்தை அழுத்தமாகச் சுட்டிக் காட்ட, வேடன் தாங்கலையும் காட்டு வாத்தையும் உவமையாகக் கொண்டிருக்கிறார். இது புதுமை.

பல கருத்துக்களையும் உணர்ச்சிகளையும் பொறுக்கி எடுத்து இசைய வைக்கும் முயற்சிதான் புதுக்கவிதை என்ற அவரது கூற்றுக்கு ஏற்ப, போர்க்கொடி, சுயநலம், பொதுச்சேவை, கலாசாரம், சரித்திரம், காலவெள்ள இயல்பு முதலியன பற்றிய சிந்தனைக் கருத்துக்களை, இயற்கை காட்டும் தத்துவத்துக்கு இணையப் பொருத்தி, கவி தமது எண்ணங்களைக் கவிதையோட்டமாக்கியிருப்பது ரசனைக்கு விருந்தாகிறது.

'உடலென்னும் ஒன்றைச் செய்யும் விந்தை விஞ்ஞானம்' அவ் உடலிலேயே பல மர்ம ஆற்றல்களையும் சேர்ந்திருக்கிறது. 'இயந்திரத்தைச் செய்த கடவுள்' அதற்கான பட்டறையும் அதிலே வைத்திருக்கிறார். உடலில் நோவு கண்டால் அதை மாற்றும் மருத்துவர்களும் மர்மமாய் உள்ளேயே இருக்கிறார்கள். உதாரணத்துக்கு, கண்ணில் மண் விழுந்தால் கை வைத்துக் கசக்கக் கூடாது. விளக்கெண்ணெய், முலைப்பால் போன்றவற்றை ஊற்றவேண்டும் என்பதுமில்லை.

கண்ணீர் இருக்கு
தூக்கச் சிகிச்சை தரும்
காலமும் இருக்கு

இவ்வாறு 'இயற்கை வைத்தியம்' பற்றிய தன் கருத்தை பிச்சமூர்த்தி 'மணல்' கவிதையில் வெளிப்படுத்துகிறார். அதற்கு மேலாக வளரும் முத்துச் சிப்பி சிந்தனை அழகாக இருக்கிறது.

கைவைப் பேனென்றால்
முத்துச் சிப்பி நீ
ஆகி விடு
உடலில் புகுந்த மாசைத்
தொடைக்கும் தொல்லைக்கும்
முத்துச் சிப்பிக்கும்
வெகு தொலை தூரம்
தன்னுயிரின் ரஸத்தை
தன்னையே அறியாது
தானாக மாசின் மேல் பூசி,
மாசை உருவாக்கிப்
பின்னர் மணியாக்கி,
ஏழு வண்ணச் சால்வையும்
இடை இடையே தைத்து
நல்முத்தாக்கி
ஆனந்தம் கொண்டால்
முத்துச் சிப்பி ஏலம் வரும்
முழு மூச்சுப் போட்டி வரும்
மாசு மணி ஆச்சு
மணலை நீ மணி செய்வாயா?

பழமை - புதுமை என்று பேசிக்கொண்டிருப்பது வீண் வேலை. எப்போதும், எந்த நிலையிலும் உழைத்துத்தான்

உயிர்வாழ வேண்டியிருக்கிறது. ஆகவே உழைப்பைப் போற்றுவோம் என்பது பிச்சமூர்த்தியின் எண்ணம். இதை 'புதுமைக்குப் பயணம்' என்ற கவிதை தெளிவுபடுத்துகிறது.

கூனிக் குறுக்கும் குச்சும் கூழும் உழைப்பும் கொள்ளாமல் இன்பமான புதுமை வாழ்வு வாழ மேற்கு வழிகாட்டும் என்று புகழ்கிறார்கள். மேற்கே உள்ள வாழ்க்கையை ஆராயப் போனால், அங்கும்

ஆலைச் சங்கின்
ஆகாய ஓலம்
டிராக்டரை ஓட்டும் தோழர்,
பஞ்சாலைக் கபந்தன் வாயில்
புகுந்திடும் மக்கள் சாரி,
மகளிர் சாரி...

மேற்கிலும் கிழக்கு மாதிரித்தான். உழைப்புத்தான் மிகுந்திருக்கிறது. அப்புறம் என்ன!

தள்ளு –
பழமை என்ன புதுமை என்ன?
காலைக் கும்பிடு
கைகளை வாழ்த்து

என்கிறார் கவிஞர்.

இயற்கையில் கொடுமைகளும் காணப்படுகின்றன. எனினும் அக்கொடுமையிலும் கருணை உண்டு. நன்மை கலந்திருக்கும் என்று பிச்சமூர்த்தி கருதுகிறார். 'பேட்டி' கவிதை இதைக் கூறுகிறது.

ஆறுகுட்டிகள் போட்ட நாய், இரண்டு குட்டிகளைத் தின்றுவிடுகிறது. தாய் தின்ற கொடுமையிலும் கருணையைக் காண்கிறார் கவி.

இரண்டு குட்டிப் பால் மிச்சம்
பாக்கிக் காச்சு.
கொடுமையிலும் கருணை உண்டு
அகலமாய்,
அறுதல் நாராய்
ஆறு இருந்தென்ன?
இல்லாதென்ன?

நகல் குறைந்தால்
அஸல் வலுக்கும்
மலார் கழிந்தால்
கிளை வலுக்கும்

என்கிறார்.

'செங்கால் நெடுக்கு வெண் பட்டுடம்புக் குறுக்கு' முடியில் நீரை நோக்கும், மஞ்சள் கட்டாரி மூக்கு, கொண்ட கொக்குகூட 'வாழ்வும் குளம். செயலும் கரை, நாமும் கொக்கு' என்ற உண்மையை உணர்த்தி ஒரு தெளிவு பெற உதவுகிறது. அதை 'கொக்கு' என்ற கவிதையில் காணலாம்.

'கேட்பதல்ல காதல், தருவதுதான்' - எண்ணி ஏங்கி எதிர்பார்த்து அன்பைக் கோரும் வேளையில் அன்பன் வரமாட்டான்; எதிர்பாராத, தயாராக இராத தருணத்தில் அவன் வந்து அருள் புரிவான் என்கிற உயர்ந்த காதல் தத்துவத்தை ஆத்மீகமாக விரித்துப் பொருள் உரைக்க இடம் அளிக்கும் விஷயத்தை - பிச்சமூர்த்தியும் கவிதைப் பொருளாகக்கொண்டு சில கவிதைகளைப் படைத்திருக்கிறார். காதல், ராதை என்று இரண்டு இனிய கவிதைகளும் இத்தரத்தவை.

'சிணுக்கம்' என்பதைக்கூட இதில் சேர்த்துவிடலாம். அவனும் அவளும் தனித்தனி என்கிற பேதமற்று இருவரும் தன்மயமாய் ஆகிவிடும் அன்பு நிலையை - 'வீட்டில் இருந்தும், என்னுடன் வருகின்றாய். வெளியே சென்றாலும், உன்னுடன் இருக்கின்றேன்' என இருவரும் 'உயிரும் உடலுமாய்' மாறி நிற்கும் தன்மையை உணர்த்துகிறது இக்கவிதை.

இதில் வருகின்ற ஒரு உவமை
ரயிலுக்கு ஜட்காவில்
ஏறுமுன் உறவினர்
வண்டிப் படியில்,
மதகு நீர் சுழலைப் போல்
தயங்கி விடை கொள்ளுவர்

என்பது அருமையாக இருக்கிறது.

இக்கால கட்டத்தில், வாழ்வின் வெறுமையை, தொல்லையை, ஏமாற்று வேலைகளை, போலிகளைக் குறித்தெல்லாம் பிச்சமூர்த்தி கவிதைகள் இயற்றியிருக்கிறார்.

வாழ்வின் அடிப்படையைக்
குடைந்தெறிய முற்பட்டேன்.
தருக்கமும்
முடிவில்லா முட்புதரும்
சப்பாத்திப் பழம் சடைத்த
வெறுமையே வாழ்வாயிற்று. *(சுமைதாங்கி)*

போலி, ஸ்விச், முரண் போன்றவை இத்தகையன.

வாழ்க்கையில் எதிர்ப்பட்ட சில அனுபவங்களை, காட்சிகளை, நயமான கவிதைச் சித்திரங்கள் ஆக்கியிருக்கிறார் அவர். கண்டவை, கலை, கைவல்ய வீதி, நடப்பு, பால்கடல் முதலியன இந்த விதமான படைப்புகள். படித்துச் சுவைக்கப்பட வேண்டிய நயமான கவிதைகள் ஆகும்.

கசப்பான உண்மைகளை பரிகாசத் தொனியோடு - ‘ஸட்டயர்’ ரீதியில் - கவிதையாக்கி இருப்பது பிச்சமூர்த்தியின் பிற்காலக் கவிதைகளில் காணப்படுகிற புதிய தன்மை.

சொல்லொரு சூது,
இருபுறம் ஓடும்
காக்கை கண்.
இருமுகம் தெரியும்
பேதக் கண்ணாடி
காம்பில் படாமல்
மரத்தில் தாக்கி
மூர்க்கமாய் திரும்பி வரும்
எறிகல்.
உண்மை என்று
ஒருதலை கடிப்பதை
மாயை என்று மறுக்கும்
இருதலைப் பாம்பு.

இதைக் கூறும் ‘சொல்’ எனும் கவிதை இக்கூற்றை விளக்கும் உதாரணங்களையும் தருகிறது.

கடவுளின் படைப்புகளுக்குப் போட்டியாகவும், இயல்பான அமைப்புகளில் உள்ள குறைபாடுகளை அல்லது மடமையை, கலையின் குறையை நீக்கவும் மனிதர்கள் செய்கிற சாதனைகளையும், அறிவின் பெயரால் அவர்கள் கர்வம் பேசி மகிழ்வதையும் ‘விஞ்ஞானி’ சுட்டுகிறது.

சுலபமாகப் பணம் பண்ணி உயர்ந்தவனின் வாழ்க்கை நோக்கையும் மனப்போக்கையும் சுவையாகச் சித்தரிக்கிறது 'பெட்டிக் கடை நாரணன்'.

தானாகத் தங்கம்
தடத்தில் கிடைத்தால்
ஒடென் றொதுக்க நான்
பட்டினத்தாரா?

என்றும், 'பாவமொன்றில்லாவிட்டால், பாருண்டா? பசியுண்டா?' என்றும் அவன் கேட்கிறான். உயிர்ப்பும் உணர்ச்சியும், பரிகாசத் தொனியும், வாழ்க்கை உண்மைகளும் கலந்துள்ள மணியான கவிதை இது.

புராதனமான கதை எதையாவது ஆதாரமாகக்கொண்டு நெடுங்கவிதை புனையும் வழக்கத்தை இப்போதும் ந.பி. கையாண்டிருக்கிறார். அப்படிப் பிறந்ததுதான் 'வழித்துணை'. படைப்புக் கடவுள் (ஆதிக்குயவன்) ஆக்குகிற பாத்திரங்கள் குறைபாடுகளை உடையனவாக இருக்கின்றன. ஆனால் உண்மையான கலைஞன்.

'மேதை
பொருளுக்கு அடிமை
ஆகாத பேதை,
செய்வதைச் சுத்தமாய்ச்
செய்வதில் மனத்தை
கற்பூரமாக்கும்
இயல்பு பைத்தியம்'

ஆத்மபூர்வமாக ஈடுபட்டுச் செய்கிற வேலை அற்புதப்படைப்பாக விளங்குகிறது. பிரமனின் படைப்புகளுக்கும் அழிவு உண்டு. பிரமன்கூட கால வெள்ளத்தில் இழுபட்டு மாறுதல் பெறுவான். கலைஞன் சிருஷ்டி அழிவுறுவதில்லை; கலைஞனும் மூவாப் பெருமையுடன் திகழ முடியும்.

இக்கருத்தை வலியுறுத்தும் உருவகக் கவிதையாக அமைந்துள்ளது 'வழித்துணை'.

இதில் வருகிற கலைஞனான தச்சன் வழித்துணையாக உதவக் கூடிய கைக்கோல் ஒன்றைச் செய்து முடிக்க எப்படி மரம் தேர்ந்தான், அவசரமின்றி எவ்வாறு உழைத்தான், அந்நேரத்தில்

மற்றவர்களும் சூழ்நிலைகளும் எவ்வகை மாறுதல்களை பெற்றனர், கலைஞன் கவனித்த பரமனின் நிலை என்ன என்பது பற்றி எல்லாம் கவிதை விரிவாகப் பேசுகிறது. நயமான பகுதிகள் பல காணக்கிடக்கின்றன. கலைஞனான தச்சன் எடுத்துச் சொல்லும் சிந்தனை 'ஊன்றி உணர்தற்கு உரிய உண்மை' ஆகும்.

'செய்வதைத் திருந்தச்
செய்வதே வேலை
யோகம்,
ரவி கூறும் மர்மம்
புவி கூறும் கர்மம்,
வயிற்றுக்காய் வேலை என்றால்
நெஞ்சில் ஒரு பிசாசுத்தலை
நில்லாமல் ஆடும்;
ஒதுக்க முடியாத
உள்ளத்து உந்தலானால்
கட்டாந் தரைகள்
கனக மாளிகையாகும்.
கையே கடவுளாய்
சோலைகளாய் ஆலைகளாய்
வாழ்வின் திருவாக்கை
வெளி எங்கும் எழுதிவிடும்,
வேலையிலே வான்தோன்றும்.
காலத்தின் வாலாடாது
கூலிக் கணக்கும்
காலக் கணக்கும்
படித்தவர் சொன்னாலும்
பழுத்தவர்க்கில்லை'

பிச்சமூர்த்தியின் கவிதைப் படைப்புகள் அனைத்தையும் (இரண்டு கால கட்டங்களிலும் ஆக்கப் பெற்றவை முழுவதையும்) படித்து ரசிக்கிறவர்கள் அவர் ஒரு நல்ல கவிஞர் என்பதையும், கவிதைத் துறையில் அவருடைய சாதனை பெரிது என்பதையும் உணர முடியும்.

~

தாமரை

தமிழ்நாட்டின் 'முற்போக்கு இலக்கியப் பத்திரிகை'யான 'தாமரை' புதுக்கவிதைத் துறையில் 'இரண்டாவது அணி' தோன்றி வளரத் துணை புரிந்தது.

'தாமரை' கம்யூனிஸ்ட் கட்சியின் இலக்கிய மாசிகை. பிரபல கம்யூனிஸ்ட் தலைவர் ப.ஜீவானந்தம் அவர்களின் ஆசிரியப் பொறுப்பில் பல வருடங்கள் வளர்ந்தது. அப்போதும், அவரது மரணத்துக்குப் பிறகு மாஜினி ஆசிரியராகப் பதவி வகித்த காலத்திலும், 'தாமரை' புதுக்கவிதையில் கவனம் செலுத்த வில்லை. மரபுக்கவிதைகளை மட்டுமே பிரசுரித்து வந்தது.

பின்னர், 'ஆசிரியர் குழு' ஒன்று பத்திரிகைப் பொறுப்பை மேற்கொண்டது. அந்நிலையிலும் சில வருட காலம் 'தாமரை' புதுக்கவிதையில் அக்கறைகொள்ளாமலே இருந்தது.

பொதுவான இலக்கிய நோக்குக்கு எதிரானது 'முற்போக்கு இலக்கிய' நோக்கு; தனி மனித உணர்வுகளை, மனப்பதிவுகளை, தனி நபர் நோக்கை சித்தரித்துக்கொண்டிருப்பது உண்மையான இலக்கியம் இல்லை; மார்க்ஸீய அடிப்படையில், சமுதாயப் பார்வையோடு, சுரண்டும் வர்க்கத்துக்கு எதிராகவும், உழைக்கும் இனத்துக்கு நம்பிக்கை ஊட்டும் தன்மையிலும் எழுதப்படுபவைதான் இலக்கியம் ஆகும் என்பது 'தாமரை'யின், கம்யூனிச அனுதாபிகள் ஆதரவாளர்களின் கொள்கை ஆகும்.

ஆகவே, பொதுவான இலக்கியவாதிகளின் நோக்கையும் போக்கையும் குறை கூறுவதும் கண்டிப்பதும், அவர்களது படைப்புகளை 'மார்க்ஸீயப் பார்வையில்' திறனாய்வு செய்வதும் 'தாமரை'யின் முக்கியக் கடமைகளில் ஒன்று.

'தாமரை'யின் ஆசிரியர்குழுவில் முக்கியமான பங்குகொண்டிருந்த தி.க.சிவசங்கரன் புதுக்கவிதையிலும் ஈடுபாடு உள்ளவர். புதுக் கவிதைப் படைப்புகளை அவர் ரசித்தாலும், அதன் வேக வளர்ச்சியை அவர் வரவேற்றபோதிலும்,

புதுக்கவிதையின் உள்ளடக்கம் அவரது பூரண ஆதரவையும் பெறக் கூடியதாக அமைந்திருக்கவில்லை. பெரும்பாலும் வெறுமை, மனமுறிவு, விரக்தி, நம்பிக்கை ஊட்டாத தன்மை போன்ற குரல்களே புதுக்கவிதைகளில் ஒலிக்கின்றன என்று அவர் உணர்ந்து அவ்வப்போது தன் கருத்தை வெளியிட்டும் வந்தார்.

அனைத்தையும் 'மார்க்ஸீயப் பார்வையில்' கண்டு தனது முடிவுகளை அறிவிக்கும் ஆற்றல் பெற்ற பேராசிரியர் நா. வானமாமலை 'எழுத்து பிரசுரம்' ஆன 'புதுக் குரல்கள்' உள்ளடக்கத்தை ஆராய்ந்து விரிவான கட்டுரை ஒன்று எழுதினார். 'புதுக்கவிதையின் உள்ளடக்கம்' என்ற அந்தக் கட்டுரை 1968 டிசம்பர் 'தாமரை'யில் வெளியாயிற்று.

அக்கட்டுரையின் அடிப்படைக் கருத்துக்கள் இரண்டு.

'முதலாவதாக, புதுக் கவிதைகள் அடிநாதமாக ஃப்ராய் டிஸத்தையும் அதன் அம்சங்களைக்கொண்ட ஸர்ரியலியஸம், எக்ஸிஸ் டென்ஷியலிஸம் போன்றவற்றையும் கொண்டிருக்கின்றன. அதனால் இக்கவிதைகள் அகவய நோக்கு கொண்டிருக்கின்றன. இதனால் இக்கவிஞர்கள் தம்மைத் தாமே சமுதாயத்திலிருந்து பிரித்துக்கொண்டு சமுதாயத்தை ஒரு பார்வையாளன்போலக் கவனிக்கிறார்கள்.

இரண்டாவது, உற்பத்தி, உறவுகளினால் ஏற்பட்டுள்ள முரண்பாட்டினால் உலகமே முக்கியமான இருவேறு வர்க்கங்களாகப் பிரிந்து நிற்கின்றது, ஒரு வர்க்கம் இன்னொரு வர்க்கத்தை ஒடுக்கி வைத்திருக்க, அதை எதிர்த்து ஒடுக்கப் பட்ட வர்க்கம் நடத்தும் போராட்டத்தில் ஒடுக்கப்பட்டோர் பக்கமாக இப்புதுக் கவிஞர்கள் நிற்கவில்லை. மாறாக, உலகமே துன்பமயமானது என்ற நம்பிக்கை வறட்சியும் மனமொடிந்த போக்கும் கொண்டிருக்கிறார்கள்.'

இக்கருத்துக்களுக்கு ஆதாரம் கூறும் விதத்தில் 'புதுக்குரல்கள்' தொகுப்பிலிருந்து நா.வானமாமலை அநேக உதாரணங்களை எடுத்துக் காட்டியிருந்தார்.

'எழுத்து'வில் புதுக்கவிதை சம்பந்தமாகக் கட்டுரைகள் எழுதிக்கொண்டிருந்த சி.கனகசபாபதி புதுக்குரல்களை தனது நோக்கில் ஆய்வு செய்து, புதுக்கவிதையில் சமுதாய உள்ளடக்கம்; என்றொரு விரிவான கட்டுரையை, நா.வா. கட்டுரைக்கு

பதில் மாதிரி எழுதினார். அது 'தாமரை' 1969 மார்ச் இதழில் பிரசுரமாயிற்று.

சி. கனகசபாபதிக்கு பதில் கூறும் முறையிலும், நா.வா கட்டுரைக்கு மேலும் விளக்கம் ஆகவும் வெ.கிருஷ்ணமூர்த்தி எழுதிய 'புதுக்கவிதையின் உள்ளடக்கமும் சமுதாய உணர்வும்', என்ற நீண்ட கட்டுரை 1969 மே மாத 'தாமரை'யில் இடம் பெற்றது.

புதுக்கவிதை எழுதுகிறவர்களுக்கு 'சமுதாயப் பார்வை' கிடையாது என்று அவர் 'அறுதியிட்டு உறுதிகூறி'யிருந்தார். சமுதாயப் பார்வை என்பது என்ன என்றும் அவர் தெளிவு படுத்தியுள்ளார்.

இவர்கள் 'நான்' என்று குறிப்பிடுகிறார்களே அந்த 'நான்' என்ற உணர்வு மனித குல வரலாற்றில் இல்லாமலிருந்த நிலைமையும் ஒன்று உண்டு. இந்த நானுக்கும் சமுதாயத்திலுள்ள உற்பத்தி உறவுகளுக்கும் சம்பந்தமுண்டு.

மனிதர்கள் இனக் குழுக்களாக (Tribal Societies) வாழ்ந்த போது இந்த நான் எனது என்ற சிந்தனை இருந்திருக்க முடியுமா? அப்பொழுது சமுதாயம் முழுவதும் நான் என்பதற்கு பதில் 'நாம்' என்ற சொல்லில் அடங்கியிருந்தது. ஏனெனில் சேகரிக்கப்படும் பொருள் சேகரிப்பவனுக்கு சொந்தம் அல்ல. அது 'நமக்குச் சொந்தம்' என்ற நிலை இருந்தது. அச்சமூகத்திலுள்ள தனிமனிதன் 'நான்' 'எனது' என்ற நினைவு அற்று இருந்தான். சமுதாய நிலையில் மாற்றம் ஏற்பட்டுத் தனியார் சொத்துடைமை முறை வந்த பிறகே இந்த 'நான்' தோன்றியது. கட்டம் கட்டமாக இதன் தன்மை மாறிக்கொண்டே வருகிறது. முதலாளித்துவ சமூகத்தில் இருக்கும் 'நான்' வேறு, இதற்கு முன்னர் நிலப்பிரபுத்துவ சமூகத்தில் இருந்த – 'நானின்' தன்மை வேறு, எனவே இந்த 'நான்' சமுதாய மாற்றத்திற்குத் தகுந்தாற்போல மாற்றம் அடைகிறது. அதேபோல இந்த 'நான்' சோஷலிச சமூகத்தையும் படிப்படியாகப் பொதுவுடைமைச் சமுதாயத்தையும் அடையும் பொழுது சமுதாயத்தோடு முரணின்றி ஒன்றி நிற்கும் தன்மையை அடைகிறது. இந்த நிலைக்கு இட்டுச் செல்லும் போராட்டத்தைப் புரிந்துகொண்டு அதற்குத் துணை நிற்பது கவிஞனின் தலையாய கடமை. இதை உணர்வதையே உண்மையான சமுதாயப் பார்வை என்று நாம் சொல்கிறோம்.

மார்க்ஸ் பின்வருமாறு சொல்கிறார்; 'மனிதர்கள், உற்பத்தியையும் உற்பத்தி உறவுகளையும் அபிவிருத்தி செய்கின்ற அதே சமயம், அவற்றிற்குத் தகுந்தவாறு தங்களையும், தங்களது சிந்தனைகளையும் தங்களது சிந்தனைகளின் விளைவுகளையும் மாற்றிக்கொள்கிறார்கள். வாழ்க்கை என்பது மனத்தினால் நிர்ணயிக்கப்படுவதல்ல; மாறாக உணர்வுதான் வாழ்க்கையால் நிர்ணயம் செய்யப்படுகிறது.' இவ்வாறு அந்தக் கட்டுரை அறிவுறுத்துகிறது.

புதுக்கவிதை குறித்து மார்க்ஸீய சிந்தனைக்காரர்கள் அவ்வப்போது ரசமான கருத்துக்களை வெளியிட்டிருக்கிறார்கள். "புதுக்கவிதை என்பது முதலாளித்துவ சமூகத்தின் சமூக உறவுகளின் மீது மனிதனுக்கு இருக்கும் தொடர்பு அறத் தொடங்கும்போது தோன்றுகிற இலக்கிய வடிவமாகும்" என்கிறார் கிறிஸ்டோபர் காட்வெல். முதலாளித்துவ "சமூகத்தின் உற்பத்திச் சாதனங்களின் அதிவேகமான மாறுதலில் பழஞ் சமூக உறவுகள் மாறுவதுபோலவே, பழஞ் சமூகத்தின் சிந்தனைகள், கொள்கைகள், இலக்கிய வடிவங்கள் இலக்கிய உத்திகள் போன்றனவும் மாறுபடும் என்பது பொருள் முதல்வாத வரலாற்றியல் கருத்தாகும். இம்முறையில் நாவலும் பூர்ஷ்வா இலக்கிய வடிவமாக விளக்கப்படும். இவ்வாறு இலக்கிய வடிவம், உத்திமுறை போன்றன மாறிய போது 20ம் நூற்றாண்டின் மேல்நாட்டுச் சமூக, ஆன்மீகச் சிந்தனை நெருக்கடியால் தோன்றிய குழப்பமான நிலை, வக்ர உணர்வு, மனித வெறுப்பு போன்ற பண்புகள் இலக்கியத்தில் இடம்பிடித்துக் கொண்டன. மேல்நாட்டு இறக்குமதிப் பொருளாய் தமிழில் வந்த புதுக்கவிதையும் மேல்நாட்டு நோய்க்கூறான மனித வெறுப்பு போன்றவற்றை நகல் செய்து தமிழ்க் கவிதை உள்ளடக்கமாக மாற்றியுள்ளது."

இவ்வாறு தமிழவன் 'தாமரை' கட்டுரை ஒன்றில் குறிப்பிட்டிருக்கிறார்.

'தாமரை' அவ்வப்போது இவ்விதமான கட்டுரைகளைப் பிரசுரித்ததோடு, முற்போக்குக் கருத்துகளை உள்ளடக்கமாகக் கொண்ட புதுக்கவிதைகளை வெளியிடவும் முன்வந்தது. பிறநாட்டு முற்போக்குக் கவிஞர்களின் படைப்புக்களைத் தமிழாக்கியும் பிரசுரித்தது. இப்படியாக, கால ஓட்டத்தில், 'தாமரை' புதுக்கவிதைக்கு அதிகமான இடம் ஒதுக்கி முற்போக்குக் கவிஞர்கள் வளரத் துணை புரிந்தது.

இலங்கை முற்போக்கு இலக்கியவாதிகளில் ஒருவரும், கலை இலக்கியத் திறனாய்வாளரும் ஆன கார்த்திகேசு சிவத்தம்பி இது சம்பந்தமாக எழுதியுள்ள கருத்துரையை இந்த இடத்தில் குறிப்பிடுவது பொருத்தமாக இருக்கும் என்று எண்ணுகிறேன். இலங்கை முற்போக்கு இலக்கிய மாசிகை 'மல்லிகை' 1973 ஆண்டு மலரில் அவர் எழுதிய 'புதுக்கவிதை' - அதன் தோற்றம், நிலைப்பாடு பற்றிய ஒரு குறிப்பு என்ற கட்டுரையின் கடைசிப் பகுதி இது.

"அச்சுயந்திர நாகரிகத்தின் வளர்ச்சி நியதிகள் புதுக்கவிதையின் தோற்றம் வளர்ச்சியைத் தவிர்க்க முடியாதவையாக்கின. ஆனால் இவ்வளர்ச்சி அத்தகைய நாகரிக வளர்ச்சியினைப் பூரணமாக அனுபவித்த சமூகங்கள் பண்பாடுகளுக்கே உரியதாகும்.

கிழக்கு நாடுகளைப் பொறுத்தவரையில், சிறப்பாக இந்தியாவினைப் பொறுத்தமட்டில் மேற்கூறியன மேனாட்டுத் தாக்கங்கள் என்ற முறையிலேயே முதன்முதலில் வந்தடைந்தன. நாவல் என்னும் இலக்கிய வகை தோன்றுவதற்கான சமூகச் சூழ்நிலை தோன்றுவதற்கு முன்னரே நாவல் என்ற இலக்கிய வகை இந்திய மண்ணை வந்தடைந்தது போன்று, இன்று புதுக்கவிதை என்னும் இலக்கிய வடிவமும் வந்து சேர்ந்துள்ளது. புதுக்கவிதை தோன்றுவதற்கான சமூகப் பின்னணி இந்தியாவில், குறிப்பாகத் தமிழ்நாட்டில் தோன்றியுள்ளதா என்று பார்ப்போம்.

தமிழ்நாட்டில் எழுத்தறிவு வீதம் என்னவென்பது எனக்குத் திட்டவட்டமாகத் தெரியாது. ஆனால் அது அறுபது வீதத்துக்கு மேல் இருக்குமோவென ஐயுறுகின்றேன்; அப்படிக்கொண்டாலும் முப்பத்தைந்து நாற்பது விகிதத்தினர் தானும் கட்புல நாகரிக நிலைக்கு இன்னும் வரவில்லையென்றே கொள்ளவேண்டும். மேலும், இயந்திரப் புரட்சியோ கைத்தொழிற் புரட்சியோ தமிழ் நாட்டின் பாரம்பரியச் சமூக பொருளாதார அமைப்புக்களை முற்றிலும் மாற்றிப் புதிய ஒரு யந்திரமயமான நாகரிகத்தை ஏற்படுத்தவில்லை என்பதும் உறுதி. இயந்திரமய நாகரிகத்தின் ஒரு முக்கிய அம்சமான நகர நாகரிக வளர்ச்சி சென்னையைத் தவிர (கோயம்புத்தூரும் உட்படலாம்) மற்றைய தமிழ்நாட்டுப் பேரூர்களைப் பெரிதும் தாக்கியிருப்பதாகக் கூற முடியாது. அங்குள்ள முதலாளித்துவ வளர்ச்சி நிலவுடைமையை, அன்றேல்,

நிலவுடைமையுறவுகளைப் பயன்படுத்தும் நிலையிலேயே இன்றும் உள்ளது.

மேற்கூறிய நிலைமையைப் பொதுப் பண்பாக எடுத்துக் கூறினாலும் இதனுள் ஒரு சிறிய புறநடைத் தன்மையை நாம் அவதானிக்கலாம். அதுதான் சென்னையின் நகர நாகரிக வளர்ச்சியாகும். நகர வளர்ச்சியின் (அர்பனைசேஷன்) தவிர்க்கமுடியாத அம்சங்களான தனி மனிதப் பராதீனம். விற்பனை நுகர்வாளர் உறவு முதலியன சென்னை நகர வட்டத்துள் காணப்படுவது உண்மையே. மேலும் சென்னை நகர நிலையில் மேனிலையடைந்த மக்களும், அவர்கள் வழியை நகர வாழ்க்கை அளிக்கும் வாய்ப்பினால் பின்பற்றக் கூடியவர்களும் பம்பாய், தில்லி, கல்கத்தா முதலிய நகரங்களுக்குச் சென்று அங்கும் நகர வாசிகளாகவே வாழுகின்ற தன்மையினைக் காணலாம். அத்தகைய சமூகத்தினரும் பிற நகரவாசிகளும் பாரம்பரியத்திலிருந்து பராதீனப்படுத்தப்பட்டவர்களாகவே வாழ வேண்டிய நிலை ஏற்படுகின்றது. அண்மைக் காலத்தில் தமிழகத்து இலக்கியவளர்ச்சி நெறிகளில் தில்லியின் தாக்கத்தினை நாம் காண்கிறோம். கணையாழி தமிழகத்துக்குப் புறம்பான நகர நாகரிக வாசனையை ஏற்படுத்துகின்றது.

தமிழகத்துப் புதுக்கவிதைப் பயில்வாளர்களைத் தனி மனிதர்களாக எடுத்து அவர்களது சமூக, பொருளாதாரப் பின்னணிகளை ஆராய்வது உருசிகரமான ஒரு முயற்சியாக அமையுமென்றே நம்புகிறேன்.

இத்தகைய சூழ்நிலையில், இயந்திர நாகரிகத்தின், நகர நாகரிகத்தின் ஆதிக்கத்துக்குட்பட்டவர்கள் புதுக்கவிதைப் பயிற்சியில் இறங்குவது தவிர்க்கமுடியாப் பண்பே. நகர நாகரிகம் இன்று ‘எலீற்றிசிம்’ எனும் மேன்மக்கள் வாதத்தையும் ஏற்படுத்தியுள்ளது. புதுக்கவிதைப் பயில்வு எலீற்றிசத் தொழிற்பாடே எனலாம்.

எலீற்றிசத்தைப் பின்பற்ற முனைவது இன்றைய பண்பாட்டமிசங்களில் ஒன்று. மேற்குறிப்பிட்ட சமூக, பொருளாதாரப் பின்னணியில் வராதவர்கள் புதுக்கவிதையைப் பயிலும்பொழுது அது மேனிலைத் தழுவல் என்றே கூறல் வேண்டும்.

இது ஒருபுறமிருக்க, தமிழ்நாட்டில் செவிப்புல நுகர்வின் நிலை பற்றியும் நாம் சிறிது நோக்குதல் வேண்டும். கிராமியக்

கலைகளின் வளர்ச்சி, கிராமியப் பாடல்களின் பயில்வு, பாரம்பரிய நிலையின் ஸ்திரப்பாட்டினை எடுத்துக் காட்டுகின்றது. கட்புலச் சாதனமாகிய சினிமாவின் செவிப்புல அமிசமாகிய வசனமும் பாடலும் தமிழக சினிமாவில் பெறும் முக்கியத்துவத்தினையும் இங்கு நோக்கல் அவசியம். கவிதையைப் பொறுத்தமட்டில், பட்டுக்கோட்டை கல்யாணசுந்தரம், கண்ணதாசன் ஆகியோரின் திறமை காரணமாகச் செவிப்புல நுகர்வுக்கே பயன்படும் திரைப்படப் பாடல்கள் இன்று கவிதைகளாகியுள்ளதையும் சனரஞ்சகக் கவிதைகளாக விளங்குவதையும் நாம் காண்கிறோம். கிராமியப் பாடல்களின் மறுமலர்ச்சியும் சினிமாப் பாடலின் முக்கியத்துவமும், புதுக்கவிதை வளர்ச்சிக்கான சூழ்நிலையை அடி நிலை மக்கள் நிலையில் அகற்றிவிடுகின்றது.

இவ்வேளையில் புதுக்கவிதையாளர்களின் கருத்துக்களையும் மனோபாவங்களையும் ஆராயும்பொழுது இப்பயில்வாளர் நகர நாகரிகத்தின் சாயல்களைப் பிரதிபலிப்பதையும் நாம் காணலாம்.

இக்கட்டத்தில், முற்போக்கு இலக்கிய கடப்பாடுடைய 'தாமரை' புதுக்கவிதைக்குத் தரும் முதலிடம் ஆராயப்பட வேண்டிய தொன்றாகும். தமிழ்நாட்டின் கிராமியக் கலை ஆய்வுக்கு நவீன இலக்கியத்தில் தளம் அமைத்துக் கொடுத்த தாமரை இன்று புதுக்கவிதைப் பயில்வுக்கு முக்கிய இடம் கொடுக்கின்றது. இது மேனிலைத் தழுவலா, அன்றேல் அடிநிலை மக்களை ஆற்றுப்படுத்தலா என்பது பற்றிய கருத்துத் தெளிவு எனக்கு ஏற்படவில்லை." (கா.சிவத்தம்பி)

மார்க்ஸீயப் பார்வையும், 'சமூக விஞ்ஞானக் கண்ணோட்ட'மும் பெற்றிராத இதர இலக்கியவாதிகளுக்கு எதிராக, 'எல்லா மக்களும் ஒரு புதிய வாழ்வைப் பெறுவதற்கு உதவியாக, போர்க்குணத்துடனும், புரட்சித்தன்மையுடனும் இலக்கியம் செய்யவேண்டும் என்ற லட்சியம்கொண்ட முற்போக்கு எழுத்தாளர்', ஏனைய இலக்கிய வடிவங்களைத் தங்களுக்கு சாதகமாகப் பயன்படுத்திக் கொள்வதுபோலவே, வளர்ச்சி பெற்று வருகிற புதுக்கவிதையையும் ஒரு ஆயுதமாகக் கையாள வேண்டும் எனும் நோக்கத்துடன்தான் ஆசிரியர் குழுவினர் 'தாமரை'யின் பக்கங்களை புதுக்கவிதைக்குத் தாராளமாக ஒதுக்கினார்கள். லட்சிய வேகமும், கொள்கைப் பற்றும், சமூகத்தை மார்க்ஸீயப் பார்வையோடு, சீரமைக்கும்

கடமை உணர்வும்கொண்ட இளைஞர்கள் பலர் உற்சாகமாக புதுக் கவிதை படைக்கலானார்கள்.

நவபாரதி, புவியரசு, பரிணாமன், மு. பாவாணன், விடிவெள்ளி, கை. திருநாவுக்கரசு, பிரபஞ்சகவி, கோ. ராஜாராம், மு. செந்தமிழன் என்று பலர் உணர்ச்சித்துடிப்போடு 'தாமரை'யில் கவிதைகள் படைத்திருக்கிறார்கள். நா. காமராசன், சிற்பி, அக்கினிபுத்திரன், தமிழ்நாடன், மீரா, சக்திக்கனல் போன்றவர்களின் கவிதைகளும் 'தாமரை'யில் வந்துள்ளன. அக்கினிபுத்திரனும் தமிழ்நாடனும், சொந்தப் படைப்புக்களைவிட, மொழிபெயர்ப்புக் கவிதைகளையே அதிகமாக எழுதியிருக்கிறார்கள். சார்வாகன், வண்ணதாசன், வண்ணநிலவன் போன்றவர்களின் கவிதைகளும் அபூர்வமாக இடம்பெற்றுள்ளன.

'புதுக்குரல்கள்' கவிஞர்களின் உள்ளடக்கம் குறிப்பிட்ட ஒரு சில எண்ணிக்கையினுள் அடங்கிவிடுவதாக நா. வானமாமலை தமது விமரிசனத்தில் குறைகூறியிருக்கிறார். 'மார்க்ஸீயக் கண்ணோட்டத்துடனும் சமூகப் பார்வையோடும்' கவிதை எழுத முன்வந்தவர்கள்கூட அனைத்து விஷயங்களையும் தங்கள் எழுத்துக்களால் தொட்டுவிடவில்லை. குறிப்பிட்ட சில விஷயங்களிலேயே திரும்பத்திரும்ப வளையமிடுவதை 'தாமரை'க் கவிதைகள் நிரூபிக்கின்றன.

அமெரிக்க வெறுப்பு, சோவியத் ரஷ்யாவுக்குப் புகழாரம், வியத்நாமுக்கு வாழ்த்து, புரட்சிக்கு வரவேற்பு, ஏழை படும்பாடு, பணக்காரன் திமிர், நீக்ரோ பிரச்னை, முதலாளி (பண்ணையார்) காமவெறி, ஒடுக்கப்பட்டோருக்கு அனுதாபமும் ஆதரவும் போன்ற சில விஷயங்களையே இவர்கள் கவிதைப் பொருளாகக் கொண்டுள்ளனர். பங்களாதேஷ் பற்றியும் அநேகர் எழுதியிருக்கிறார்கள். மகாத்மாவை குறைகூறிக் கவிதை எழுதுவதிலும் சிலர் ஆர்வம் காட்டியுள்ளனர்.

இங்கும் ஒரு புரட்சி வந்தால் எல்லா நிலைமைகளும் சீர் திருந்திவிடும்; அப்படி ஒரு புரட்சி நிச்சயம் வரும் என்ற நம்பிக்கை முற்போக்குக் கவிஞர்கள் அனைவருக்கும் இருக்கிறது. அதனால் செவ்வசந்தம், சிவப்பு மலர் பூக்கும் போன்ற வார்த்தைகளில் மோகம்கொண்டு இவர்களில் அநேகர் அவற்றை அளவுக்கு அதிகமாக அள்ளித் தெளித்திருக்கிறார்கள், தங்கள் கவிதைகளில்.

கருத்துக்களைவிட வார்த்தைகளுக்கு அதிக முக்கியத்துவம் கொடுப்பதனால், இவர்கள் நீளம் நீளமான கவிதைகளைப் படைக்கும் உற்சாகிகளாக விளங்குகிறார்கள். சிறு கதைகளுக்கு நீளமான தலைப்பு கொடுப்பது ஒரு ஃபாஷன் என்ற நிலை ஏற்பட்டதுபோல, கவிதைகளுக்கு நீளநீளத் தலைப்புகள் சூட்டுவதும் இவர்களிடையே ஒரு நியதிபோல் காணப்படுகிறது.

'மகாத்மாவை நோக்கி ஒரு சமூகஜீவியின் கேள்வி', 'இனிமேல் கிழக்கு எளிதிலே சிவக்கும்', இங்கே இடிமுழக்கம் கேட்கிறது' போன்ற கவிதைத் தலைப்புகள் சில உதாரணங்கள் ஆகும்.

ஒருசிலர் ரத்தம், பிரவாகம், ரத்த ஓட்டம், செங்குருதி வெள்ளம் என்று முழக்கமிடுவதில் ஒரு வெறிவேக உவகை பெறுகிறார்கள் என்று தோன்றுகிறது.

'தாமரை' கவிதைகளில், நவபாரதியின் 'இங்கே இடி முழக்கம் கேட்கிறது'. பரிணாமனின் 'அகப்பை நோய்கள்' 'நாங்கள் அந்தரசாரிகள்', விடிவெள்ளியின் 'கடப்பை காந்தம்மா' திருநாவுக்கரசின் 'ஓர் அருவியின் மரணம்' 'இங்குமொரு பூ மலரும்', பிரபஞ்ச கவியின் 'ஒரு மாணவனின் மரண விழாவின் போது', சிற்பியின் 'சிகரங்கள் பொடியாகும்!' கோ. ராஜாராமின் 'ஒப்புதல்', 'பாடங்கள்', 'தலைமுறைகள்' ஆகியவை குறிப்பிடத்தகுந்தவை.

கோ.ராஜாராம் கவிதைக்கு விஷயங்களைத் தேர்ந்துகொள்வதில் தனித்தன்மை காட்டியிருக்கிறார்.

சார்வாகனின் 'சாணி பொறுக்கும் சிறுமி'யும், வண்ண நிலவனின் 'ரெயினீஸ் ஐயர் தெருக்காரர்களும் சாணை பிடிப்பவனும்' ஆகியவை ரசிக்கப்பட வேண்டிய நல்ல கவிதைகள்.

'தாமரை'யில் பிரசுரமான கவிஞர்களின் சொந்தப் படைப்புகளைவிட, மொழி பெயர்ப்புக்கவிதைகள் நயங்கள் மிகுதியும் கருத்தாழமும் கொண்டிருக்கின்றன. சிறியனவாகவும் உள்ளன என்பதைக் குறிப்பிடத்தான் வேண்டும். அப்படிப்பட்ட வலிமையுள்ள கவிதைகள் எழுதத் தமிழ்நாட்டு முற்போக்குக் கவிஞர்களும் தேர்ச்சி பெற்றால் நல்லது.

உதாரணத்துக்கு இரண்டு கவிதைகளை இங்கே தருகிறேன்.

'முதற் படைப்பு' - ரசூல் கம்சதோவ் எனும் ரஷ்யக்கவிஞர் எழுதியது. தமிழாக்கம்: சிற்பி.

இந்தியாவில்
கடவுள் படைத்த ஆதி உயிர்
பாம்பு என்கிறார்கள்.
இல்லை -
உயரப் பறக்கும் கழுகுதான்
கடவுளின் முதல் படைப்பு
என்கிறார்கள் மலை வாசிகள்.
நான்
இவர்களோடும் அவர்களோடும்
இசையவில்லை;
மனிதர்களே முதற் படைப்பு
என்கிறேன்;
அவர்களில் சிலர்
பறக்கும் கழுகாய் மேலெழுந்தனர்
மற்றும் சிலர்
நகரும் பாம்பாய் நாசமுற்றனர்.

மற்றொன்று, கைசின் குலியேவ் எழுதிய 'நிர்பயமான ஒரு குளியல்', கல்யாண்ஜி தமிழில்.

இன்னும் வானில் சூரியன் ஒளிர
இங்கோர் பெண் ஓடையில் குளிக்கிறாள்.
ஆரத்தழுவும் கரங்கள் போல
அங்கம் தழுவும் தங்க ரேகைகள்
நீரின் மேலே 'வில்லோ' வளைய
நிழலோ அவளின் கூந்தல் வருடும்
புல்லும் மயங்கித் தூங்கப் போகும்
புதர்கள் கரையில் மௌனம் காக்கும்.
இங்கோர் பெண் ஓடையில் குளிக்கிறாள்..
இங்கும் எங்கும் இல்லை மரணம்,
போயின கேடு வாதை, நோவு
போயின யுத்தம், ரத்தம் எல்லாம்;
அமைதி வாழ்க்கை, அழகு மீண்டும்
ஆட்சி புரியும் காட்சி விரிய
இங்கோர் பெண் ஓடையில் குளிக்கிறாள்.

~

எழுபதுகளில்

மார்க்சீய தத்துவத்தின் உந்துதலோடு கவிதை எழுத முற்பட்டவர்கள் - 'தாமரை'யிலும் இதர முற்போக்கு இதழ்களிலும் புதுக்கவிதை எழுதிய முற்போக்கு எழுத்தாளர்கள் அல்லது அவர்களைச் சார்ந்த சிலர், தங்களை 'இரண்டாவது அணி' என்று குறிப்பிட்டுக்கொண்ட போதிலும், அவர்களுக்கு எதிரான 'முதலாவது அணி' என்று சொல்லப்பட வேண்டிய இயக்கமோ, திரளோ சக்தியோ எதுவுமே ஏற்பட்டிருந்ததில்லை.

இலக்கிய ஈடுபாடுடையவர்கள் - இலக்கியத்தின் பலவிதப் போக்குகளிலும் பயிற்சியும் தேர்ச்சியும் பெற்றிருந்தவர்களும் பெறமுயன்றவர்களும் - தனி நபர்களாக தங்கள் தங்கள் இஷ்டம்போல் எழுதிக்கொண்டிருந்தார்கள். எதைப்பற்றி வேண்டுமானாலும், எப்படி வேண்டுமானாலும் எழுதலாம். ஆனால் எழுதுவதை அழகாகவும் கலையாகவும் ஆற்றலோடும் எழுதவேண்டும் என்ற இலக்கிய நோக்குடையவர்கள் எல்லா விஷயங்களைப் பற்றியும் தங்களது மன எழுச்சிகளைக் கவிதையாக்குவதில் உற்சாகம் கொண்டிருந்தார்கள். அவர்கள் எல்லோருமே வெற்றி பெற்றார்களா என்பது வேறு விஷயம்.

புதுக்கவிதை எழுதித் தேர்ச்சி பெற்றவர்களின் படைப்புகளையும், ஆர்வத்தோடு எழுத முற்பட்டவர்களின் எழுத்துக்களையும் 'எழுத்து' பத்திரிகை வெளியிட்டு, புதுக்கவிதை வளர்ச்சிக்குத் துணை புரிந்தது, 'எழுத்து'வுக்குப் பிறகு, புதுக்கவிதைக்கு ஆதரவு காட்டுவதில் 'கணையாழி' மாத இதழ் முன்னின்றது. 'எழுத்து' நடந்துகொண்டிருந்த காலத்திலேயே 'கணையாழி' தோன்றிவிட்டது. புதுக்கவிதைக்கு வரவேற்பு அளித்து வந்தது. பின்னர், புதுக்கவிதை எழுதியவர்கள் 'கணையாழி'யின் ஆதரவை உற்சாகத்தோடு ஏற்று தாராளமாகப் பயன்படுத்திக் கொண்டார்கள் என்று சொல்ல வேண்டும்.

'எழுத்து'வோடு ஒத்துழைத்து, பலவருஷங்களுக்குப் பிறகு, 'நடை' என்ற புது முயற்சியில் ஈடுபட்ட இலக்கிய உற்சாகிகள் சிலரும் அவர்களுடைய நண்பர்களும், 1970ல் 'கசடதபற'வை ஆரம்பித்து, புது வேகத்தோடு இலக்கியப் பணி புரிய முன்வந்தார்கள். புதுக் கவிதை வளர்ச்சிக்கும் சோதனைக்கும் 'கசடதபற' பேராதரவு தந்தது.

1970லும் அதற்குப் பிறகும் இலக்கிய உணர்ச்சி பல வகைகளில் செயல் மலர்ச்சி பெற்றதாகத் தோன்றியது.

புதிய புதிய இலக்கியப் பத்திரிகைகளும், இலவச வெளியீடுகளும் தமிழ்நாட்டின் பல பகுதிகளிலும் தலை தூக்கின. கவிதைத் தொகுப்புகளும் வெளிவரலாயின. ஸீசனல்பாதிப்பு மாதிரி - அல்லது அந்தச் சமயத்துக்கு எடுப்பாக தோன்றி வேகமாகப் பரவும் ஃபாஷன்போல - (மழை காலத்துக் காளான்கள்போல் என்றும் சொல்லலாம்) 'மினி' கவிதை வெளியீடுகள் எங்கெங்கிருந்தெல்லாமோ பிரசுரம் பெற்றன.

இவற்றில் எல்லாம் 'மார்க்ஸீயப் பார்வை' உடைய எழுத்தாளர்களும், பொதுவான இலக்கிய நோக்குடையவர்களும் கவிதைகள் எழுதியிருக்கிறார்கள். முற்போக்கு இலக்கியப் பணிக்கென்றே தோன்றிய தாமரை, கார்க்கி, செம்மலர், வானம்பாடி, உதயம் முதலிய பத்திரிகைகளிலும் கவிதை எழுதியவர்களில் சிலர் இதர இலக்கிய வெளியீடுகளிலும் எழுதியிருக்கிறார்கள்.

கணையாழி, கசடதபற, தீபம், ஞானரதம், அஃ போன்ற இலக்கிய வெளியீடுகளில் கவிதை எழுதியிருப்பவர்களில் சிலர் பிற வெளியீடுகளிலும் எழுதியிருக்கிறார்கள். வண்ணங்கள், சதங்கை போன்ற இலக்கியப் பத்திரிகைகள் இரண்டு பிரிவுக் கவிஞர்களின் படைப்புக்களையும் பிரசுரித்துள்ளன.

குறிப்பிட்ட சிலர் அல்லது பலரது பெயர்களும் படைப்புக்களும்தான் பொதுவாக அநேக பத்திரிகைகளிலும், வெளியீடுகளிலும் காணப்படுகின்றன.

ஆகவே, இனிவரும் ஆய்வை இதுவரை செய்ததுபோல், தனித்தனிப் பத்திரிகையாக எடுத்துக்கொண்டு கவனிப்பது சரிப்பட்டு வராது என்று நான் நினைக்கிறேன். பத்திரிகையாக எடுத்துக்கொண்டு, அவ்வவற்றில் புதுக்கவிதைகளைக் குறிப்பிட்டு எழுதுவதைவிட, எழுபதுகளில் வந்த இலக்கியப் பத்திரிகைகளில்

எழுதியுள்ள படைப்பாளிகளின் புதுக்கவிதைகள், அவற்றின் போக்குகள் தன்மைகள் பற்றி எழுதுவதே பொருத்தமாக இருக்கும் என்று கருதுகிறேன்.

என்றாலும், இரண்டு பற்றித் தனித்தனியே எழுதியாக வேண்டியது அவசியம் என்று எனக்குப் படுகிறது. அவை தமக்கெனத் தனித்தன்மை கொண்டிருப்பதோடு, புதுக்கவிதை எழுதுபவர்களையும் புதுக்கவிதையின் போக்கையும் வெகுவாகப் பாதித்துள்ளன என்று நான் உணர்கிறேன். 'கசடதபற' என்ற இலக்கியப் பத்திரிகையும், 'வானம்பாடி' என்ற கவிதை வெளியீடும்தான் அவை.

~

கசடதபற

1970 அக்டோபரில் பிறந்தது 'கசடதபற'.

இன்றைய படைப்புக்களிலும், அவற்றைத் தாங்கி வருகிற பத்திரிகைகளிலும் தீவிர அதிருப்தியும் அதனால் கோபமும் உடைய பல இளம் எழுத்தாளர்கள், கவிஞர்கள், ஓவியர்கள், திறனாய்வாளர்களின் பொதுமேடைதான் கசடதபற. ஊதிப்போன சுயகௌரவங்களாலும், பிதுங்கிய பார்வைகளாலும் இவர்கள் பாதிக்கப்படாதவர்கள். அரசியல், சமயம், மரபு இவை சம்பந்தப்பட்ட ஒழுக்கங்களுக்கு வாரம் தவறாமல் தோப்புக்கரணம் போடுபவர்கள் யாரும் இவர்களில் இல்லை. இலக்கியத்தை அதுவாகவே பார்க்கத் தனித்தனியே தங்களுக்குப் பயிற்சி நிரம்பப்பெற்று பிறகு சேர்ந்துகொண்டவர்கள் இவர்கள். உலகின் இதர பகுதிகளின் இலக்கியத்தில் நிகழ்வனவற்றைக் கூர்ந்து கவனிப்பதிலும், தமிழ்ச் சிந்தனையில் புதிய கிளர்ச்சிகளை இனம் கண்டுகொள்வதிலும் தேர்ந்தவர்கள்.

'கசடதபற' சிந்திக்கிறவனுக்கு இன்றைய உலகம் விடும் அறைகூவல்களை ஏற்றுக்கொள்ள வந்திருக்கிறது. சமூகத்தின் கூட்டுப் பொறுப்பான கலாச்சாரத்தின் ஆழ அகலங்களை இலக்கியத்தில் காட்ட கசடதபற வந்திருக்கிறது...

"எதையும் செய்யுங்கள், ஆனால் இலக்கியமாகச் செய்யுங்கள் என்று மட்டுமே கசடதபற சொல்லும்".

கசடதபற முதல் ஏட்டில் பிரசுரமான அறிக்கையிலிருந்து எடுக்கப்பட்ட பகுதிகள் இவை.

கசடதபற 1970 அக்டோபர் முதல் 1973 முடிய, மாசிகையாக வெளிவந்தது. 32 இதழ்கள் வந்துள்ளன. ஜூன், ஜூலை வெளியீடு ஆக ஒரு அறிவிப்பு பிரசுரித்துவிட்டு, 'கசடதபற' நின்றுவிட்டது.

இலக்கியத்தின் பல்வேறு பிரிவுகளில் அது செய்த சாதனைகள் சோதனைகள் - அது பெற்ற வெற்றிகள், தோல்விகள் - குறித்து ஆராய்வது என் நோக்கம் அல்ல, 'கசடதபற'வில் வெளிவந்த கவிதைகள் மட்டுமே இங்கு எனது கவனிப்புக்கு இலக்காகின்றன.

கவிதைகளை ஆராய்வதற்கு முன்பு முக்கியமாக ஒரு கட்டுரையைக் குறிப்பிட்டாக வேண்டும். 6வது ஏட்டில் வெளிவந்துள்ள சார்வாகன் கட்டுரை 'புதுக்கவிதை' அருமையான எண்ணங்களை அழகாக எடுத்துச் சொல்கிறது. பெரிய அளவு (டிம்மி சைஸ்) கசடதபறவில் ஐந்து பக்கங்கள் வந்திருக்கிற அந்தக் கட்டுரை ஊன்றி உணர்வதற்குரிய சிந்தனைகளைத் தெளிவாகக் கூறுகிறது. அதை முழுமையாக மறுபிரசுரம் செய்வது சாத்தியமில்லை. எனினும் சில சிறப்பான, அழகான, கனமான சிந்தனைகளை எடுத்து எழுதாமல் மேலே செல்ல மனம் வரவில்லை.

"கவிதை கனவு மாத்திரமல்ல; கனவுப் பார்வை மாத்திரமல்ல; கனவு காணும் மனசின் வாழ்வு. அவ்வாழ்வின் மொழிவழியொழுகும் வெளியீடு.

மனித ஜாதியின் வாழ்க்கை தனக்குத்தானே வகுத்துக்கொண்ட கட்டு திட்டங்களை மீறி அணையுடைத்து வெள்ளம்போலப் பெருகி ஓடிக்கொண்டு வருகிறது. மேலும் பெருக்கெடுத்தோடப்பார்க்கிறது. மனிதன் தனக்குள்தான் ஏற்படுத்தி வைத்துக்கொண்ட கட்டுப்பாடுகள், வழி வந்த மரபுகள் எல்லாம் ஒவ்வொன்றாகத் தகரத் தொடங்கியிருக்கின்றன. தன் சரித்திரத்திலேயே அனுபவித்தறியாத சுதந்திரத்தைப் பல்வேறு துறைகளில் தன் அறிவாலும் செயலாலும் அவன் இன்று அனுபவித்து வருகிறான். மேலும் அனுபவிக்கிறான். இதில் ஒரு அலை புதுக்கவிதை.

கலை, கலைப்படைப்பு, அதில் ஒன்றான இலக்கியம், அதில் ஒன்றான கவிதை - இவை எல்லாம் மனித வாழ்வோடு நெருங்கிய தொடர்புடையவை. ஆதி காலத்தில் எப்படி எப்படியோ துவங்கி பின்னால் எப்படி எப்படியோ வளர்ந்து பிரிந்து சேர்ந்து இன்னும் மாறிக்கொண்டிருப்பவை. வரம்பொன்று கட்டி இதுதான் இது என்று நம்புகிற, சொல்கிற காலம் போய்விட்டது. இன்றைக்கு வாழ்வும் அதன் ஒரு பகுதியான கலையும் மேலும் மேலும் சிக்கலாகி, கிளையும் விழுதும் வேரும் இலையும்

பூவும் காயும்விட்டு சிறிய விதை ஆலமரமானாற்போல ஆகி வருகிறபோது, நான் ஓரளவுதான் வரையறைகளுக்கு மதிப்புக் கொடுக்க முடியும். இதில் ஒரு அலை புதுக்கவிதை.

மனிதன் புறவுலகத்தையும் பிற மனிதர்களின் செயல்களையும் கனவுப் பார்வையாகக் கவித்தது போதாதென்று, தன் அகத்தூடும் அப்பார்வையைப் பிரயோகிக்கத் தொடங்கியிருக்கிறான். அறிவுலகத்தில் இதைச் செய்துகொண்டு வருவதைப்போல, கலையுலகத்திலும் செய்யப்பார்க்கிறான். இவ்வாறு செய்யும்போது, சில சமயம், பழைய முறைகள் தடையாக இருப்பதாகவோ அல்லது அவைகளால் இவனுக்குத் தேவையானபடி செய்ய இயலாமல் போவதாகவோ உணர்கிறான். புதுவழிகளை வகுத்துக்கொள்ளப் பார்க்கிறான். இதில் ஒரு அலை புதுக்கவிதை.

அழகையும் பெருக்கிக்கொண்டு அசிங்கத்தையும் பரப்பிக்கொண்டு அறிவையும் வளர்த்துக்கொண்டு நாம் இருக்கிறோம். அழகே அசிங்கமாகவும், அறிவே இருளாகவும் வேறு வேறு சமயங்களில் தோன்றுகிறது. நாம் பார்க்கிறோம். உணர்கிறோம். முன்பு புரிந்ததாக இருந்ததெல்லாம் இன்று புதுமையாக, புரியாத புதிராக, புரிந்துகொள் என்று மனசை நச்சரிக்கும் சில்வண்டாகத் தெரிகிறது. நாம் தடுமாறுகிறோம். கீழே விழுகிறோம். விழுந்து சிரிக்கிறோம். சிரித்து அழுகிறோம். இதை எல்லாம் வெளிக்காட்ட கலைஞனுக்கு ஆத்திரம் எண்ணிய திண்ணிய, மண்ணிய புண்ணிய என்று கட்டங்கட்டும் வரம்புகட்கு உட்பட அவனுக்குப் பொறுமையில்லை என்பது மாத்திரமல்ல. உட்பட மறுக்கிறான். இதில் ஒரு அலை புதுக்கவிதை.

பல பக்கங்கள் கொண்ட வைரக்கல் போன்றது புதுக்கவிதை. ஒரு பக்கம் அழகு. புதுமாதிரியான அழகு. வியக்கும் அழகு. ஒருபக்கம் ஏக்கம், மனமுறிவு, பெருமூச்சு, காதல், தத்துவம், கோபம், சந்தேகம், அறைகூவல், சமகால விமர்சனங்கள், தன் மனத்தையே குடைந்தெடுத்து ஆராயும் நேர்மை, பாலுணர்ச்சி, பொங்கல், ரேஷன், காந்தீயம், கம்யூனிஸம், அறச்சீற்றம், ஸ்வதரிசனம், டிவால்யுவேஷன், காலை, இரவு, நிலா வர்ணனைகள், கனவு மயக்கநிலைகள், ஞானம், உபதேசம் இறுமாப்பு, மனமாறுதல் - இப்படிப் பலபலபக்கங்கள் உண்டு. சுருங்கச்சொன்னால், இன்று நம்மிடையே இருக்கும் உணர்ச்சிகள்

அனைத்தின் பிரதி பலிப்பையும் நாம் புதுக்கவிதையில் காண்கிறோம்.

வரைமுறையற்ற தன்மை, நூதனப் படிமங்கள், மயக்க நிலையையும் வெளிப்படுத்தும் முறை, கொச்சை மொழிப்பிரயோகங்கள் முதலியவை எப்படிப் புதுக்கவிதைக்கு வலுவேற்றுகின்றனவோ அதேபோல அவை புதுக்கவிதையை பலவீனப்படுத்தும் சாதனங்களாகவும் அமைவதற்குச் சந்தர்ப்பங்கள் உண்டு என்பதை உணர்ந்து கவிஞன் விழிப்போடிருக்க வேண்டும். நான் எப்படி விமர்சகர்களைப் பார்த்து இது பழசா புதுசா என்று முதலில் பார்க்காதீர்கள். கவிதையா அன்றா என்று பாருங்கள் என்று கேட்கிறேனோ, அதேபோல படைப்பாளிகளுக்கு (என்னையும் சேர்த்துத்தான்) 'புதுக்கவிதை படைக்க வேணும் என்று நினைக்காமல், கவிதை செய்ய வேணும் என்று நினையுங்கள்' என்று கூற விரும்புகிறேன்.

எப்படி யாப்பிலக்கணப்படி எழுதியதெல்லாம் கவிதையாகாதோ, அப்படியே அவ்விலக்கணம் தப்பிப் பிறப்பதெல்லாம் புதுக்கவிதை ஆகிவிடாது. அதுபோலவே, எழுதியவனுக்கே புரிந்திராத அதிகஷ்டமான கவிதை மிக உயர்ந்த புதுக்கவிதை ஆகிவிடாது. சொல் புதிது, பொருள் புதிது, கற்பனை வளம் புதிது. பேசாப் பொருளைப் பேச நான் துணிகிறேன் என்பதோடு, விளங்காப் பொருளை விளக்க நான் முயல்கிறேன் என்பதையும் நான் நினைவுறுத்திக் கொள்ளவேண்டும். நான் விழிப்புடன் இல்லாவிட்டால், என்னையே ஏமாற்றிக்கொள்ளப் புதுக் கவிதையில் வாய்ப்புண்டு. படிமங்களையும் பிராய்டின் குறியீடுகளையும் கொட்டி நிரப்பி, சொற்களை வெட்டி ஒட்டி புதுக் கவிதையின் உருவமில்லாத உருவத்தில் 'புரியாத்தன' த்தையும் சேர்த்து நான் எழுதிவிட்டு அதைப் புதுக்கவிதை என்று உலாவவிட்டுவிட முடியும். நான் கெட்டிக்காரனானால் எட்டு நாளைக்காவது ஊரை என் புலமையில் நம்பிக்கை வைக்கச் செய்துவிட முடியும். புதுசானதினாலே; இப்படி நேர்வதும் நேராதிருப்பதும் கவிஞனின் நேர்மையைப் பொறுத்தது. 'நான் எழுதியிருப்பது கவிதைதானா, அது எனக்கு விளங்குகிறதா' என்று நானே உரைத்துப் பார்த்துக்கொண்டால்தான், நான் தோண்டியெடுத்திருப்பது தங்கமா கல்லா என்று எனக்குத் தெரியும். தங்கத்தின் மாற்று பார்ப்பது மற்றவர்கள் வேலை".

(சார்வாகன் - 'புதுக்கவிதை')

இனி 'கசடதபற' கவிதைகளைக் கவனிக்கலாம்.

'கசடதபற'வின் முக்கியமான கவிஞர் ஞானக்கூத்தன், இவரது தனி நோக்கு, கவிதையாற்றல் குறித்து 'நடை' பற்றி எழுதுகையில் ஓரளவு சொல்லியிருக்கிறேன். பின்னர் ஒரு சமயம்.

'அரசாங்கத்துக் கட்டிடத்தில்
தூக்கம் போட்ட முதல் மனிதன்
நீ தான் என்னும் காரணத்தால்'

சங்ககாலக் கவி மோசிகீரனாரை வியந்து பாராட்டி இவர் எழுதிய நல்லகவிதை இவரது தனித்த பார்வைக்கும் கவிதையில் புதுமை சேர்க்கும் விருப்புக்கும் சான்று கூறியது.

ஞானக்கூத்தன் கவிதைகளில் இனிமையும் இயல்பான சொல்லோட்டமும் ஒலி நயமும் அமைந்து கிடக்கின்றன. கவிதைக்காக இவர் தேர்ந்துகொள்கிற விஷயப் புதுமையும், தான் உணர்ந்ததை நவீனமான பரிகாசத் தொனியோடு எடுத்துச் சொல்வதும், கவிதை சொல்லும் முறையில் புதுமைகளைக் கையாள்வதும் இவரது படைப்புகளுக்கு விசேஷ நயம் சேர்க்கின்றன, 'கசடதபற' ஞானக்கூத்தனின் வளர்ச்சிக்குப் பெரிதும் உதவியுள்ளது.

வெறும் ஆர்ப்பாட்டப் பிரசங்கிகள், வேஷம் போடும் போலித் தலைவர்கள் போக்கை 'நடை' நாட்களிலேயே கிண்டல் செய்வதில் ஆர்வம் காட்டிய ஞானக்கூத்தன் 'கசடதபற'விலும் அதைத் திறமையாகச் செய்திருக்கிறார். 'மஹ்ஹான் காந்தீ மஹ்ஹான்' இதற்கு உதாரணம் ஆகும்.

நாடோடிப் பாடல்களின் பாணியில் கவிதை எழுதி வெற்றி கண்டிருக்கிறார் இவர்.

'காடெ கோழி வெச்சுக்
கணக்காக் கள்ளும் வெச்சு
சூடம் கொளுத்தி வெச்சு
சூரன் சாமி கிட்ட
வரங்கேட்டு வாரீங்களா
ஆரோ வடம் புடிச்சி
அய்யன் தேரு நின்னுடுச்சி'

என்று ஆரம்பித்து வளரும் 'தேரோட்டம்' குறிப்பிடத்தகுந்தது.

'கண்ணிமையாக் கால் தோயாத் தேவர் நாட்டில்
திரிசங்கைப் போக விட மாட்டேன் என்று
ஒரு முட்டாள் சொன்னது பேராபத்தாச்சு

என எடுப்பாகத் தொடங்கி, 'அன்று முதல் பிரம்மாவும் விஸ்வாமித்தர மாமுனியும் படைத்தவைகள் அடுத்தடுத்து வாழ்ந்துவரல் வழக்காச்சு. எடுத்துக்காட்டு: மயிலுக்கு வான்கோழி, புலிக்குப் பூனை, குதிரைக்குக் கழுதை, குயிலுக்கு காக்கை, கவிஞர்களுக்கெந்நாளும் பண்டிட் ஜீக்கள்' என்று முடியும் 'யெதிரெதிர் உலகங்கள்' படித்து ரசிக்கப்பட வேண்டிய நல்ல கவிதை.

'தாய்ப்பாலை நிறுத்தல் போலத்
தாய்ப் பொய்யை நிறுத்தலாமா?
உன் பிள்ளை உன்னை விட்டால்
வேறெங்கு பெறுவான் பொய்கள்?'

என்று கேட்கும் 'அம்மாவின் பொய்கள்' அருமையான படைப்பு.

சும்மா வேடிக்கையாகவும் கவிதை எழுதலாம், அது ரசமாகவும் அமையும் என்று நிரூபிக்கும் விதத்தில் ஞானக்கூத்தன் பல கவிதைகள் படைத்திருக்கிறார்.

அவற்றில் 'அன்று வேறு கிழமை'யும் ஒன்று. தலைப்பு எதுவும் இல்லாது அவர் எழுதியுள்ள கவிதைகளில் சிலவும் இந்த இனத்தில் அடங்கும்.

கவிதைகளுக்கு தலைப்புகள் இருந்தாக வேண்டும் என்கிற கட்டாயம் எதுவும் இல்லை. தலைப்பு இல்லாமலே எட்டுக் கவிதைகள் மூன்று இரண்டு என்று பலவற்றை வெளியிட்டு, அப்படி ஒரு மரபை உண்டாக்கிவிட முன்வந்தது 'கசடதபற'.

இவ்வாறு எழுதப்பட்டுள்ள கவிதைகளில் பலரகமானவையும் காணப்படுகின்றன. முக்கியமான கருத்து எதையும் சொல்லாத வேடிக்கை எழுத்துக்கள், குழப்பம் உண்டாக்குபவை, எளிதில் புரிந்துகொள்ள முடியாதவை, இரு பொருள் கொண்டவை, நடப்புப் பாங்கானவை, கனவுகள், மன வக்கிரங்களை உணர்த்துபவை போன்றவை.

'புதுக்கவிதை புரியவில்லை' என்ற பரவலான குறை கூறலுக்கு ஞானக்கூத்தனின் 'எட்டுக் கவிதை'களும் அத்தரத்து இதர படைப்புக்களும் தம் பங்கைச் செலுத்தியுள்ளன. இந்த

விதமான கவிதைகள் கடுமையான கண்டனங்களுக்கும் தீவிரத் தாக்குதல்களுக்கும் வியப்புரை - விரிவுரை - விளக்கவுரை முதலியவற்றுக்கும் இடமளித்துள்ளன. ஆகவே, ஞானக்கூத்தனின் எழுத்துக்கள் சில 'பரபரப்பூட்டும் படைப்பு'களாகவும் அமைந்துள்ளன என்றும் குறிப்பிட வேண்டும்.

வாசகர்களைக் குழப்ப வைக்க வேண்டும், அதிர்ச்சி (ஷாக்) அடையும்படி பண்ணவேண்டும் என்ற எண்ணத்தோடு குறும்புத்தனமாகவும் குதர்க்கமாகவும் ஞானக்கூத் தனது கவிதையாற்றல் அவ்வப்போது விளையாட விரும்புகிறது என்றே எனக்குத் தோன்றுகிறது.

இலக்கியத்தில் எதற்கும் - எல்லாவற்றுக்கும் இடம் உண்டு. எதையும் சொல்லலாம்; எழுத்தில் சொல்லக்கூடாது என்று மூடி மறைக்கப்பட வேண்டிய ரகசியங்களோ அசிங்கங்களோ கிடையவே கிடையாது; வாழ்க்கையில் இருப்பவற்றை - நிகழ்வனவற்றை ஏன் எழுத்திலும் காட்டக்கூடாது என்ற நோக்கு எல்லா நாடுகளிலும் எல்லா மொழிகளிலும் எவ்வளவோ விளைவுக்கு இடம் அளித்துள்ளது.

தமிழில் அந்த தாராளத்தனம் சில வருடங்களாகத்தான் தலைகாட்டி வருகிறது. இந்த நோக்கை 'கசடதபற'வும் ஓரளவுக்கு ஆதரித்துள்ளது. ஞானக்கூத்தனும் சிறிதளவு இந்த வழியில் போயிருக்கிறார்.

அதனால்தான் 'ஒன்றுக்கிருந்தவன்', 'மூத்திரம் நின்று பெய்யும் வியாபாரிப் பெண்', 'வயிற்றடி ரோமக்காட்டில் வருவாயைப் பொத்தி வைத்துப் படுக்கிறவன்', 'முலைகளுக்குப் போட்டி போடும் பிள்ளைகள், மனைவியின் உடம்பில் கொஞ்சம் கீழ்ப்புறத்தில் கிள்ளித் தின்றவன்', 'குசுப்போல் நாறும் வார்த்தைகள்', 'தூக்கிக் காட்றேன் தெரியுதா பாரு' போன்ற விஷயங்களை கவிதையில் கையாண்டுள்ளார். இதையெல்லாம் கவிதையில் எழுதலாமா என்று பலப்பலர் கேட்கிறார்கள். எழுதலாமா கூடாதா? ஞானக்கூத்தன் இப்படி எல்லாம் எழுதியிருப்பது சரிதானா? புதுக்கவிதையின் இந்தப் போக்கு நல்லதுதானா? - இவ்வாறெல்லாம் விவாதித்து ஒரு முடிவுக்கு வருவது - படிக்கிறவர்களின் விருப்பு வெறுப்புகள் இலக்கியநோக்கு முதலியவற்றைப் பொறுத்த விஷயம்.

என்னைப் பொறுத்த மட்டில், இலக்கியத்தில் அனைத்துக்கும் இடம் உண்டு. எதையும் - எல்லாவற்றையும் எழுத்தில் சித்தரிக்க

வேண்டியதுதான் என்ற நோக்கு உடையவனே நானும் என்று தெரிவித்துவிடுகிறேன்.

'கசடதபற' மூலம் பாலகுமாரன் கவனிப்புக்கு உரிய ஒரு கவிஞராக வளர்ச்சி பெற்றுள்ளார். ஜப்பானியக் கவிதை பாணியில் இவர் 4 வரி, 3 வரிக் கவிதைகள் பல எழுதியிருக்கிறார்.

'முட்டி முட்டிப்
பால் குடிக்கின்றன
நீலக் குழல் விளக்கில்
விட்டில் பூச்சிகள்'

'மழைக்கு பயந்து
அறைக்குள் ஆட்டம் போட்டன
துவைத்த துணிகள்'

விடலைகள்

துள்ளித் துவண்டு
தென்றல் கலக்க
விஸில் அடித்தன
மூங்கில் மரங்கள்

போன்றவற்றை உதாரணமாகக் குறிப்பிடலாம்.

இவருடைய 'வெப்பம்' ரசனைக்கு உரிய நல்ல கவிதை.

நீரோடு கோலம் காணா
நிலைப்படியும்
நெளிந்தாடு சேலையில்லாத்
துணிக் கொடியும்
மலரவிட்டு தரை உதிர்க்கும்
பூச் செடியும்
வாளியும்
கிணற்றடியும்
துவைக்கும் கல்லும்
வரளுகின்றன என்னைப் போல்
அவளில்லா வெறுமையில்.

பாலகுமாரன், வளர வளர, ஓட்டமும் தொனி விசேஷமும்கொண்ட கவிதைகள் படைப்பதில் தேர்ச்சி

பெற்றுள்ளார். 'முளைமரங்கள்', 'தென்னை' ஆகிய இரண்டும் முக்கியமானவை.

'தென்னை உச்சியில் பச்சை மட்டை
ராட்க்ஷஸ மூக்காய் விடைத்துக்கிடக்கும்
முந்தின மட்டை விட்ட இடத்தில்
வெள்ளைப்பள்ளம் வாயாய்ச்சிரிக்கும்
சுற்றிலும் மூக்குகள் வெள்ளை வாய்கள்'
'தென்னம் பாளையில் அடங்கிக்கிடந்த
பூக்கள் ஒரு நாள் சீறி வெடிக்க
சத்திய புருஷன் பரம்பரை யென்று
அணில்கள் ஓடுது சமசரம் செய்ய,

'தென்னை' கவிதையில் உள்ள நயமானவரிகளில் இவைசில.

'கசடதபற' மூலம் தெரியவந்த கவிஞர்களில் மற்றும் ஒருவர் கலாப்பிரியா, 'என்னுடைய மேட்டு நிலம்' கவனிப்புக்கு உரிய, புதுமையான ஒரு படைப்பு.

என்னுடைய மேட்டு நிலம்
நேற்றுப் பெய்த மழையில்
குளிரில் நடுங்கிக் கொண்டிருந்தது

என்னுடைய மேட்டு நிலத்தை.
இன்றை வெயில்
நெருப்பால் வருத்திக்கொண்டிருந்தது

(என்னுடைய மேட்டு நிலம்
நாளைய 'வெறுமையில்'
தவம் புரிந்து கொண்டிருக்கும்)
என்னால் – அதன்
எல்லா அனுபவங்களையும்
உணர முடிகிறது.

ஏனென்றால்,
இறந்துவிட்ட – என்னை
அதில்தான் புதைத்திருக்கிறார்கள்.

'இந்தக் குளத்தில், நாளை நீர் வந்துவிடும்' என்றும் அதனால் நிகழக்கூடிய சிலவிளைவுகளை சிந்திக்கும் 'பிரிவுகள்' 'அந்திக்கருக்கலில், அலைமோதிக் கரையும், பெண்பறவை'க்காக இரங்குகிற 'விதி' ஆகியவை பாராட்டுதலுக்கு உரியவை.

'செருப்புகள்' பற்றியும், மற்றும் பல சிறு சிறு 'கவிதை'களும் இவர் எழுதியிருக்கிறார் அவைகளில் அநேகம் கவிதைகளாக இல்லை.

நீலமணியும் 'கசடதபற'வில் சின்னச்சின்னக் 'கவிதை'கள் (நான்கு வரிகள், மூன்று வரிகள், இரண்டு வரிகளில்கூட) நிறையவே எழுதியிருக்கிறார். ஆனால், அவை அனைத்துமே கவிதைகள் ஆகிவிடமாட்டா.

சிரிப்பு மூட்டும் என்பதற்காகப் பேசப்படுகிற கேலிகளும், கிண்டல்களும், சாமர்த்தியக் குறிப்புகளும் சிலேடைகளும், குறும்புத்தனமான, விஷமத்தனமான, உரைகளும் கவிதை என்ற பெயரில் பிரசுரம் பெற ஆரம்பித்துவிட்டன.

1970களில், இந்த திருப்பணியை நீலமணி அதிகமாகவே செய்திருக்கிறார்.

பர்ட்ஸ் வியு

இரண்டாம் உலகத்
தமிழ் மாநாட்டுக்கு
திறக்கப்பட்டன சென்னையில்
இருபத்தி யொரு
புதிய லெட்ரீன்கள்.

தீண்டாமை

ராமர் தடவி
அணில் கோடு பெற்றதேல்
சீதையைத்
தொட்டதே இல்லையா?

அழைப்பு

நிரோத் உபயோகியுங்கள்
நிரோத் உபயோகியுங்கள்
என்று விளம்பரங்கள்
வலியுறுத்துகின்றன;
வாயேன்

காபரேக் காரியைக்
கட்டிக் கொண்டேன்,

மியூசிக் இன்றி
அவிழ்க்க மறுக்கிறாள்.

கர்பி ஹட்டே ஏ. ......வ், ஒரு
சோடா கொண்டாய்யா

இவையும் இவை போன்ற பிறவும் கவிதைகளே இல்லை, நீலமணியின் 'இது என் பேப்பர்' நன்றாக அமைந்துள்ளது.

ஐராவதம் எழுதியுள்ள கவிதைகள் புதுமை நோக்குடன், தனிச் சுவையோடு உள்ளன. அவற்றில் 'ஹரி ஓம் தத்ஸத்' எனக்கு மிகவும் பிடித்திருக்கிறது. ஒரு விசித்திர மனசின் விந்தை நினைப்புகள் ரசமாகச் சொல்லப்பட்டுள்ளன இதில்,

ந. மகாகணபதியும் கவிதைகள் எழுதியுள்ளார். 'கரைநண்டுகள்' குறிப்பிடத்தகுந்தது.

நீ
நான்
யாவரும்
நண்டுகள்.

நீர்
ஊறிய
மணலில்
வாழ்ந்தாலும்
நாம்
எவற்றையும்
விளைப்பதில்லை.

முத்துக்கள்,
மீன்களின்
கடலில்
நாம் இறங்குவதில்லை

மழைக்கு
மறைவிடம்
தேடுகிறோம்.

'எழுத்து' காலத்தில் கவிதை எழுத ஆரம்பித்த எஸ். வைதீஸ்வரன் 'கசடதபற'விலும் எழுதினார். வலை பின்னும் சிலந்தி வாழ்வு. 'நினைத்த இடத்தில், கவலையற்று,

நின்ற நிலையில் பெய்துவிட்டு', மறையும் வால்கள் ஆன மேகங்கள்,

'பகல் பன்னிரண்டின்
வெம்மையினால்,
வெட்கந் துறந்த
கன்னிமாந் தோப்பு
தன்னடியில் நிழல் சேலை
அவிழ்த்து விட்டு
செங்கனிகள் தெரியக்காட்டி,
காற்றுக்கு நிற்கும்
சோக – நிருவாணக் காட்சி' (குளிர்ச்சி)

கொடி மேலேறி ஈர 'மனைவி ஜாகட்டில்' தாவிக் குஷியாய் படபடக்கும் காக்கை எழுப்பும் பொறாமை போன்ற விஷயங்களைக் கவிதைப் பொருள் ஆக்கியுள்ளார். பொய் விழி, பட்டம், நிலை என்ற கவிதைகள் நயமாக உள்ளன.

கா.நா.சுப்ரமண்யம், நகுலன், தருமு, அரூப் சிவராம், சச்சிதானந்தம், வே.மாலி கவிதைகளையும் 'கசடதபற' பிரசுரித்துள்ளது. கோ.ராஜாராம், கங்கை கொண்டான் கவிதைகள் சிலவும் வெளிவந்துள்ளன.

ராஜாராமின் சகுனம் பிளேக், சிந்தனையைத் தூண்டும் கவிதைகள்.

எதற்குக் கொடும் பாவி?
எரிகின்ற உடலுக்கோ
இளகாத மனதுக்கோ?

என்று கேட்கும் 'கொடும்பாவி'யும் ஓடிக் கோப்பைகளை ஜெயித்தவனை கிறுகிறுக்கப் பண்ணி கீழே விழ வைத்துக் கோப்பைகள் ஜெயிப்பதைக் கூறும் 'வெற்றி'யும் கங்கை கொண்டானின் நல்ல கவிதைகள். புதிதாகக் கவிதை எழுத முன் வந்தவர்களின் சிற்சில படைப்புகள் 'கசடதபற'வில் இடம்பெற்றுள்ளன. ஜரதுஷ்டிரன் எழுதிய இழப்பு, விழிப்பு, பரிணாமம் நல்ல கவிதைகள்.

கல்யாண்ஜியின் கவிதைகளில் 'இதயவீணை தூங்கும் போது' அருமையானது.

'பேசும் பாரென் கிளியென்றான்
கூண்டைக் காட்டி வாலில்லை

வீசிப் பறக்க சிறகில்லை
வானம் கைப்பட வழியில்லை
பேசும் இப்போது பேசுமென
மீண்டும் மீண்டும் அவன் சொல்ல
பறவை யென்றால் பறப்பதெனும்
பாடம் முதலில் படியென்றேன்.'

எஸ்.கே. ஆத்மாநாம் புதிய பார்வையோடு விஷயங்களை அணுகுகிறார். 'என் கால்கள் நடந்த தெரு' பெற்ற பரிணாமங்களைக் கூறும் 'காலம்,' இங்கே வருமுன்னர் இருந்தவை' பற்றிச் சொல்லும் 'ஆரம்பம்' போன்றவை பாராட்ட வேண்டிய முயற்சிகள். மற்றும் பலர் அபூர்வமாக ஒன்றிரண்டு கவிதைகள் எழுதியுள்ளனர். 'கசடதபற' மொழிபெயர்ப்புக் கவிதையும் ஓரளவு பிரசுரித்தது.

'கசடதபற' புதுக்கவிதைத் துறையில் வேறொரு வேக மலர்ச்சிக்கும் வழி அமைத்துக் காட்டியது. அதன் இதழ்களில் வந்த கவிதைகளில் தேர்ந்தெடுத்துத் தொகுத்து 'புள்ளி' என்றொரு 'மினி வெளியீடு' பிரசுரித்தது. 'ஒரு ரூபாய் நோட்டை இரண்டாக மடித்த அளவில்' தயாரிக்கப்பட்ட அந்த வெளியீடு தமிழ்நாட்டின் எதிர்பார்க்க முடியாத இடங்களிலிருந்தெல்லாம் புதிய புதிய 'மினிக் கவிதைத் தொகுப்புகள்' வெளியிடுவதற்கு உற்சாகமூட்டும் முன்மாதிரியாகத் திகழ்ந்தது.

'கசடதபற'வின் 'புள்ளி'பற்றியும், அதைப் பின்பற்றி வெளிவந்த ஏனைய 'மினி' வெளியீடுகள் பற்றியும் உரிய இடத்தில் விரிவாக ஆராய்வேன்.

~

மேலோட்டமான பார்வை

'எழுதவேண்டும் ஒரு புதுக்கவிதை' என்றொரு கவிதை - பாலா எழுதியது - 'தீபம்' இதழ் ஒன்றில் பிரசுரமாகியுள்ளது. 'ஒரு புதுக்கவிதை எழுத வேண்டும் என்று ஆசைப்படுகிறவர் 'என்ன செய்யலாம்?' என்று யோசிக்கும் முறையில் அது எழுதப்பட்டுள்ளது.

'செக்ஸ் ஜோக்குகள் சேகரிக்கலாமா? எலியட்டிற்கும் யேட்சிற்கும் பவுண்டிற்கும் அப்டைக்கும் தமிழ் வாழ்வு தரலாமா? அம்மாவிடம் பாட்டியிடம் விடுகதைகள் வேண்டலாமா? மலையாளக் கவிஞரிடம், வடமொழிப் புலவரிடம் வார்த்தை வரம் வாங்கலாமா?

 பாரசிக ரோஜாவை
 பாடும் புல் புல்லை
 கிப்ரான் காலி ஃபை
 ஒட்டகத்தின் கூன் முதுகில்
 உட்கார்த்திக் கொண்டு வந்து
 எங்களுடை மண்ணில்
 இறக்குமதி செய்யலாமா?

பண்டிதப் புலிகளைச் சீண்டிட, வசைப்பதங்கள் இசைக்கலாமா? இலக்கிய இதழ்களில் வரும் வார்த்தைகளைத் தோண்டி, வாக்கியங்கள் கோக்கலாமா?

 பூமியைப் புரட்டி
 அது செய்வோம்
 இது செய்வோம்
 என
 சுய தம்பட்ட
 ஜோஸ்யம்
 சொல்லலாமா?

என்ன செய்யலாம் - ஒரு புதுக்கவிதை எழுத வேண்டும் என்று பரிகாசத் தொனியில் அது அமைந்துள்ளது. அது வெறும் பரிகாசம் மட்டுமல்ல. உண்மை நிலையை உள்ளபடி சித்தரிக்கிறது என்றே சொல்லலாம்.

புதுக்கவிதைக்குக் கிடைத்த வரவேற்பையும் 'புதுக்கவிதை' என்று எழுதப்பட்ட எதையும் பிரசுரிக்கத் தயாராக இருந்த பத்திரிகைகளின் போக்கையும் கண்டவர்கள், எதையாவது எழுதி எப்படியாவது அச்சில் தங்கள் பெயரையும் பார்த்துவிடவேண்டும் என்ற ஆசையும் அரிப்பும் கொண்டவர்கள், மூன்று வரிகளும் நான்கு வரிகளும், ஒருசில வரிகளும், எழுதி சுலபத்தில் பெயரும் கவனிப்பும் பெற்றுவிட முனைந்தார்கள். சிரமமும், சிரத்தையும் பயிற்சியும் பாடுபடலும் இல்லாமலே 'எழுத்தாளர்' என்ற கீர்த்தியை அடைந்துவிட விரும்பியவர்களுக்கும் 'புதுக் கவிதை' எழுதுவது லட்சிய சித்திக்கு வகைசெய்யும் சுலப மார்க்கமாகத் தோன்றியது இந்தக் காலத்தில். ஆகவே, செக்ஸ் விஷயங்களையும், ஜோக்குகளையும், விடுகதைகளையும், வார்த்தை அலங்காரங்களையும், தமிழ்ச் சொற்களோடு பிற மொழிச் சொற்களைத் தாராளமாகக் கலந்து எழுதுவதையும் கவிதை என்று தரப் பலரும் தயங்கவில்லை.

கவிதைகளில் ஆங்கிலச் சொற்களை அதிகம் விரவி வைப்பதும், கவிதைகளுக்கு Dejection, The split, Oh! that first love, The Great Expectations என்பதுபோல் ஆங்கிலத் தலைப்புகள் கொடுப்பதும் சகஜமாயிற்று.

பூமியெனும் காதலி
மழையெனும் showerல்
குளிப்பது கண்டு
வானமெனும் காதலன்
மின்னலே flash light ஆக
'க்ளிக்' என்றே ஒரு snap எடுத்தான்.

'மின்னல்' என்ற இக்கவிதை ஒரு உதாரணம் ஆகும்.

'விடுகதை'யாகக் கூறப்பட வேண்டியவற்றை வக்கிர விரிவுரை, சாமர்த்தியமான விளக்கங்கள், குறும்புத்தனமான - குதர்க்கமான - பொருள் கூறல்களை எல்லாம் கருத்து நயம்கொண்ட கவிதைகள் என்று அநேகர் எழுதினார்கள்.

தாஜ்மகால்

> ஷாஜஹானின்
> சலவைக்கல் கண்ணீர்

காந்தி

> இந்நாளில்
> இந்தியர்க்குச்
> சிக்கியதோர்
> சீதக்காதி

சரித்திர நாவலாசிரியர்கள்

> பாலைவனத்துக்
> கானல் நீரில்
> படகினை ஓட்டும்
> பரம பிதாக்கள்

புழுதி

> வேகமாய்
> மிக ஆர்வமாய்
> பஸ்ஸைப் புணர்ந்த
> மண்ணின் பிரசவம்

ட்ராக்டர்

> வெட்கம் சிறிதுமின்றி
> ஊரறிய உலகறிய
> மண் என்னும் மங்கையைக்
> கற்பழிக்கும் கயவன்

இப்படிப் பல உதாரணங்கள் எடுத்துக் காட்டலாம். சாதாரண நடப்புக்களையும், சந்தேகங்களையும், சில பிரச்சினைகளையும், உரைநடையாக நேரடியாக எழுதாது, வார்த்தைக்குக் கீழ் வார்த்தையாக அடுக்கி ஒரே வாக்கியத்தைப் 'புதுக்கவிதை'யாகக் காட்ட முயல்கிற வேலைகளும் நடைபெற்றுள்ளன.

யாக்கை

ஒரு
சிறிய
அலையின்
ஒரு
சின்னக்
குமிழ்
ஒரு
பெரிய
தத்துவம்
சொல்லிச்
சிதறியது!

நல்லெண்ணம்

திருக்குறள்
அழியக்கூடாது
என்பதற்காகவே
நாங்கள்
இன்னும்
திருந்தாமலிருக்கிறோம்.
'விவாகம்
சொர்க்கத்தில்
நிச்சயப்படுகிறது'
எனில்
விவாகரத்தும்
விதவைக் கோலமும்
எங்கே
நிச்சயிக்கப்படுகின்றனவாம்?

என்பவற்றை உதாரணமாகக் குறிப்பிடலாம்.

ஆனாலும், புதுக்கவிதை எழுத முற்பட்ட உற்சாகிகளின் பார்வை வீச்சுப் பரவலாக உள்ளது என்று சந்தோஷப்படலாம். அவர்கள் 'இதைத்தான் கவிதைக்குப் பொருளாகக் கொள்ளவேண்டும்; இவை கவிதைக்கு விஷயம் ஆகா' என்றெல்லாம் கருதவில்லை. பார்வையிற்படுகிற அனைத்தும் கவிதைக்குப் பொருளே என அவர்கள் அங்கீகரித்திருப்பது பாராட்டுக்கு உரியதே. ரேடியோ, வாடகை சைக்கிள், டிராபிக்

சிக்னல், மனம், மரம் நிழல் - எதுதான் கவிதைக்குப் பொருள் ஆகிக் கற்பனையைத் தூண்டவில்லை.

நில்லாமல் நடக்கும் காதலியை நிறுத்தி வைக்கும்படி டிராபிக் சிக்னலுக்கு 'தூது' சொல்கிறார் ஒருவர். எல்லோருக்கும் இன்பம் தரும் வேசி ஆக அவர் வீட்டு ரேடியோவை மதிப்பிடுகிறார் இன்னொருவர். 'துறவிக் கோலத்தில் திரியும் சம்சாரிகள்' ஆன நரிக்குறவர்களை, 'விஞ்ஞானத்தின் அறைகூவல்கள்' ஆகவும் 'சோஷலிசத்தின் புகலிடங்கள்' ஆகவும் தரிசித்துக் கவிதை செய்கிறார் மற்றொருவர்.

கர்த்தாவே!
மத்தாயு - கள்ளும் குடிக்கும்!
பெண்ணும் பிடிக்கும்!
கர்த்தர் ரட்சிக்கணம்.
ரட்சிக்கில்லேங்கில்...
மத்தாயுக்கு மயிராணு

இப்படிப் புத்தம் புதிய பிரார்த்தனை தீட்டுகிறார் ஒருவர்.

புதுக்கவிதை எழுதுகிறவர்கள் இயற்கைக் காட்சிகளையும், இயற்கை நிகழ்ச்சிகளையும் வியந்து பாடத் தவறவில்லை. மழை, பனி, மின்னல் போன்ற விஷயங்கள் திரும்பத் திரும்பக் கவிதையாக்கப்படுகின்றன. இவ்வாறு பழைய பழைய விஷயங்களைக் கவிதையாக்குகிறபோது புதுப்புது உருவங்களை உவமைகளை, நயங்களைக் கூற வேண்டும் என்றும் அவர்கள் முயற்சிப்பது புலனாகிறது.

உதாரணமாக, பனித்துளிகள் பற்றி 'இருளின் பிரிவுக் கண்ணீர்கள்', 'இரவுக்கலவியின் புல்நுனிப் பிரசவங்கள்', 'ககனவெளிப் பிறப்புக்கள்' காற்றுநதி வியர்வைகள், தைமாத வருகையின் தண்டோராக்காரர்கள் என்றெல்லாம் வியந்து எழுதுகிறார் ஒருவர்.

இன்னொருவர், இரவியின் வருகைக்கு இறைத்த முத்துக்கள், இரவியின் உமிழ்நீர், உறங்கும் அரும்பின் வியர்வை நீர், அரும்பு நாசிக்கு தேவன் அணிவித்த மூக்குத்தி, கான மகளுக்குப் போகும் நாள் விலக்கு, வான உறவுக்குப் பிறந்த ஊமைச் சிறுவிளக்கு என்றும், இன்னும் விதம்விதமாகவும் பனித்துளிகளைக் கண்டு மகிழ்கிறார்.

இவ்விதம் உற்சாகத்தோடு எப்பவாவது ஒன்றிரண்டு தனிக்கவிதைகள் எழுதிவிட்டு திருப்தியோடு ஒதுங்கிப் போகிறவர்கள், எப்படியும் எழுதி முன்னேற முயல்வது என்ற தீர்மானத்தோடு எழுதுகிறவர்கள் எண்ணிக்கை எழுபதுகளின் ஆரம்பவருடங்களில் அதிகம்தான். இதை இலக்கியப் பத்திரிகைகளின் பக்கங்கள் நிரூபிக்கின்றன.

இலக்கணச் செங்கோல்
யாப்புச் சிம்மாசனம்
எதுகைப் பல்லக்கு
மோனைத் தேர்கள்
தனிமொழிச் சேனை
பண்டித பவனி –
இவையெதுவும் இல்லாத –
கருத்துக்கள் தம்மைத்தாமே
ஆளக் கற்றுக்கொண்ட
புதிய மக்களாட்சி முறையே
புதுக்கவிதை!

என்று மு.மேத்தா 'ஞானரதம்' இதழ் ஒன்றில் எழுதியிருக்கிறார்.

கருத்துக்கள் மிளிர, புதிய முறையில் கவிதை படைக்க முயன்று வெற்றிகரமாக வளர்ந்து வருகிறவர்களை இனி கவனிக்கலாம்.

எஸ். வைதீஸ்வரன் கணையாழி, தீபம், கசடதபற, ஞானரதம். அஃ ஆகிய பத்திரிகைகளில் எல்லாம் அவ்வப்போது கவிதை எழுதியுள்ளார்.

"வாழ்வை' தன்னையிழந்து நோக்கும்போது ஒரு கவி மனத்தில் அனுபவப் புல்லரிப்புகள் எத்தனையோ நேருகின்றன. அவைகளைக் கவிதையாக இனங்கண்டுகொள்வதும், அதை 'மொழியால் மொழி பெயர்த்து கவிதை பண்ணுவதும்" ஆன காரியத்தில் அக்கறையோடும் ஆர்வத்துடனும் ஈடுபடும் இவர் இயற்கைக் காட்சிகள் எழுப்பும் மனச்சலனங்களைத்தான் அதிகமாகக் கவிதையாக்கியிருக்கிறார்.

'காட்சி நிழல்கள்' என்றொரு கவிதை குறிப்பிடத்தகுந்தது.

வெயிலும் நிழலும்
கட்டிப் புரண்டு

வானில் சிவக்கும்
மாலையின் முத்தம்.
நீலக்காற்றில்
கருப்புக் கோலம்,
கத்தும், கலையும்,
நீளப் பறக்கும்,
ஜோடிக் கால்கள்
கனவைத்தேடி
மணலைப் புரட்டும்
பார்வையில் ஆடும்
பச்சை இலைகள்
பாளைகள் காற்றில்
இச்சென்று மோதவும்
திகைத்துப் பறக்கும்
பெருக்கல் குறிகள்
மனதில் ஆயிரம்
இன்பக் குருவிகள்.

வைதீஸ்வரனின் 'குளம்' என்ற - சற்று நீளமான - கவிதை படித்து ரசித்து அனுபவிக்கப்பட வேண்டிய நல்ல படைப்பு.

இரவு பகலாய்,
இரவும் பகலும்
மாறி மாறிக் குளிக்கும்
நீருக்குள்
தவறி விழும் விண்மீன்கள்,
ஜிவ்வென்ற சூரியன்கள்,
நீளும் கைகளை
நிரந்தரமாய் ஏமாற்றி உள்மடங்கும்
காலம், இருளைப்பிழிந்து
ஊர்மேல் ஒளியுலர்த்தும் வேளை
மீதி நிலவு,
நோயாளிக் கோழையாய்
நீரில் மெள்ளக் கரையக் கரைய
ஊர் உறக்கம் கலையும்

போன்ற நயமான பகுதிகள் இதில் பல உள்ளன.

சமூக வாழ்க்கையின் சிறுமைகளையும் சீரழிவுகளையும் கண்டு எரிச்சலும் கோபமும்கொண்டு கவிதைகள் படைக்கும்

தி.சோ. வேணுகோபாலன் தன் பணியை தொடர்ந்து செய்துள்ளார்.

‘முதுகு சொறிந்துகொள்ளும் பூண்நூல்கள்’ இளமைப் புதிரே(?) போன்றவை உதாரணங்கள் ஆகும்.

பாலியல் கவிதைகள் எழுதுவதிலும் அவர் ஆர்வம் காட்டியிருக்கிறார். ‘பல்லிடுக்கிலும் பழநார்’, ‘யோக ஏக்கம்’ போன்ற கவிதைகள் இந்த ரகத்தைச் சேர்ந்தவை.

‘எழுத்தாய்த மாத ஏடு’ அஃ தனது 8,9,10 இதழ்களைச் சேர்த்து ஒரே இதழாக்கி (பிரமில் பானுச்சந்திரன்) தர்மு அரூப் சீவராம் கவிதைகளை (38) தொகுத்து வெளியிட்டது. 1960 முதல் 'எழுத்து' இதழ்களிலும், பிறகு நடை, ‘கசடதபற’களிலும் அவர் எழுதிய கவிதைகளும், அவர் ஆக்கிய வேறு பலவும், கண்ணாடியுள்ளிருந்து என்ற ‘குறுங்காவிய’மும், மூன்று ஆங்கிலக் கவிதைகளும் இத்தொகுப்பில் உள்ளன.

‘கண்ணாடியுள்ளிருந்து’ என்ற இக்கவிதைத் தொகுப்புக்கு வெங்கட் சாமிநாதன் தர்மு அரூப் சீவராமின் தர்சன உலகம் என்றொரு முன்னுரை எழுதியிருக்கிறார்.

“பானுச்சந்திரனின் கவிதைகள் ‘இன்ன உலகில் இன்ன பரிமாண எல்லையில்தான் இயங்கும்’ என நம் தமிழ் தந்த மொழிவழிச் சாதனா சிறுவட்டச் சிறைக்குள் இருந்துகொண்டு நிர்ணயிப்பதோ, எதிர்பார்ப்பதோ தவறாக முடியும். பானுச்சந்திரனின் அனுபவ உணர்வுலகப் பெருவட்டம் மொழிச் சாதனா வட்டமாகத் தன்னை மாற்றிக்கொள்ள முயல்கிறது. அவர் விதைகளில் சிறுவட்டம் பெருவட்டமாகத் தன்னை விரித்துக்கொள்கிறது. ஆழம் பெருகுகிறது. உக்கிரஹித்துக் கொள்கிறது. அதன் பரிமாண எல்லைகள் மாறியிருப்பதைக் காணலாம். காணச் சக்தியுள்ளவர்கள். ஏனெனில் முதலும் கடைசியுமாக மொழி வெறும்குறியீடே. பானுச்சந்திரனின் உணர்வுலகில் கொஞ்சமாவது தானே எட்டிப் பார்த்திருக்க வேண்டும். அவர் காட்டும் பரிமாண விஸ்தாரங்களில் கொஞ்சமாவது தாமும் உணரும் சக்தி வேண்டும். நமக்குப் பரிச்சயமான, பாதுகாப்புத்தரும் நம்பிக்கை உணர்வு ஊட்டும் உலகங்களும் பரிமாணங்களும் பானுச்சந்திரனின் உலகில் தகர்க்கப்படுகின்றன. கண்களின் வீச்சு தொடும் அடிவானம் வரையாவது நீங்கள் சென்று அடிவானத்திற்கப்பால் அகன்று விரியும் உலகத்தைப் பற்றிய ஞானம் இருந்தால்தான், அடிவானம்

வரை மொழி வகுத்த பாதை வழியே சென்று அதற்கு அப்பால் பானுச்சந்திரன் அமைக்கும் மொழிவழிப் பாதை வழியே அவர் இட்டுச் செல்லும் உலகத்திற்குப் பயணம் செல்ல சாத்தியமாகும். - இன்னொரு சிலரோடு பானுச்சந்திரனும் மொழிவழிப் பாதைக்கப்பால் உள்ள உலகின் தரிசனங்களைக் காட்டுபவர்”.

இவ்வாறு சாமிநாதன் அம்முன்னுரையில் அறிவிக்கிறார். பானுச்சந்திரனின் கவிதைகளைத் தனித்துக் காட்டும் குணங்கள் இரண்டு. ஒன்று, அவரது படிம உலகம், இரண்டாவது, மன - பிரபஞ்ச உணர்வுலகம். படிமம், காட்சி வழிப்பட்டது, மன - பிரபஞ்ச ஆராய்வு வழிப்பட்டது என்றும் அவர் விளக்கியுள்ளார்.

தர்மு அரூப் சீவராமின் படிமங்களும், மன உணர்வுகளும், கனவு - நனவு அனுபவங்களும் அவரது கவிதைகளுக்கு ஒரு தனித்தன்மை கொடுத்துள்ளன. தனது கவி நோக்கு குறித்து ‘தரிசனம்’ என்றொரு விளக்கவுரை எழுதியிருக்கிறார் அவர், இத்தொகுப்பின் பின்னுரையாக.

இதர சில கவிகளின் நோக்கைப் பரிகசித்துப் பழிக்கும் இக்கவிஞரின் தரிசனங்கள் எல்லாமே மகோன்னதமானவை. குறைவற்ற நிறைவுகள் என்று சொல்வதற்கில்லை; அனைத்தும் பரிகாசத்துக்கும் பழிப்புரைக்கும் அப்பாற்பட்டவையும் அல்ல.

இவருடைய மனவெளியில் பெண்குறி ‘தலைகீழ்க்கருஞ்சுடர்’ ஆகக் காட்சி தருவதும் கண்ணாடிக்குள்ளிருந்து தன்னை உணர முயலும் இவரது அகப் பிரபஞ்ச வெளியிலே, ஆடும் சுடர்கள் ஒவ்வொன்றும் பெண்குறி விரிப்பு ஆக தரிசனம் தருவதும், பரிதியைக் கண்டு,

‘இவ்வொளி யோனியை
தடவி விரித்தது எவர்கை?’
‘எவ்வகைப் பிரியம்?’

என்று இவரது ஆசைமனம் அதிசயிப்பதும்,

‘முகத்தில் முளைத்த
முலைகளாய் மயக்கும் என்
பிரதியின் கண்கள்’

என்பதும் கேலிக்கு இலக்காக முடியாத சித்தரிப்புகள் இல்லையே.

பார்த்த இடமெங்கும்
கண்குளிரும்
பொன் மணல்
என் பாதம் பதித்து
நடக்கும்
இடத்தில் மட்டும்
நிழல் தேடி
என்னோடு அலைந்து
எரிகிறது
ஒரு பிடி நிலம் ("பாலை")

போன்ற கவிதை தரிசனங்கள் ரசித்துப் பாராட்டப்பட வேண்டியவை.

'அஃ' தனது 4வது இதழை கவிதைச்சிறப்பிதழாக தயாரித்திருந்தது. அதில் கலாப்ரியாவின் 'சக்தி' கவிதைகள் அதிக இடம் பிடித்துக்கொண்டிருந்தன.

தாகூரின் 'கீதாஞ்சலி'யால் பாதிக்கப்பட்ட கவி, "சக்தி'யை எண்ணி ஆக்கியவை அவை. 'ரொம்பவும் முட்டிப்போன, அழுது வடிகிற, ஏக்கபூர்வமான, சந்தோஷங் குதிபோடறவினாடிகளில் இதெல்லாம் வேறு வேறு வித பாவங்களுடன் என்னில் படிந்தவை. இதுக்கொரு புனிதமிருப்பதாய் நான் நம்புகிறேன்" என்று கலாப்ரியா குறிப்பிட்டுள்ளார்.

ஆயினும் அவருடைய கவிதைகள் அவருடைய உணர்வுகளை மனப்பதிவுகள், அனுபவங்களை வெற்றிகரமாகப் பிரதிபலிக்க வில்லை. இவை 'பரவாயில்லை' என்று சொல்லும்படியான தன்மையில்தான் உள்ளன. மேலும், இவற்றில் சில தாகூர் கவிதைகளின் நிழல்கள்போலவே அமைந்துள்ளன.

பாலகுமாரன், இயல்பான ஓட்டமும் ஓசைநயமும் நிறைந்த கவிதைகளைப் படைப்பதில் வெற்றிகரமாக முன்னேறியுள்ளார். பேச்சு மொழி இவரது கவிதைகளுக்கு அழுத்தமும் உயிர்ப்பும் ஏற்றுகிறது.

'இடையினங்கள்' என்றொரு இனிய கவிதை குறிப்பிடத்தகுந்தது.

கொத்திக் கொண்டு போவாண்டி
ஆப்பிள் சிவப்பு என் பேத்தி

பாட்டி சொல்வாள் திடத்தோட
அம்மா விடுவாள் பெருமூச்சு.

வெட்டிப் பொழுது கழிப்பானேன்
வேலை தேடேன் எங்கேனும்
அப்பா சொல்வார் தரைநோக்கி
அண்ணன் முறைப்பான் எனைப்பார்த்து.

கொத்திக் கொண்டு போவதற்கு
ஜாதகப் பக்ஷி வரவில்லை
வெட்டிப் பொழுதின் விடிவுக்கும்
வேளை வரலை இதுநாளாய்.

வேலை தேடிக் கால் தேயு
வெளியே நடக்கத் தலைப்பட்டால்
ஈயாய்க் கண்கள் பலமொய்க்க
என்னை உணர்ந்தேன் தெருமலமாய்.

பின்னல் பாட்டு, வளர்பிறை ஆகியவை படித்து ரசிக்கப்பட வேண்டிய பாலகுமாரன் படைப்புகள்.

மனித இயல்புகளையும் இயற்கைக் காட்சிகளையும் கவிதைகளாக இயற்றும் மாலன் படைப்புகளில் அநேகம் பாராட்டுதற்கு உரியவை. 'ரூபங்கள்' என்பது ஒன்று.

ஆனை வந்தது முதலில்,
அப்புறம் கலைந்து போனது;
குதிரை மீதில் ஒருவன்
கொஞ்ச நேரம் போனான்
பாட்டன் புரண்டு மல்லாந்தான்
பானை வெடிச்சு மரமாச்சு
அலையாய்ச் சுருண்டது கொஞ்சம்
மணலாய் இறைந்தது கொஞ்சம்
கணத்தில் மாறிடும் மேகம்
உண்மையில் எது உன் ரூபம்?

புதிதாகக் கவிதை எழுத ஆரம்பித்தவர்களில் தேவகோட்டை வா.மூர்த்தியின் படைப்புக்கள் கவனத்தைக் கவரக்கூடியவை. 'நிறக்குருடு' சொல்லும் பொருளில் புதுமைகொண்டது. 'பொற்கிளி', 'ஊமைமனம்' சொல்லும் முறையில் புதுமை பெற்றவை.

'கணையாழி'யில் முஸ்தபா என்ற பெயரில் பிரசுரமான 'வாழ்க்கைப் பருவங்கள்' கருத்து பொதிந்த நல்ல கவிதை.

'தலைமுடிகள், ஒன்றிரண்டு பத்து நூறாய்' கருத்து உதிர்கிற இன்று 'இலையுதிர்காலம்' இதற்கு முன் மாரிக்கலாம்.

எவரெவர் வாழ்விலோ
பொன் மழை பெய்தது
நான்
பாலைவனத்தில்
பொதி சுமக்கிறேன்.

என்று தொடர்ந்து முடிவிலாக் கோடையை எண்ணும் கவி நினைவுச் சுவடுகள் ஆகவும் விலகிய கனவுகள் ஆகவும் போய்விட்ட இனிய அனுபவங்களையும் புதிய சுவைகளையும் கூறுகிறார். இறுதியாக,

குளிர்பனிக் காலம்
கடைசிப் பருவம்
நரை திரை மண்டும்
நோவுகள் மலியும்
உயிர்ப் போராட்டம்
வாழ்வில் இனிமேல்
வசந்தம் இல்லை

என்று முடிவு கட்டுகிறார்.

'ஞானரதம்' இதழ் ஒன்றில் அக்கினிபுத்திரன் எழுதியுள்ள 'பொற்காலப் பொய்கள்' சிந்தனை நிறைந்தது; சிந்திக்கத் தூண்டுவது.

'சங்ககாலம் பொற்காலம்; சங்க இலக்கியம் சொல்கிறது' என்று பெருமை பேசுகிறவர்கள் கூற்றில் உண்மை உண்டா?

மூப்பு! முக்கனி!
முக்கொடி! மூவாசை!
முந்நாடு! கொண்டு மூவேந்தரெல்லாம்
இமயக் கூந்தலில் கொடிப் பூச்சூட்டி
நீதிகள்துலங்க நியதிகள் நிலைக்கவும்
ஆண்டனராம்! அரசாண்டனராம்!

அக்காலத்தில் நிலவியதாகச் சொல்லப்படும் பெருமைகள் பலவற்றையும் அடுக்கிச் செல்லும் கவிதை தொடர்ந்து சங்கப் பாடல்கள் காட்டும் கால நிலைமைகளைக் கூறுகிறது.

குறிஞ்சி முல்லை திணைப் பொருளாம்
மலையும் காடும் அதன் இடமாம்.
கருப்பிருட்டும் பனிக்குளிரும்
மேகபயங்களும் குகைகளில் ஒடுங்கலும்
அவற்றின் சூழலாம்!
இலை தழை உடுத்தும் ஆடைகளாம்!
காட்டு விலங்கு வேட்டையும்
நாட்டின் விலங்கு மேய்த்தலும் அவர் தொழிலாம்

பகை மூண்டால்
ஆ நிரை கவர்தல் போர் முறையாம்!
இயற்கைப் புணர்ச்சி உரிப்பொருளாம்
மலையில் காட்டில்
எதுவும் எதுவுடனும்
உறவுப் பாத்திகளின்றி
உடலேறி உயிர் நடுதல் போல்
யாரும் யாருடனும்
ஊடலாகுமாம்!
அதுவே இயற்கைப் புணர்ச்சியாகுமாம்
சட்டத்தில் சிக்குண்ட கண்ணாடி
சில் சில்லாய் உடைவதுபோல்
உள்ளத்தில் பதிந்த படிமம்
பொல பொலவென உதிர்கிறதே!
காட்டு மிராண்டிகள்
வாழ்ந்த காலம்
தமிழர் வாழ்வில்
பொற்காலம்!

இதை
சங்க இலக்கியம் சொல்கிறதாம்!
இதை
நம்ப வேண்டுமாம் நாமெல்லாம்!

'தேசப் பிதாவுக்கு ஒரு தெருப் பாடகனின் அஞ்சலி' எழுதிப் பிரசித்திபெற்ற மு.மேத்தா 'தீபம்' இதழ்கள் மூலம் நன்கு அறிமுகமாகியுள்ளார். மிகுந்த கவனிப்பையும் பாராட்டுதல்களையும் பெற்ற அவரது 'கண்ணீர்பூக்கள்' 'மரங்கள்' போன்ற நீண்ட கவிதைகளும், ஓர் அரளிப் பூ அழுகிறது, காதலர் பாதை, உனக்காக உதிரிப்பூ போன்ற

சிறு கவிதைகளும், 'தீபம்' இதழ்களில் வெளிவந்தவைதான். மகாத்மாவின் சிலைகள் உடைக்கப்படுவதைக் கண்டு மனம் குமைந்த மேத்தா, 'தேசப்பிதாவுக்கு ஒரு தெருப் பாடகனின் மறு அஞ்சலி!' என்ற சோக கீதத்தையும் இசைத்துள்ளார்.

பொதுவாக மேத்தாவின் கவிதைகளில் சோகமே அடிநாதமாக ஒலிக்கிறது. இயல்பான இனிய ஓட்டம் ஒலிசெய்கிற 'கண்ணீர்ப்பூக்கள்' என்ற கவிதையிலும் மனத் துயரமும் ஏக்கமுமே விஞ்சி நிற்கின்றன.

வரங்கொடுக்கும் தேவதைகள்
வந்தபோது தூங்கினேன்
வந்தபோது தூங்கிவிட்டு
வாழ்க்கை யெல்லாம் ஏங்கினேன்!

அற்பர்களின் சந்தையிலே
அன்புமலர் விற்றவன்
அன்புமலர் விற்றதற்குத்
துன்பவிலை பெற்றவன்!

வஞ்சிமலர் ஊமைமன
மாளிகையின் அதிபதி
மாளிகையின் அதிபதிக்கு
மனதிலில்லை நிம்மதி!

மணவாழ்க்கை மேடையில் நான்
மாபெரிய காவியம்
மாபெரிய காவியத்தின்
மனம் சிதைந்த ஓவியம்!

போன்றவை விரக்தியையும், உள்ளார்ந்த இதய வேதனையையுமே பிரதிபலிக்கின்றன.

'மரங்கள்' கவிதையில் புதுமைக் கருத்துக்களும் நயமான படிமங்களும் நிறைந்துள்ளன.

'எழுத்து', 'இலக்கிய வட்டம்' இதழ்களில் பசுவய்யா என்ற புனைப்பெயரில் புதுமைச் சுவையும் அறிவொளியும் அர்த்த கனமும் பொதிந்த கவிதைகள் எழுதிய சுந்தரராமசாமி இடையில் பல வருஷங்கள் எழுதாமலே இருந்தார். எழுபதுகளில்

மீண்டும் பசுவய்யா அஃ, கசடதபற, ஞானரதம் பத்திரிகைகளில் கவிதை எழுத முற்பட்டார்.

நான் கண்ட நாய்கள், நடுநிசி நாய்கள், பின்திண்ணைக் காட்சி, காற்று போன்ற காட்சி அனுபவங்களும், ஆந்தைகள், சவால் போன்ற பொருள் பொதிந்த கவிதைகளும், நாகரிக மங்கையர் போக்கை பரிகசிக்கும் 'பூக்கள்' ஆவேச மேடைப்பேச்சுக்களின் தன்மையைக் கிண்டல் செய்யும் 'வார்த்தைவளம்' ஆகியவையும், மனஉணர்வுகளை வெளிப்படுத்தும் 'தெருப்பாராக்காரருக்கு', 'பிரமைகள்' ஆகியனவும் பசுவய்யாவின் தற்காலநோக்கையும் மனநிலைகளையும் பிரதிபலிக்கும் படைப்புகள் ஆகும்.

'கண்ணாடி முன் கடவுளையும் சேர்த்து ஒரு புகார்' குறிப்பிடப்பட வேண்டிய ஒரு கவிதை.

என் மனம் என் முகம் நக்க
கன்றின் குறியை தாய் நாக்குப் போல்
நக்கி அடிமடி எக்களித்து சுகம் காண
கிளுகிளுப்பு கால் இழுக்க
எத்தனை தரம் உன் முன் நகர்த்தப் பட்டேன்?
இப்பொழுது அதற்கு அல்ல.

உலர்ந்த என் முகம் வெளிப்படும் சலிப்பில்
ஸ்பரிசித்தது 'இருக்குமே உனக்கு ஒரு முகம்'
எங்கே அது?
என் பிம்பத்தின் பின்னிலா?
நான் இன்றி உன்னைக் காண ஒரு ஆசை
உன் முகம் காண விழையும் என் முகமே
உன் முகம் மறைக்கும் விசித்திரக் கொடுமை.

நீதான் பளிங்கு எனில்
மரமும் கடலும் குருவிகளும் நக்ஷத்திரங்களும்
வால் துடிக்க கத்தும் அணிலும், புணர்ச்சியும்
கணக்கும் கருத்தும் தமுக்கின் ஓசையும்
என் முன் என் முகம் கக்குவது ஏன்?

என்று ஆடை உரித்து அம்மணம்பற்றும் என்பார்வை.

~

வானம்பாடி

மனித சமுதாயத்தின் துக்கங்கள் துயரங்கள் இங்கேயானாலும் எங்கேயானாலும், உறவும் சொந்தமும் கொண்டாடி பங்குகொண்டு, அவைகளை வேரோடு சாய்க்க எழும் வெண்கல நாதங்கள் நாங்கள்.

மனிதாபிமானம், முற்போக்கு, உழைப்பின் பெருமிதம், விஞ்ஞானம் இவற்றைக் கவிதைக் கலையில் உயிர் வனப்போடு அள்ளிப் பொழியும் வித்தக விரல்கள் எங்களுடையவை. மொழி, இனம், சாதி, சமய, நிறக்கொடுமைகள் - பிளவுகள் - பேதங்களைத் தரைப் புழுவாய் மிதித்து நசுக்கும் ஆவேசம் எங்கள் மூலதனம்.

நவநவமான உத்திகளில் புதுப்புதிதான உருவ வார்ப்புகளில், சமூகத்தில் நசுக்கப்பட்டவர்களின் நியாயங்களை உள்ளடக்கமாகப் புனையும் இலக்கியவாதிகள் நாங்கள்.

முற்போக்கு, மனிதாபிமானம் ஆகிய நல்லிலக்கியப் பண்புகளைக் கூர்மைப் படுத்தவல்ல தத்துவங்களைக் கவித்துவங்களோடு இரண்டறக் கலந்து இலக்கிய அரங்கில் நாங்கள் புனிதப்போர் நடத்துகிறோம். எத்தனை காலத்திற்கு அச்சமும் பேடிமையும், அடிமைச் சிறுமதியும் சமூகத்தின் நீதிகளாகப் போதிக்கப் படுகின்றனவோ அத்தனை காலத்துக்கு எங்கள் கவிதைகளில் கோபத்தொனி இழையோடத்தான் செய்யும்.

ஆனால் தலைதெறிக்க ஓங்காரக்கூச்சல் போடுவதே கவிதை, புரட்சிக் கவிதை என்று சொல்லமாட்டோம்.கோஷங்களின் ஊர்வலமே கவிதை என்பதை நாங்கள் மறுதலிக்கிறோம், அந்தப் போலி இலக்கியத்தனம் எங்களுக்குக் கிடையாது. நயமில்லாத சொற்சேர்க்கைகளும், நபும்சக வீறாப்பும் இலக்கியமாகி விடாது என்பதை நாங்கள் அறிவோம். அதனால்தான்

மாரீசப் படையல்களின் புற்றீசல்களுக்கு நடுவே நாங்கள் ஒளிப்பறவைகளாய் உலா வருகிறோம்.

மரபை நாங்கள் பழைய தலைமுறையின் பரிசோதனைகளாய் மதிக்கிறோம். எனில், சேரன் செங்குட்டுவனின் பஞ்சகல்யாணிக் குதிரையில் இன்று நாம் சவாரி செய்ய முடியாது என்பதால், பாரியின் தேர் நமது முல்லைக் கொடிகளுக்குப் பந்தற்கால் ஆகமுடியாது என்பதால், கலா மாற்றங்களுக்கான கருத்து மாற்றங்களை - வடிவ மாற்றங்களை படைப்பது சிருஷ்டி கர்த்தாவின் உயிரினும் மேலான உரிமை என்பதை எக்காளமிட்டு எடுத்துக் கூறுவோம். மரபறிந்து மரபெதிர்க்கும் போக்கு உணராதவர்கள் இலக்கிய வரலாற்றின் எந்த அம்சத்தையும் அறியாதவர்கள்.

ஒரே சமயத்தில் சமுதாயக் கண்ணோட்டமும் புத்திலக்கிய நோக்கும்கொண்ட ஒரு கவிதை இயக்கம் எங்களுடையது.

'மானுடம் பாடும் வானம்பாடிகள்' என்று தங்களைக் குறிப்பிட்டுக்கொண்ட கவிஞர்களின் அறிவிப்பு இது.

'நிகழ்காலத்தின் சத்தியங்களையும் வருங்காலத்தின் மகோன்னத தங்களையும் தரிசிப்பதற்காக' 'உண்மையும் உணர்ச்சியுமே இருசிறகாய்' கொண்டு, கவிதை வானத்தில் சஞ்சரிக்க முன் வந்த முற்போக்குக் கவிஞர்களே வானம்பாடிகள்.

சமுதாய அவலங்களைக் கண்டு, தார்மீகக் கோபம்கொண்டு தங்கள் உள்ளத்தின் உணர்ச்சிகளுக்குக் கவிதை வடிவம் தர முயன்ற இக்கவிஞர்களின் 'விலை இல்லாக் கவிமடல்'தான் 'வானம்பாடி'.

எரிமலையின் உள்மனங்களாய்
அக்கினிக் காற்றில் இதழ் விரிக்கும்
அரும்புகளாய்
திக்குகளின் புதல்வர்களாய்
தேச வரம்பற்றவர்களாய்
அஞ்சாத அமில நதியின்
அலைப்படைகளாய்
பூமியின் பிரளயங்களாய்
காலத்தின் வசந்தங்களாய்
யுகத்தின் சுவடுகளாய்
நிறங்களில் சிவப்பாய்

மண்ணை வலம்வரும் பறவைகளாய்
மானுடம் பாடிவரும் வானம்பாடிகளின்
விலையிலாக் கவிமடல்

என்று தங்கள் வெளியீடு பற்றி, பெருமையோடும் மகிழ்ச்சியோடும் விளம்பரம் செய்துள்ளார்கள் இக்கவிஞர்கள்.

"இந்த இயக்கம் திடீரென ஆகாயத்திலிருந்து பொன்னூஞ்சலாடிக் கொண்டுவந்ததல்ல. 'வானம்பாடி' 1971ல் தோன்றியது. கோவையில் கடந்த பத்தாண்டுகளுக்கும் மேலாக இயங்கி வந்த இலக்கிய அமைப்புகளிலிருந்து ஒரு குறிப்பிட்ட காலத்தின் குறியீடாக வானம்பாடி சிறகடிக்கத் தொடங்கியது. வானம்பாடிக் கூட்டங்கள் மாதந்தோறும் நடந்தன. பின், வானம்பாடி – விலையிலாக் கவிமடல் வெளியிடும் பொறுப்பை ஏற்றனர். இந்த இதழுக்கு ஏற்பட்ட சமூக அங்கீகாரம் இலக்கிய இயக்கமாகச் செயல்பட ஏற்றதோர் சூழலைத் தோற்றுவித்தது.

மாதந்தோறும் இலக்கியப் பிரச்சினைகள் பற்றி தவறாமல் ஆய்வரங்குகள் நடைபெற்றன. தமிழ்க்கவிதை அந்தரத்தில் திரிசங்காய் இருப்பது சரியல்ல. துரிதகதியில் மாறிவரும் உலகச் சூழலில் தன்னை உட்படுத்திக்கொள்ள வேண்டும். தமிழ்நாட்டின் கலாச்சார, அரசியல், பொருளாதாரப் பிரச்னைகளைப் பற்றி இவ்வியக்கம் சரிவரத் தெரிந்துகொள்ளாமல், தன்காலடியை முன்வைக்கக்கூடாது. அதுவும் யுகத்தின் மீது சுவடுகள் பதிக்க விரும்பும் வானம்பாடிகள் இதைத் தம் கவனத்தில் வைத்துக்கொள்வது அவசியம். பிற மொழி இலக்கிய அறிமுகம் நம்மை வளர்க்கும். இவை தவிர தன்னைத்தான் சுயவிமர்சனம் செய்துகொள்ளாமல் தான் வளர இயலாது.

இந்த அடிப்படைகளின்மேல் வானம்பாடி இதழின் கட்டுமானங்கள் நடந்தன. ஆய்வரங்குகளில் கவிதைப் படையல்களும் விமர்சனங்களும் பரிமாறிக்கொள்ளப்பட்டன. கலை இலக்கிய கருத்தோட்டங்கள் பற்றி விவாதிக்கப்பட்டன. வானம்பாடிகளின் வரலாற்றில் இது முதல்போக அறுவடையின் காலம். மரபிலிருந்து புதிய மரபிற்கு பலர் தவழ்ந்து வந்ததும், சிலர் தாவி வந்ததும் கலைக் கண்ணோட்டத்துடன். சமூகப் பிரக்ஞையுடன் மிகச்சிறந்த கவிதைகள் படைக்கப்பட்டதும், கவிதைத் துறைக்கே அதிகம் தொடர்பில்லாத பலர், இதன் பொது ஈர்ப்பால் கவர்ந்திழுக்கப்பட்டதும் கவிதை, புலவர்களின் செய்யுள் கட்டிலிருந்து விடுபட்டு மக்களின் அரவணைப்பில்

மகிழத் துடித்ததும் முற்போக்கு எண்ணத்துடன் எண்ணற்ற விலையிலாக் கவிமடல் வெளிவந்ததும் - இயக்கங்கள் ஆங்காங்கு அணி திரளத்தொடங்கியதும் - தனிமனித வாதத்துக்கெதிரான சமூக யதார்த்தவாதம் தன் தத்துவ பலத்தோடு வியூகம் அமைத்ததும் இந்தக் காலத்தில்தான்"

(வானம் பாடிகளின் வரலாறு பற்றிய கட்டுரை; ஞானி அக்னி)

நான் விடுதலைப் பறவை!
எனக்கு
சோனார் பங்களா பத்மா நதிக்கரையில்
வீரவியட் நாமின் மேகாங் சதுப்புகளில்
மிஸிஸிபி பாலத்து உயர் முகட்டு உச்சிகளில்
சொந்தங்கள் உண்டு... ...
நாங்களெல்லாம் குரலெடுத்து,
கண்மூடிக் கிடக்கும் மனிதருக்காய் கூவுகிறோம்!
ஊழிகள் பற்பலவாய் எங்கள் குயில்களெல்லாம்
வசந்த ருதுக்களில் கடையாமம் கழி வேளை
இசைத்த பெட்டைப் பாட்டல்ல இது!
இது புதிய ஞானம்! புதிய ராகம்! புரட்சிப் பாட்டு!
எங்களின் பொன்னிற அலகுகள் உள்ளே
செக்கச் சிவந்த அக்னி நாக்குகள் உள்ளன.
ஒவ்வொன்று மோர் சூரியப் பிரளயம்!
எங்கள் குரல்களிலோ
வெல்லும் மானுடத்தின் பிரகடனம் முழங்கி வரும்!

"சேலம் தமிழ்நாடன் எழுதிய இந்தப் 'பிரகடனம்' வானம் பாடிகளின் பொது இதயக் குரல் என்றே கருதலாம்.

'வானம்பாடி கட்சி சார்பற்ற ஒரு கவிதை இயக்கம். சமுதாயப் பார்வையை முன்வைத்துக் கவிதை படைப்பவர்களின் இயக்கம் இது. முற்போக்குச் சிந்தனை உடைய அனைவரையும் ஏற்றுக்கொள்ளும் இயக்கம் இது'. இவ்வாறு வானம்பாடிக் கவிஞர்கள் அறிவித்திருக்கிறார்கள். ஆகவே, வானம்பாடி இதழில் கோவை வட்டாரத்துக் கவிஞர்கள் மட்டுமல்லாது, தமிழ்நாட்டின் பல பகுதிகளிலும் உள்ள மனிதாபிமான முற்போக்குக் கவிஞர்கள் பலரும் கவிதைகள் எழுதியிருக்கிறார்கள். பெயர் பெற்ற கவிஞர்களோடு ஆற்றலால், ஆர்வத்தால், உழைப்பால் முன்னுக்கு வந்துகொண்டிருந்தவர்களும், புதிதாக

எழுத முன்வந்த உற்சாகிகளும் தங்கள் படைப்புகளை வானம்பாடியில் வெளியிட்டுள்ளனர். இதர இலக்கியப் பத்திரிக்கைகளில் கவிதைகள் எழுதிய அநேகர் வானம் பாடியிலும் எழுதியிருக்கிறார்கள்.

புவியரசு, கங்கைகொண்டான், சிற்பி, தமிழ்நாடன், அக்னிப்புத்திரன், சக்திக்கனல், மு.மேத்தா, ரவீந்திரன், தமிழன்பன், ஞானி, மீரா, பா.செயப்பிரகாசம், பிரபஞ்சன், பாலா, கோ.ராஜாராம் என்று பெரிதாக வளரும் பட்டியலைக்கொண்டது வானம்பாடி இயக்கம். இவர்களது படைப்புக்களில் சிற்பியின் கவிதைகள் கற்பனைவளம், கலைநயம், கவிதா வேகம், உணர்வு ஓட்டம்கொண்டு சிறந்து விளங்குகின்றன. இவரது 'சிகரங்கள் பொடியாகும்' கவிதை பற்றி நான் முன்பே ('தாமரை' பற்றி எழுதியபோது) குறிப்பிட்டுள்ளேன். ராட்சதச் சிலந்தி, ஞானபுரத்தின் கண்கள் திறக்குமா?, சர்ப்பயாகம், நாய்க்குடை ஆகியவை வேகமும் விறுவிறுப்பும்கொண்ட சிந்தனைப் படையல்கள்.

'முள்.. முள்.. முள்' என்ற தலைப்பில் பல பொருள்கள் பற்றிய சிறு சிறு கவிதைகளைத் தொகுத்திருக்கிறார் சிற்பி. ரசமான கவிதை இது.

பரு வெடித்த முகமாய்
பருத்த பலாப்பழத்தின்
தோலில் முள்
சுளையில்?
சுளையிலுடம் தான்,
சுளைக்குள்விதை
விதைக்குள் செடி
செடியில் தளிர்
இலை.. பூ காய்..
அப்புறம் பழம்
பழமெல்லாம் முள்
அதனால்
சுளையும் முள்
பாதை முள்

படுக்கை முள்
இருக்கை முள்
வாழ்க்கை முள்

ஆன மனிதர்களைப் பார்த்து
சிலிர்த்துக் கொண்டது
முள்ளம்பன்றி...
'ஓ' இவர்களுக்குத் தெரியாதா
முள்ளும் ஓர்
ஆயுதம் என்று?

தேவகுமாரன் தலையில்
எப்போதோ சூட்டப்பட்டதற்கு
பழிதீர்த்துக் கொள்ள இப்போது
மனிதப் பிசாசுகள்
சிலரின் தலைக்குள்
வளர்ந்து விட்டன
முட்புதர்கள்.

இப்படிப் பலபார்வைகளைச் சித்தரிக்கிறது 'முள்',

அக்னிபுத்திரன், சத்தியமேவஜயதே! ஏகாதிபத்திய வேசியே!, நீங்கள் வல்லினங்கள் அல்ல, புதிய போர்வை போன்ற கவிதைகளை வானம் பாடியில் எழுதியுள்ளார். இந்த ஞானம் பொதிந்த மண்ணின் இன்றைய அவலங்களையும் சமுதாயப் பார்வை பெறாத எழுத்துக் கலைஞர்களையும் வியட்நாமில் அட்டூழியம் புரிந்த அமெரிக்காவின் போக்கு பற்றியும், இந்திய சுதந்திரத்தின் பயனற்ற தன்மை குறித்தும் இக்கவிதைகள் பேசுகின்றன. முற்போக்குக் கருத்துக்களையும் சூடான எண்ணங்களையும் வெளியிடத் துடிக்கும் அக்கினிபுத்திரன் சில சமயங்களில் ஆரவாரச் சொற்களை அநாவசியமாக அள்ளிக் கொட்டுவதிலும் அடுக்கி வைப்பதிலும் ஆர்வம் காட்டிவிடுகிறார்.

உதாரணத்துக்கு ஒன்று குறிப்பிடலாம்;

இமயச் சிகரங்களின் வெண்புதர் புற்றுகளில்
சில்லென்று தலைநிமிர்த்தும் பனிப்பாம்புகளின்
பிளவுண்ட நாநுனிகளின் விஷக்கடிகளால்
இந்த தேசத்தின் தேகம் நீலம் பாரித்துப்போன
ஒரு மயக்க இருள் தழுவிய முயக்கத்தில்
இந்த மண்ணின் ஆத்மா உறைந்துவிட்ட
ஒரு மரண நிழலில் படிந்த முற்றத்தில்
விதவைத் தெருவின் புழுதியின் மேலே

வஞ்சிக்கப்பட்ட எம் பூமியின் மழலை
எப்படிப் படுத்திருக்கும்?
எப்படிப் படுத்துறங்கும்? (புதிய போர்வை)

சக்திக்கனலின் 'ஒரு ரோடு ரோலரின் பவனி, தமிழன்பனின் 'நயனதாரா', கங்கை கொண்டானின் 'சில நைலான் கனவுகள் எரிகின்றன', பிரபஞ்சனின் 'துவங்காத புயல்களின் பிரார்த்தனைகள்', பா.செயப்பிரகாசத்தின், 'மக்கள் கவிஞனுக்கு ஒரு விண்ணப்பம்', மு.மேத்தாவின் 'தாலாட்டுக் கேட்காத தொட்டில்கள்' போன்ற பல இனிய கவிதைகளை 'வானம்பாடி' தந்துள்ளது.

வானம்பாடிக் கவிஞர்கள் இன்றைய சமுதாயத்தின் ஏற்றத் தாழ்வுகளையும், சீரழிவுகளையும் கண்டு கோபம் கொள்கிறார்கள். பரிகசிக்கிறார்கள், பழித்துக் குறை கூறுகிறார்கள். இன்றைய இழிநிலை மாறவேண்டும் என்று ஆசைப்படுகிறார்கள். சுரண்டலையும், சுரண்டல் சமுதாயத்தைப் பாதுகாக்கும் தத்துவங்கள். கடவுள்கள், சாதி சமயங்கள் முதலியவற்றையும் கண்டிக்கிறார்கள்; விமர்சனம் செய்கிறார்கள். காந்தியையும் ஏசுவையும் கண்ணனையும் புதிய நோக்கில் கண்டு, சிந்தனைகளை வளர்க்கிறார்கள்.

நீளம் நீளமான கவிதைகள் எழுதுவதில் உற்சாகம்காட்டிய வானம்பாடிக் கவிஞர்கள் பின்னர் சிறுசிறு சிந்தனைகளையும் புதிர்களையும் புதிய பொருள் - புது விளக்கம் சொல்லும் சாமர்த்தியப் பிரயோகங்களையும் கவிதை என்று பெயர் பண்ண முயன்றிருப்பதையும் குறிப்பிடத்தான் வேண்டும்.

தியாகிகள்

வேலியைப் பாதுகாக்க
மடிகின்ற பயிர்கள்

பண்டிதன்

உன் வீடு தீ பிடித்து எரிகிறது
என செய்தி வந்தால்
அதிலுள்ள
சந்திப் பிழையைப்
பார்த்துக் கொண்டிருக்கும்
ஆசான்.

பொங்கல்

தீயவன் தழுவியதால்
உள்ளம் கொதித்த
பானை
முக்காடு இட்டுக் கொள்கிறது.

எச்சில்

'பணக்கை'யில்
சோரம் போன
வாழை இலைப் பெண்
வெளி வந்த பின்னர்
'பசிக்கை'யில்
உடல் விரிக்கிறாள்

புது வாழ்வு அமைக்கும் எண்ணத்தோடும், சமுதாயப் பார்வையோடும் கவிதை படைப்பதுடன் நின்று விடாது. வேறு பல நோக்குகளிலும் கவிதைகள் சிருஷ்டிப்பது குற்றமல்ல என உணர்ந்தவர்கள்போல், இதர ரகங்களிலும் சிலர் கவிதைகள் எழுதியிருக்கிறார்கள். கங்கைகொண்டான், தமிழ்நாடன் போன்றவர்களது படைப்புக்களை இதற்கு உதாரணமாகக் கூறலாம்.

தமிழ்நாடன் 'நட்சத்திரப் பூக்கள்' என்று எழுதியுள்ள துண்டுக் கவிதைகள் ரசம் நிறைந்தவை.

வாயெல்லாம்
மின் பல்லாய்
வானம்
பதினாலு நாள் இளித்தால்
பிறைத்துண்டு
வெல்லக் கட்டியொன்று
பிச்சை விழும்,

சின்ன நட்சத்திரமே
சின்ன நட்சத்திரமே!
கோடி நாட்களாய்
ஜொலிக்கத் தவிக்கும்
குட்டி நட்சத்திரமே!

அம்மா மாமா
யாரும் இல்லையோ?
கோடம்பாக்க
புரோக்கரைப் பாரேன்
குறைந்த நாட்களில்
குண்டு நிலா ஆகலாம்.

வானரசன்
பொற்காசுகள்
விட்டெறிந்து
விட்டெறிந்து பார்ப்பான்,
ராக்கிழவி
எப்படியம்மா ஒப்புவது
என்றுள்ளம் வேர்ப்பாள்.
அடிமேல்
அடி போட்டால்
காசால்...
நிலாமகள்
மாதவியாய்
விலை போனாள்
ஓர் நாள்.

'நட்சத்திரப் பூக்க'ளில் இவை சில.

காலகாலமாக, கதை கவிதை எழுதுகிற படைப்பாளிகள் கையில் 'படாதபாடுபடும்' சில விஷயங்கள் உண்டு. அவற்றில் அகலிகை கதையும் ஒன்று. வெவ்வேறு காலகட்டங்களில், கவிஞர் கதைஞர் நாடகாசிரியர் அநேகர் அவரவர் கற்பனைக்கும் மனோபாவத்துக்கும் கண்ணோட்டத்துக்கும் ஏற்றபடி அகலிகை கதைக்கு 'புது மெருகு' தீட்டி, மகிழ்ந்திருக்கிறார்கள். இப்பொழுது வானம்பாடிக் கவிஞர் ஞானியும் அகலிகையை கவனித்துள்ளார். 'வரலாற்றில் உடமையும் உழைப்பும் பிரிந்த நிலையில் - ஆதிக்கமும் அடிமைத்தனமும் ஏற்பட்ட நிலையில் - உடலும் உள்ளமும் பிளவுண்ட நிலையில் - ஆணும் பெண்ணுமாக மனிதன் சிதைந்த நிலையில் - தெய்வங்களும் பேய்களும் விரிந்த நிலையில் - இவை ஒவ்வொன்றிலும் மற்றதன் உண்மை சிக்கித் தவித்த நிலையில், மனிதனின் அவலமே இந்தப் படைப்பாக கிளைகள் விரிந்திருக்கிறது. இந்த முறையில் அகலிகை வரலாற்றின் ஆத்மாவாகிறாள்'.

ஞானியின் 'கல்லிகை' காவியத்தை இவ்விதம் அறிமுகப் படுத்துகிறார் அக்னிபுத்திரன்.

உழைக்காமலே உல்லாசமாகவும் சோம்பேறித்தனமாகவும் பொழுதுபோக்கி வாழ்கிறவர்கள். அவர்களின் பிரதிநிதியாக கௌதமன் சித்தரிக்கப்படுகிறான். இந்திரன், உழைப்பவர்களது - உழைப்புமூலம் சூழ்நிலையில் புதுமைகள் புகுத்துவோரின் - உருவகம்.

'உலக வாழ்வை உதறி எறிந்து வீர வாழ்வை விளையாட்டாக்கிவிட்ட இனத்தார்'.

நிலத்தைக்குடைந்து இரும்பைக் கண்டு
ஆற்றை மடக்கி வயலிற் பாய்ச்சி
காளையைக் கட்டி ஏரில் பூட்டி
வித்துக்கள் தேடி விளைவைப் பெற்று
ஆடை புனைந்து அணிகலன் செய்து
வீட்டையமைத்து வியன் நகர் கண்டு
தேட்டை பெருக்கிய தேவேந்திரனை
பேயாய் பிசாசாய் நாயாய் நரியாய்
எள்ளித் தள்ளினர்!

என்று அகலிகை கூறுகிறாள்.

படைப்புக்காலம் தொட்டு இன்றுவரை, அடக்கி ஒடுக்கி அமுக்கி வைக்கப்பட்டு அலட்சியப்படுத்தப்பெற்று - அவமதிக்கப்பட்டு - உரிய முறையில் கௌரவிக்கப்படாமலும் திருப்தி செய்யப்படாமலும் குமைந்து கொதிக்கிற பெண் இனத்தின் எடுத்துக்காட்டு அகலிகை.

அவள் கணவன் -
மந்திர மொழியை வாயில் அரைத்து
வேள்வியில் இதயத்தை வேகவைத்துத் தின்று,
உடலக் கூட்டை உயிர்க் கயிற்றில் கட்டி
இழுத்துத் திரியும் எந்திரம்.

அவனோடு நடத்திய தாம்பத்திய வாழ்க்கையில் அவள் அனுபவித்த கொடுமைகளை அகலிகை விவரிக்கிறாள். தான் மட்டுமின்றி, தன்னைப் போன்ற பத்தினிகள் அனைவரும் அனுபவித்த அவலவாழ்வு அது. கணவன் என்பவன் -

> தவப்பயிரை மனயானை அழித்து மருட்டும் போது
> தன்உடல் காப்புக்கு என்மேனிமலையில் ஏறிக்கொள்வான்
> அதுவும் – முன்னிரவில் உரிமையோடு வாராமல்
> நள்ளிரவில் திருடனாக வந்து..
> என்னைக் கேட்பானா... மாட்டானே –
> மேனி மலையில் ஏறி
> நாகப்பாம்பாய் முகம் தூக்கி
> ஒரு சில முறை ஊதித்தள்ளி
> விஷவித்தை உடலில் தூவி, இறங்கி ஓடி...
> மனக் குகைக்குள்ளே மறைந்து கொள்வான்
> காலையில்
> வேதத்தை வேகமாய் விசிறுவான்!

இந்நிலையில், 'ஆசைப்புயல் அடித்தடித்துத் திமிர்ந்து கிடந்த தசைத் தீயை, எந்த நாய்க்கு முன்னரும் எடுத்தெறியத் தயாரானாள்' அகலிகை.

உழைக்க விரும்பாத முனிவர்களுக்கும், உழைக்கும்படி கட்டாயப் படுத்திய இந்திரனுக்குமிடையே நிகழும் போராட்டம் பற்றியும் அவள் சொல்கிறாள்.

'காட்டுச் சிந்தனைப் புதர்களை வெட்டி, வாழ்வின் நேர்பாதையை வகுப்பதற்கே வச்சிரம் எடுத்ததாகச் சொன்ன இந்திரன் அகலிகை மனசைக் கவர்ந்து, அவள் உடலுக்கும் மிகுந்த சுகானுபவம் தருகிறான்.

இந்திரனை வெற்றிகொள்ள கருதிய முனிவர், எங்கும் எப்பொருளாகவும் எவராகவும், எல்லா இயக்கமாயும்' இருக்கும் இறைவனைக் கற்பித்து, இறைவன் ஆட்சியை எழுப்பி, இந்திரனுக்கெதிராக நிறுத்தி, 'இந்திரன் உட்பட எவரும் அவனன்றி அசைவதற்குரிமையில்லை' என்று முழங்கினார்.

அகலிகை மூலம் இதைக் கேட்டறிந்த இந்திரன் - 'ஞானத்தாடியை அசிங்கமாய் வளர்த்த, முனிவனைக் கண்டவன் - அவளைவிட்டு ஓடினான்.

> பலமற்ற மனத்தரையிலிருந்து
> ஆத்திரப்புயல் கிளப்பிய
> சொற் புழுதியை

சாபம் என்று வீசினான் முனிவன். அவனை அவள் வெறுத்தாள். அவளிடம் இன்பம் அனுபவித்தும், அவளது இதயத்தை உணரத் தவறிவிட்ட 'சுரண்டல் மன்னன்' இந்திரனையும் கரித்துக் கொட்டினாள்.

இது காலம் காலமாக நடந்து வருகிறது. உலகம் எனதே என உரத்து முழங்கும் ஒருவன், நீயே இறைவன் என்னும் இன்னொருவன்; இருவரின் காலடியில் ஒரு அனாதை மனிதன். நெறிபடும் அவன் கண்களில் அகலிகை முகம் தெரிகிறது!

இருவர் தன்மைகளையும், அவர் செய்த கொடுமைகளையும் விவரித்துச் செல்கிறது கவிதை. உள்ளத்தை உயர்த்த விரும்பியவர் உடலை மதிக்கவில்லை. உடலை மதிக்க வந்தவன் உள்ளத்தை கௌரவிக்கவில்லை.

மனிதன் இரண்டான அந்த முதற் காலத்திலேயே எல்லாமும் இரண்டாகிவிட்டன. ஆண்டான் தோன்றிய அதே காலத்தில் அடிமையும் தோன்றிவிட்டான்.

தெய்வம் தோன்றிய காலத்திலேயே பேய்களும் பிறப்பெடுத்தன. நான் அடிமையாகவும் மறுத்தேன்; ஆண்டானாகவும் மறந்தேன்.

அதனால் கல்லுக்குள் சிறைப்பட - தண்டிக்கப்பட்டேன்.

காலத்திரை விழுந்தெழும் வேறொரு காலத்தில் - ஆண்டான் அடிமை இல்லாத காலத்தில் - இன்பமும் ஞானமும் இணைந்த பொழுதுகளில் - உடலும் உள்ளமும் கூடும் கோலத்தில் மனிதனாக மறுபிறப்பெடுப்பேன் என்கிறாள் அகலிகை. தனது விமோசனத்தையும் நம்பிக்கையோடு காண்கிறாள் அவள்.

அகலிகை கதையை கருவாக்கி விரித்துரைக்கும் மற்றுமொரு கவிதை முயற்சியான இதை, இதன் கற்பனைக்காகவும் கருத்தோட்டத்திற்காகவும் பாராட்டலாம்.

வானம்பாடிகளின் மானுடகீதங்கள் - வானம்பாடி இதழ்களிலும் இதர பத்திரிகைகளிலும் வெளிவந்தவை, தேர்ந்து தொகுக்கப்பட்டு 'வெளிச்சங்கள்' என்ற பெயரில் 'வைகறை' வெளியீடு ஆகப் புத்தக உருவம் பெற்றுள்ளன.

வைகறைப் போதுக்கு
வார்த்தைத் தவமிருக்கும்
வானம்பாடிகளே — ஓ

வானம்பாடிகளே!
இந்த பூமி உருண்டையைப்
புரட்டி விடக் கூடிய
நெம்புகோல் கவிதையை
உங்களில் யார் பாடப்போகிறீர்கள்?
ஓ! என் தோழரே
ஒப்பற்ற
அந்த மனிதாபிமானக் கவிதையை
நம்மில் யார் பாடப்போகிறோம்?

இப்படி ஒரு கவிதையில் கேட்டிருக்கிறார் மேத்தா.

மனிதாபிமானமும் சமுதாயப் பார்வையும், தன்னம்பிக்கை ஆற்றலும் எதிர்காலக் கனவுகளும் கொண்டு கவிதை வானத்தில் உற்சாகமாகப் பறக்கத் தொடங்கிய வானம்பாடிகள் சாதித்திருப்பது சிறிதேயாகும். அவர்கள் செய்ய வேண்டியிருப்பது இன்னும் மிகுதி.

~

சின்னத் தொகுப்புகள்

'**க**சடதபற' நண்பர்கள் 1972 டிசம்பரில், அவர்களது 'இலக்கியச் சங்கம்' வெளியீடு ஆக ஒரு சின்ன கவிதைத் தொகுப்பு பிரசுரித்தார்கள். 'புள்ளி' என்பது அதன் பெயர்.

ஒரு ரூபாய் நோட்டை இரண்டாக மடித்த அளவில், 32 பக்கங்களும் கனத்த அட்டையும்கொண்ட அந்தத் தொகுப்பில், 'கசடதபற' இதழ்களில் வெளிவந்த கவிதைகளில் தேர்ந்தெடுத்த சிலவற்றை, சில ஓவியங்களுடன் அச்சிட்டிருந்தார்கள். ஒரு பிரதியின் விலை 30 பைசா.

நீலமணி, எஸ்.வைதீஸ்வரன், கலாப்ரியா, பதி. பாலகுமாரன், நா. விச்வநாதன், ஞானக்கூத்தன், ஐராவதம், ஆர்.வி. சுப்பிரமணியன், நகுலன், க.நா. சுப்ரமணியம், நா.ஜெயராமன், கல்யாண்ஜி, வே.மாலி, ஆத்மாநாம் ஆகியோரது கவிதைகள் இதில் இடம்பெற்றுள்ளன.

இந்த புதுமையான வெளியீடு தமிழகம் எங்குமுள்ள கவிதைக்காரர்களின் கருத்தைக் கவர்ந்தது. அதனால், 1973ல் 'மினி கவிதைத் தொகுப்பு' என்று பெயர் பெற்றுவிட்ட இத்தகைய முயற்சிகள் நாட்டின் பலபகுதிகளிலும் தலையெடுத்தன.

புள்ளியை அடுத்து வெள்ளம் வருகிறது என்ற அறிவிப்புடன் கலாப்ரியா தனது கவிதைகளைத் தொகுத்து திருநெல்வேலியிலிருந்து வெளியிட்டார். பல நல்ல கவிதைகள் உள்ளன. இதில் கலாப்ரியா தந்துள்ள கவிதைத் தலைப்புகள் அநேகம் அழகாக அமைந்திருக்கின்றன. 'தலைப்புகள் ரசனை மிக்கவை. பக்குவமான தலைப்புகள் சில நேரங்களில் கவிதைகளைவிட அழகாக அமைந்துவிடுகின்றன' என்று இத்தொகுப்புக்குப் பாராட்டுரை வழங்கியுள்ள பா. செயப்பிரகாசமும் குறிப்பிட்டிருக்கிறார்.

மூன்றாவதாக விக்கிரமசிங்கபுரம் (பாபநாசம்) 'பொதிகை அடி'யில் வசித்த கல்லூரி மாணவர்கள் நாலு பேர் (சுப்பு அரங்கநாதன், எஸ்.வேலுசாமி, தா.மணி – MISS எம்.ஐ.எஸ். சுந்தரம்) பத்திரிகைகளில் வந்திராத தங்கள் கவிதைகளைத் தொகுத்து 'உதயம்' என்ற பெயரில் வெளியிட்டார்கள். 'A Modern emotional lace' என்று கூறிக்கொண்ட இவர்கள் தங்கள் கவிதைகளில் இனிய உணர்வுகளையும் சுகமான நினைப்புகளையும் கலந்திருக்கிறார்கள். இவர்களுடைய படைப்புகளில் பல பாராட்டத் தகுந்த விதத்தில் அமைந்துள்ளன.

சென்னை பச்சையப்பன் கல்லூரியைச் சேர்ந்த நான்கு மாணவர்கள் (எஸ். எஸ்.சுந்தர், ச.முருகன், மயிலவன், மலர் மன்னன்) 'கதம்பம்' என்ற தொகுப்பைப் பிரசுரித்தார்கள்.

'இந்தக் கதம்பத்தில் மல்லிகையும் இருக்கும்; முல்லையும் இருக்கும், மருக்கொழுந்தும் இருக்கும்; அரளிப்பூவும் இருக்கலாம்!' என்று அவர்கள் தங்கள் எண்ணத்தை வெளியிட்டுள்ளனர். பலரகமான பொருள்களையும் பற்றிய சுவையான எண்ணங்கள் இக்கதம்பத்தில் உள்ளன.

ராஜபாளையத்திலிருந்து, கொ.ச. பலராமனின் கவிகளைக்கொண்ட ஒரு சிறு தொகுப்பு 'ரசிகன்' என்ற பெயரில் வெளிவந்தது. இதன் வடிவ அமைப்பு முந்தியவைகளிலிருந்து மாறுபட்டது. கவிதைகளும் 'கசடதபற' கவிஞர்களின் போக்கிலிருந்து மாறுபட்டவை. 'எல்லாம் மனிதனுக்காக. மனித வர்க்கத்தின் நன்மைக்காக', என்ற அடிப்படையில் மனிதாபிமானத்தோடும், சமுதாய மூடபழக்கவழங்களைச் சாடியும், சமுதாய அழுகல்களை அக்கப்படியே பார்த்தும் உணர்ந்தும், பொருளாதாரச் சிக்கலில் புரண்டு அனுபவித்தும் எழுதிய கவிதைகள்' என்று பலராமன் தன் படைப்புகளை அறிமுகம் செய்துள்ளார்.

வானம்பாடி இயக்கத்தைச் சேர்ந்த கவிஞர்களின் படைப்புக்களைத் தொகுத்த பாலா, தமிழ்நாடன் இருவரும் 'நீ' என்ற தலைப்பில் பிரசுரம் செய்தார்கள். ராசிபுரத்திலிருந்து வெளிவந்த இத்தொகுப்பில் 'மானுடம் பாடும் வானம் பாடிகள்' பலருடைய முற்போக்கு கருத்துக்கள்கொண்ட கவிதைகள் இடம்பெற்றுள்ளன. இவ்வெளியீடு 'புள்ளி' வகுத்துத்தந்த வடிவம் கொண்டதல்ல. கொஞ்சம் பெரிய சைஸ்.

அப்புறம் பிரசுரமான சிறு தொகுப்புகள் அனைத்தும் 'நீ' வடிவத்தையே மேற்கொண்டன.

பெங்களூரிலிருந்து 'ராமி'(ராமசாமி) என்பவர் 'சப்தங்கள்' என்ற தலைப்பில், தன் கவிதைகளைத் தொகுத்து வெளியிட்டார். 'பத்திரிகைகளில் எழுதுவதில் நம்பிக்கை இல்லாதவர்' என்று விளம்பரப்படுத்திக்கொண்ட ராமியின், 'எந்தப் பத்திரிகையிலும் வெளிவந்திராத கவிதைகள்' என்று சில ஆக்கங்கள், புத்தகத்தின் ஒவ்வொரு பக்கத்தில் மட்டுமே அச்சிடப்பெற்றுள்ளன. ஒவ்வொரு பக்கத்தில் மட்டுமே அச்சிடப் பெற்றுள்ளன. இத்தொகுப்பில் (48 பக்கத் தொகுப்பில் 24 பக்கங்களில் மட்டுமே அச்சு உண்டு) தேர்தல், ஊழல், இந்தியா, விதவை, விலைமகள், மக்கள், தொழிலாளர், அரசியல் கட்சிகள் போன்ற பல்வேறு விஷயங்கள் பற்றியும் கவிதை பண்ண முயன்றிருக்கிறார் ராமி. சில படைப்புகள் நன்றாக அமைந்துள்ளன.

சென்னை 'புதுமலர்கள் இலக்கிய வட்டம்' (கவிஞர் நா. காமராசன்; இராம.சுப்பையா) 'அலைகள்' என்ற 'மினி' கவிதைத் தொகுப்பை தயாரித்து வெளியிட்டது. எம்.எஸ். தியாகராாசன் தொகுத்தளித்த இதில், பத்துக் கவிஞர்களின் இருபத்தேழு கவிதைகள் உள்ளன. இவர்களில் பலர் இன்றைய சமுதாயத்தின் இழிநிலைகள், ஏற்றத் தாழ்வுகள் வாழ்க்கையின் அவலங்கள் குறித்தே கவிதைகள் இயற்றியிருக்கிறார்கள்.

ஊத்துக்குளி 'மேகங்கள் வெளியீடு' ஆக 'பரணி கவிதைகள்' என்ற தொகுப்பு வந்தது. 'மாறுதலுக்காக அல்ல; மாற்றத்திற்காகவே சிந்திக்கிறோம்' என்ற இதயஒலியோடு முத்துப் பொருநன், நீலவண்ணன், கலையரசு ஆகியோர் தங்கள் புரட்சிகர எண்ணங்களை புதுக்கவிதைகளாக ஆக்கியிருக்கிறார்கள். இவர்களை 'நெருப்புப் பிஞ்சுகள்' என்று அறிமுகப்படுத்தியுள்ளார் சேலம் தமிழ்நாடன். இத்தொகுப்பில் உள்ளவற்றில் கவித்தன்மையைவிட எண்ண வேகமே மிகுதியாகக் காணப்படுகிறது.

கோவை 'வானம்பாடி' நண்பர்கள் 'விலை இலாக் கவிமடல்' என்று தங்கள் கவிதை வெளியீட்டை இலவசமாக விநியோகித்து வழி காட்டினார்கள். அதே தன்மையில் '*A Pamphlet for Private Circulation Only*' என்ற குறிப்புடன் இலவச வெளியீடுகள் பல தோன்றிப் பரவின.

பெருந்துறை இலக்கிய வாசகர் மன்றம் ‘விவேகசித்தன்’ என்ற ‘மனிதாபிமான இலக்கிய’ இதழைத் தயாரித்து மாதம்தோறும் வெளியிட முன்வந்தது. இலக்கிய தீபன், ஓடை துரை அரசன், பொன்கண்ணன், முத்துப்பொருநன், கலையரசு, நீலவண்ணன் ‘ஆசிரியர் குழு’வாகச் செயலாற்றினார்கள்.

‘இலக்கியம் என்பது மொழிப்பற்று, நாட்டுப்பற்று, இனப்பற்று என்கிற குறுகிய கட்டுக்கோப்புக்குள் சிக்கிவிடாமல், இவற்றையெல்லாம் கடந்து நிற்கும் மனித சமுதாயப் பற்றை மட்டுமேகொண்ட பரந்த மனப்பாங்கிலே முகிழ்க்க வேண்டும்; அது தனிமனித, சமுதாய நம்பிக்கைகளை வளர்க்க வேண்டும் எல்லோருக்கும் எல்லாம் என்ற நம்பிக்கையை தனி மனிதனிடத்திலும் ஏற்படுத்த வேண்டும் என்பது விவேகசித்தனின் அவா’ என்ற அறிவிப்புடன் செயல்பட்டார்கள் இக்குழுவினர்.

முற்போக்கு இலக்கியக்கொள்கையும், மனிதாபிமான நோக்கும்கொண்ட பலரது கவிதைகளும் விவேகசித்தன் இதழ்களில் இடம்பெற்றுள்ளன. இவ்வெளியீடு எட்டு இதழ்களோடு நின்றுவிட்டது.

பாண்டிச்சேரி இலக்கிய நண்பர்கள் (ராஜரிஷி, மஹாபிரபு, பிரபஞ்ச கவி, சாகித்யன்) ‘ஏன்?’ என்ற இலவச வெளியீட்டைத் தயாரித்து அளித்தார்கள். முற்போக்கு எண்ணங்களைத் தாங்கி வந்த இக்கவிதை ஏடும் ஆறாவது இதழுடன் நின்றுவிட்டது.

திருச்சியிலிருந்து ‘இன்று’ எனும் இலவச வெளியீடு வந்தது. இதுவும் சில இதழ்களோடு நின்றுபோயிற்று.

கோபிச்செட்டிபாளையம் நாகராசன் ‘நாணல்’ என்ற பெயரில் விலையிலா, இருமாதமொருமுறை இலக்கிய இதழைத் தயாரித்து விநியோகித்தார். வானம்பாடிக் கவிஞர்கள் பலரும் எழுதினார்கள்.

வேலூர் ஊரீசுக் கல்லூரியைச் சேர்ந்த ஐ.சி.பழனி, பி.அ. தாவீது இருவரும் ‘ஐ’ என்ற புதுமையான பெயரில் கவிதை மலர் தயாரித்து வெளியிட்டார்கள். அழகான முறையில் உருவாக்கப்பட்ட இச்சிறு வெளியீட்டில் புதிய சிந்தனைகளை உள்ளடக்கிய ரசமான கவிதைகள் நிறைந்துள்ளன.

எனது பார்வைக்குக் கிடைத்த இத்தகைய ஏடுகள் தவிர மற்றும் அநேக வெளியீடுகள் வந்திருக்கக்கூடும். பொதுவாக சமூக

முன்னேற்றத்துக்காக சிந்திக்கும் தார்மீகக் கோபங்கொண்ட இளைஞர்களின் கனவுகளை, எண்ணங்களை, துடிப்பான உணர்ச்சிகளை வெளியிடும் சிறு சிறு முயற்சிகளாகவே இவை அமைகின்றன. அநேக சமயங்களில், இவற்றில் பெரும்பாலானவை, ஆசைகளின் மலர்ச்சிகளாகவும் வெறும் ஆர்வத்தின் வெளிப்பாடுகளாகவுமே தோன்றுகின்றன. உண்மையான ஆற்றலின், கவித்திறத்தின் பரிணமிப்புகளாக அமைவதில்லை என்பதையும் குறிப்பிடத்தான் வேண்டும்.

~

புத்தகங்கள்

பத்திரிகைகளில் எழுதுவதோடும் சிறு சிறு தொகுப்புகளாக வெளியிடுவதோடும் திருப்தி காணாத நிலைமை ஏற்பட்டுவிட்டது கவிதை எழுதுவோரிடையே. எனவே தங்கள் கவிதைகளை புத்தகங்களாகத் தொகுத்து வெளியிடுவதில் புதுக்கவிதைக்காரரர்கள் ஆர்வம் காட்டினார்கள். 1970களின் ஆரம்பம் முதலே இந்த ஆர்வம் செயல் வேகம் பெற்று வந்துள்ளது.

புதுக்கவிதை வரலாற்றில் முதல்முதலாக நா.பிச்சமூர்த்தியின் கவிதைகளைத் தொகுத்து 'காட்டு வாத்து' என்ற புத்தகமாக சி.சு. செல்லப்பா வெளியிட்டார். இந்த 'எழுத்து பிரசுர வெளியீடு' 1962 (ஆகஸ்டில்) பிரசுரமாயிற்று.

அதை அடுத்து, 1962 அக்டோபரில் 'புதுக்குரல்கள்' என்ற எழுத்து பிரசுரம் வெளிவந்தது. 24 கவிகளின் 63 கவிதைகள்கொண்டது.

நா.பிச்சமூர்த்தியின் இரண்டாவது கவிதைத் தொகுப்பு 'வழித்துணை' 1964ல் பிரசுரமாயிற்று. இதுவும் எழுத்து பிரசுரம்தான். 1965ல் தி.சோ.வேணுகோபாலன் கவிதைகள் 'கோடைவயல்' என்ற புத்தகமாக உருப்பெற்றன. எழுத்து பிரசுரமான இதில் 29 கவிதைகள் உண்டு. இவை பற்றி இத்தொடரில் அவ்வப்போது குறிப்பிட்டிருக்கிறேன்.

1970ல் எஸ்.வைதீஸ்வரன் தனது கவிதைகளை 'உதயநிழல்' என்ற தொகுதியாக வெளியிட்டார். இதில் 62 கவிதைகள் இருக்கின்றன.

நா.காமராசனின் 'கறுப்புமலர்கள்' 1971ல் வெளிவந்தது. மரபுக்கவிதைகளோடு, நா.கா. எழுதிய 'வசன கவிதை'களும் இதில் அடங்கியுள்ளன. அஞ்சலி, செம்மண், பிச்சைக்காரி, குடிகாரன், புல், நடைபாதை, தளிர், புழுதி, ஊமை, வானவில்,

விலைமகளிர் போன்ற பல விஷயங்களைப் பற்றியும் அவர் எழுதியிருக்கிறார்.

ஷண்முக சுப்பையாவின் குழந்தைக் கவிதைகள் 25 'கண்ணன் என் தம்பி' என்ற புத்தகமாக 1972ல் பிரசுரமாயின. இத்தொகுப்புக்கு நகுலன் முன்னுரை எழுதியுள்ளார்.

'இன்குலாப் கவிதைகள்' என்ற தொகுதி 1972ல் வெளிவந்தது. கவிஞர் இன்குலாப்பின் முற்போக்குக் கவிதைகளை 'மகரந்தங்களிலிருந்தும் துப்பாக்கி ரவைகள்' என்று இளவேனில் அறிமுகம் செய்து நீண்ட முன்னுரை எழுதியுள்ளார். கண்மணி ராஜம், யுகப்பிரளயம், கிரெளஞ்ச வதத்திற்குக் கேள்விகள் இல்லையா?' நாடோடிகள், வயல் வெளிகளின் கதாநாயகன், பிரமிடுகளிலிருந்து அடிமைகள் விடுதலைப் பிரகடனம் செய்கிறார்கள் போன்ற புதுமை நோக்கும் உணர்ச்சி வேகமும்கொண்ட படைப்புகள் இதில் உள்ளன.

'ஆக்டோபஸும் நீர்ப்பூவும்' என்ற தொகுப்பு 1972ல் பாளையங்கோட்டையிலிருந்து வெளிவந்தது. குவேரா, தமிழவன், ஆராமுதம், பிரம்மா, ரிஷிதேவன், தீர்த்தங்கரன் எனும் இளைஞர்களின் முற்போக்குப் புதுக்கவிதைகள்.

'செந்நெல் வயல்கள்' - குருவிக்கரம்பை சண்முகம் எம்.ஏ., மரபுக்கவிதைகளுடன், புதுக்கவிதைகளும் எழுதியுள்ளார். பருவப் பயணம், பழகத் தயார் ஆகி, கள்ளக்காதல் நடத்தும் பூங்கொடி பற்றிய 'கள்ளத்தோணி', பாலைவனப் பாதையை வர்ணிக்கும் 'மணல் வழி' போன்ற புதுக்கவிதைகள் இதில் இருக்கின்றன.

1973ல் வானம்பாடி கவிஞர்களின் கவிதைத் தொகுதியான 'வெளிச்சங்கள்' பிரசுரமாயிற்று.

தர்மு அரூப் சிராமின் 'கண்ணாடியுள்ளிருந்து' என்ற தொகுப்பு 'அஃ' வெளியீடாக வந்தது.

ஞானக்கூத்தன் கவிதைகள் 'அன்று வேறு கிழமை' எனும் அழகிய புத்தக வடிவில் பிரசுரமாயின.

சேலம் தமிழ்நாடனின் முற்போக்குக் கவிதைகள் 'மண்ணின் மாண்பு' என்ற புத்தகமாகவும் செக்ஸ் கவிதைகள் 'காமரூபம்' என்றும் வெளிவந்தன.

கலாப்பிரியாவின் கவிதைகள் 'தீர்த்த யாத்திரை' என்ற தொகுப்பு உருவம் பெற்றன.

'எழுத்து பிரசுரம்' புதுக்குரல்கள் தொகுப்பு மதுரை பல்கலைக்கழகம் எம்.ஏ., தமிழ் வகுப்புக்குப் பாட நூலாகப் தேர்வு செய்யப்பட்டது. அதனால் சி.சு.செல்லப்பா 'புதுக்குரல்கள் இரண்டாம் பதிப்பை' திருந்திய பதிப்பு ஆகப் பிரசுரித்தார்.

தமிழன்பன் கவிதைகள் 'தோணி வருகிறது' என்ற தொகுப்பு ஆயின. கலாநிதி க.கைலாசபதி புதுக்கவிதை பற்றிய ஒரு சிறு ஆய்வுரையை இதற்கு முன்னுரையாக அளித்திருக்கிறார்.

இராஜபாளையம் இலக்கிய நண்பர் த.பீ.செல்லம் தனக்குப் பிடித்த – தான் மிகுதியாக ரசித்த – புதுக்கவிதைகளை, இலக்கிய பத்திரிகைகள் பலவற்றிலிருந்தும் தொகுத்து எடுத்து 'விதி' என்ற புத்தகமாக வெளியிட்டார், வல்லிக்கண்ணன் முன்னுரையுடன்.

1974ல், மு.மேத்தாவின் கவிதைகள் 'கண்ணீர்ப் பூக்கள்' என்ற புத்தகமாகத் தொகுக்கப்பெற்றன.

கவிஞர் மீரா சமூக அவலங்களை, அரசியல் உலக அக்கிரமங்களை, ஊழல் பேர்வழிகளின் லீலைகளை எல்லாம் நகைச்சுவையோடு குத்திக்காட்டும் கவிதைகள் எழுதியுள்ளார். அவற்றைத் தொகுத்து 'ஊசிகள்' என்ற புத்தகமாகப் பிரசுரித்தார். இவர் எழுதிய காதல் கவிதைகள் முன்பே (1971ல்) 'கனவுகள்+கற்பனைகள்= காகிதங்கள்' என்ற புத்தகமாக வெளிவந்துள்ளன.

துரை சீனிச்சாமியின் கவிதைகள் 'அந்தி' என்றும், கே. ராஜகோபால் கவிதைகள் 'பசப்பல்' என்றும், வல்லிக்கண்ணன் கவிதைகள் 'அமர வேதனை' என்றும் புத்தகங்கள் ஆயின. இவை 'எழுத்து பிரசுர'ங்கள்.

சி.சு.செல்லப்பா மகாத்மா காந்தியின் வாழ்க்கையையும் இந்தியாவின் இன்றைய நிலையையும் சிந்தித்து எழுதிய 'நீ இன்று இருந்தால்' என்ற குறுங்காவியம் தனிப் புத்தகமாக்கப்பட்டது. செல்லப்பாவின் கவிதைகள் 'மாற்று இதயம்' என்ற தொகுதியாக வெளிவந்தது. இவையும் 'எழுத்து பிரசுர'ங்கள்தான்.

சிவகங்கை 'அன்னம் நட்புறவுக் கழகம்' 1974ல் இரண்டு தொகுதிகள் பிரசுரித்தது. 'அ1பி'யின் 'மௌனத்தின் நாவுகள்' அப்துல்ரகுமானின் 'பால்வீதி'தான் அவை.

தஞ்சை மாவட்டம், தலைஞாயிறு என்ற ஊரில் உள்ள 'தலைஞாயிறு இலக்கிய அமைப்பு' 'நாற்றங்கால்' என்ற தொகுதியைத் தயாரித்து வெளியிட்டது. 32 கவிஞர்களின் 42 கவிதைகள், 'கசடதபற' இலக்கிய நோக்குடைய கவிஞர்கள் பலரும் இதில் எழுதியிருக்கிறார்கள்.

ப.கங்கைகொண்டான் எழுதிய பலரகமான புதுக்கவிகளும் 'கூட்டுப் புழுக்கள்' என்று தொகுக்கப்பெற்றுள்ளன. பெரிய வடிவம்கொண்ட இப்புத்தகத்தில் கங்கைகொண்டான் தீட்டிய ஓவியங்களும் இணைக்கப்பட்டுள்ளன.

பரிணாமன் தனது கவிதைகளை ஆகஸ்டும் அக்டோபரும் என்ற புத்தகமாகத் தொகுத்திருக்கிறார், தொழிலாளித் தோழர்களுக்கு உணர்ச்சி ஊட்டும் நோக்கத்தோடு, சமுதாயப் பார்வையுடன் எழுதப்பட்ட முற்போக்குக் கவிதைகள் இவை. நவபாரதியின் நீண்ட முன்னுரையுடன் கூடியது.

சக்திகனலின் 'கனகாம்பரமும் டிசம்பர் பூக்களும்' என்ற தொகுப்பு ஒன்று வெளிவந்தது. கவிஞர் சிற்பியின் கவிதைத் தொகுப்புகள் சிலவும் வந்துள்ளன. சி.மணியின் கவிதைகள் சில 'வரும் போகும்' என்ற தொகுப்பாகப் பிரசுரமாயின. (க்ரியா வெளியீடு).

இவைதவிர, என் கவனத்துக்குக் கொண்டுவரப்படாத புதுக் கவிதைத் தொகுப்பில் வேறு சில வந்திருக்கவும் கூடும்.

~

ஈழத்தில் புதுக்கவிதை

தமிழ் இலக்கியத்தின் வளர்ச்சிக்கும் வளத்துக்கும் ஈழத்து எழுத்தாளர்கள் அரும்பணி ஆற்றியுள்ளனர்; ஆற்றி வருகிறார்கள். எனவே ஈழத்து எழுத்தாளர்களின் சாதனைகளைக் கவனத்துக்கு கொண்டுவராத எந்த இலக்கிய வரலாறும் பூரணத்துவம் பெற்றது ஆகாது என்பது என் கருத்து. புதுக்கவிதைத் துறையில் ஈழ நாட்டில் குறிப்பிடத்தகுந்த ஆக்கவேலைகள் 'கிராம ஊழியன்' 'கலாமோகினி' காலம் தொட்டே நடந்து வந்துள்ளன. 'எழுத்து' காலத்தில் புதுக்கவிதை முயற்சி ஈழத்திலும் வேகம் பெற்று வளர்ந்தது. பின்னர், தமிழகத்தில் நிகழ்ந்துள்ளதுபோலவே, அங்கும் இத்துறையில் திருப்பங்கள் ஏற்பட்டுள்ளன.

ஈழத்துப் புதுக்கவிதை, முயற்சிகள், வளர்ச்சிகள் பற்றி விவரங்கள் கோரி நான் இலங்கை நண்பர்கள் சிலருக்கு எழுத நேரிட்டது. கலாநிதி க.கைலாசபதி இவ்வகையில் எனக்குப் பெரிதும் உதவியிருக்கிறார். அவருடைய 'முன்னாள் மாணவர்' செ. யோகராஜா சிரத்தை எடுத்து சில கட்டுரைகள் தயாரித்து அனுப்பி வைத்தார். இப்பகுதியில் காணப்படும் தகவல்களுக்கு அக்கட்டுரைகளே ஆதாரம். நண்பர் கைலாசபதி, யோகராஜா இருவருக்கும் என் நன்றி உரியது.

ஈழத்துக்கவிதை வளர்ச்சியில் குறிப்பிடத்தக்க முனைப்பான சில மாற்றங்களை ஏற்படுத்தியவர்கள் நாற்பதளவில் தோன்றிய 'மறுமலர்ச்சிக் குழுவினர்' ஆவார். பழைய செய்யுள் மரபில் நவீன கவிதைக்குரிய இயல்புகளைப் புகுத்திச் சாதனைபுரிந்த மறுமலர்ச்சி குழுவினரே ஈழத்தின் புதுக்கவிதை ஆரம்ப கர்த்தாக்களும்கூட, அவர்களுள் வரதர் (தி.ச.வரதராசன்), சோதி (சோ.தியாகராசா), விஜயன் தங்கம் குறிப்பிடத்தக்கவர்கள்.

வாழ்க்கை முறை, கல்வி முறை முதலியவற்றில் ஏற்பட்ட மாற்றங்களும், சஞ்சிகைகளின் தோற்றமும், புதிய சிந்தனைகளின் தாக்கமும், புதுமை வேட்கையும், இளமைத்

துடிப்பும் ஒன்றுபட்டு, இக்குழுவினரிடம் நவீன இலக்கியத்தில் ஈடுபாட்டினை ஏற்படுத்தின. இத்தகைய ஈடுபாட்டின் - பரிசீலனை தாகத்தின் வெளிப்பாடே புதுக்கவிதையை எழுதிப் பார்க்கவும் தூண்டிற்றெனலாம்.

இவர்களது இம்முயற்சிக்கு சமகாலத் தமிழ்நாட்டின் போக்கு பெரிதும் உந்து சக்தி அளித்தது - மணிக்கொடி, சூறாவளி பத்திரிகைகளினால் ஈழத்து எழுத்தாளர்கள் பாதிப்பு பெற்றிருந்தனர். 1942ல் வெளிவந்த 'கலாமோகினி'யில் புதுக்கவிதை வெள்ளம்போல் பெருக்கெடுத்தது. 1943 'கிராம ஊழியன்' வெளிவரத் தொடங்கியதும் அது மேலும் வேகம் பெற்றது.

'கிராம ஊழியன்' வெளிவரத் தொடங்கிய காலத்திலேயே ஈழத்திலும் யாழ்ப்பாணத்தில் 'மறுமலர்ச்சிச் சங்கம்' தோன்றியது. அச்சங்கம் வெளியிட்ட 'மறுமலர்ச்சி'யிலும் 'பாரதி'யிலும், 'ஈழகேசரி'யிலும் எழுதி வந்த படைப்பாளிகளுக்கு கலா மோகினி, கிராம ஊழியன் ஆகியவற்றோடு நெருங்கிய உறவு ஏற்பட்டது. ஈழத்தவர் படைப்புகளும் அவற்றில் வெளிவந்தன. 13.6.43ல் வெளிவந்த 'ஈழகேசரி'யில் 'ஓர் இரவினிலே' என்ற நீண்ட வசன கவிதையை வரதர் எழுதியிருந்தார். ஈழத்தில் வெளிவந்த 'முதல் புதுக்கவிதை' இது என்று கூறலாம்.

இருள்! இருள்! இருள்!
இரவிலே நடு ஜாமத்திலே
என் கால்கள் தொடும் பூமி தொடங்கி
கண் பார்வைக் கெட்டாத மேகமண்டலம் வரை
இருள்! இருள்! இருள்!
பார்த்தேன்.
பேச்சு மூச்சற்று
பிணம் போல் கிடந்தது பூமி
இது பூமிதானா?

இப்படித் தொடங்கி, பேய்க் காற்றையும் மின்னலையும் இடி முழக்கத்தையும் வர்ணித்து வளர்கிறது இது.

இக்காலகட்டத்தில் ந.பிச்சமூர்த்தி 'காலமோகினி'யில் 'மழைக் கூத்து' என்ற கவிதையை எழுதியிருந்தார். அந்தக் கவிதை வரதருக்கு இயற்கைக் கூத்துகளை விவரிக்கும் கவிதையை எழுதத் தூண்டுதலாக அமைந்திருக்கலாம். ஆயினும் இரண்டு

கவிதைகளும் வேறுபட்ட உணர்ச்சிகளின் வெளிப்பாடுகள் ஆகும். வரதர் கவிதை இயற்கைக் கூத்தை அச்சம் கலந்த அனுபவ உணர்ச்சியுடன் விவரிக்கிறது ந.பி. கவிதை வியப்புணர்ச்சியுடன் அதிசயிக்கிறது.

ஆரம்பகாலப் புதுக்கவிதைகள் பெரும்பாலும் வாழ்க்கை பற்றிய பலதரப்பட்ட சிந்தனைகளையும், இயற்கை பற்றிய அனுபவங்களையுமே உள்ளடக்கமாகக் கொண்டிருந்தன. வாழ்க்கை நிலையாமை பற்றி எழுதியவர்களுக்கு மாறாக, 'பாரதி' எனும் முற்போக்கு இலக்கிய சஞ்சிகையில் எழுதியவர்கள் நம்பிக்கைக் குரல் எழுப்பினார்கள்.

நீலக் குமிழ் இடும் ஆழமான நதிகள்
நலமான செல்வ மணி திரளும் கனிகள்
இவற்றின் மேல் புதுயுகம் பூத்தது,
அதன் சிகரம் உயர்ந்துயர்ந்தது,
உழைப்பும் வியர்வையும் இனிது
என்று முழக்கம் செய்கின்றது
சிரஞ்சீவிக் குரல் கொண்டு. ('ராம்')

வெட்ட வெளியாகத் தெரிந்த இடம் இன்று
விண்ணை யெட்டும் சொர்ண பூமியாகத்தெரிகிறது.
அந்தகாரத்தின் குகையிலே அதிசய தீபம்
அதன் ஒளியிலே அகிலமே இன்பச்சுரங்கம் (தங்கம்)

போன்றவற்றை உதாரணமாகக் குறிப்பிடலாம்.

இவ்வாறு வளர்ந்து வந்த புதுக்கவிதை சில ஆண்டுகளுக்குப் பிறகு சோர்வுற்றுத் தூக்க நிலை அனுபவித்தது. தோன்றி வளர்ந்த இலக்கிய சஞ்சிகைகள் மறைந்து போனதும், படைப்பாளிகளிடையே சோர்வு மனோபாவம் தலையெடுத்ததும் இதற்குக் காரணமாக அமையும். இக்காலப் பகுதியில், தமிழகத்திலும் புதுக்கவிதை முயற்சிகளில் தேக்கமும், புதுக்கவிதை எழுதுவோரிடையே உற்சாகமின்மையும் காணப்பட்டன. ஈழத்திலும் அதன் தாக்கம் ஏற்பட்டிருந்தது என்றும் கூறலாம்.

'எழுத்து' சஞ்சிகை தோன்றியதும், தமிழ்நாட்டில் அறுபதுகளில் புதுக்கவிதை புத்துயிர்ப்பும் புது வேகமும் பெற்று வளரலாயிற்று. 'எழுத்து' ஈழத்தவர் பலரை புதுக்கவிதைப் படைப்பில் ஈடுபடச் செய்தது. தருமு சிவராமு இ.முருகையன்

நா. இராமலிங்கம், மு. பொன்னம்பலம் போன்றவர்கள் குறிப்பிடத்தகுந்தவர்கள்.

1970-72 அளவில் ஈழத்தின் புதுக்கவிதை பெருவளர்ச்சி கண்டது. எழுதுவோர் அதிகரித்தார்கள். 'மல்லிகை' முதலிய சஞ்சிகைகள் புதுக்கவிதைக்கு அதிக இடம் தந்து ஆதரிக்கலாயின. சமுதாயக் கிண்டல்களும், மிகமென்மையான உணர்ச்சி (காதல் முதலிய) வெளிப்பாடுகளும் கவிதை உள்ளடக்கம் ஆக இடம் பெற்றன.

1972ல் 'தென்னிலங்கையின் முதலாவது புதுக்கவிதை ஏடு' என்று 'க-வி-தை' எனும் பத்திரிகை தோன்றியது. திக்குவல்லை கமால், சம்ஸ், நீள்கரை நம்பி, மோனகுரு ஹம்ஸா முதலியோர் இதில் எழுதினார்கள். உழைப்பாளி வர்க்கம் பற்றியும், சமூகக் குறைபாடுகள் பற்றியுமே பெரும்பாலும் கவிதைகள் எழுதப்பட்டன.

தற்போது புதுக்கவிதை பற்றிய கட்டுரைகள் பல எழுதப்படுகின்றன. 'தினகரன்' பத்திரிகையில், '35 ஆண்டுக்கால புதுக்கவிதை வளர்ச்சி' என்ற தலைப்பில் மு. சிறீபதி தொடர்கட்டுரை எழுதினார். வரலாற்று அடிப்படையில் புதுக் கவிதை சம்பந்தமான முதல் ஆய்வுக்கட்டுரை இதுதான் என்றும் அறிவிக்கப்படுகிறது.

கலாநிதி க. கைலாசபதியின் மேற்பார்வையோடு, செ. யோகராஜா எழுதியுள்ள 'ஈழத்துப் புதுக்கவிதையின் சில போக்குகள்' என்ற கட்டுரையில் காணப்படும் சில கருத்துக்களை இங்கு எடுத்து எழுதுவது பொருத்தமாக இருக்கும் என்று எண்ணுகிறேன்.

"ஏறத்தாழ, கடந்த பதினைந்தாண்டுக் கால ஈழத்துப் புதுக்கவிதை வளர்ச்சியில் அவதானிக்கத்தக்க சில பண்புகளுள், இவற்றை மதிப்பீடு செய்யும்போது தமிழ்நாட்டுப் புதுக்கவிதைப் போக்கிலிருந்து வேறுபட்ட சில பண்புகளையும், தனித்துவப்போக்குகளையும் இனங்காண முடிகிறது.

இன்றைய ஈழத்துப் புதுக்கவிதையாளருள் பெரும்பாலானோர் 'எழுத்து' சஞ்சிகையின் தாக்கத்தால் எழுதத் தொடங்கியவர்களே, 'எழுத்'தில் வெளிவந்த புதுக்கவிதைகளே புதுக்கவிதை எழுதும் உந்துதலையும் ஏற்படுத்தின. எனினும், 'எழுத்து' காட்டிய வழியில் இவர்கள் செல்லவில்லை; எழுத்தில்

பெரும்பாலானோர் எழுதியது போன்றோ, அல்லது இன்னும் எழுத்துப் பரம்பரையினர் சிலர் எழுதுவது போன்றோ, 'தனிமனித அக உளைச்சல்கள், கனவுகள், ஏமாற்றங்கள், மரணம், விரக்தி, காமம் போன்ற விஷயங்கள் ஈழத்துப் புதுக்கவிதையின் உள்ளடக்கமாக அமையவில்லை. மாறாக, சமுதாய நோக்குடைய - ஏதோ ஒரு விதத்தில் சமுதாயக் குறைபாடுகளைப் பிரதிபலிக்கிற - புதுக்கவிதைகளே இங்கு மிகுதியாக வெளிவருகின்றன. ஈழத்து நாவல், சிறுகதை என்பவற்றில் காணப்படும் Seriousness தன்மை ஈழத்துப் புதுக்கவிதைகளிலும் அமைந்துள்ளமை குறிப்பிடத்தக்க அம்சமாகும்.

யாப்பு முறிவு, சொற் செறிவு, கருத்து முதன்மை முதலியன மட்டுமின்றி, படிமம் குறியீடு ஆகியவற்றையும் கொண்டமையும்போதுதான் புதுக்கவிதை என்பது முழுமை எய்துகின்றது. தமிழ்நாட்டுப் புதுக்கவிதை வளர்ச்சியில் இத்தகைய பண்பு 'எழுத்து' சஞ்சிகை வெளிவந்த பின்புதான் இடம்பெறத் தொடங்கியது. ஆயினும், புதுக்கவிதையின் இத்தனித்துவப் பண்பு சிலசமயம் மிகுதியாக இடம்பெற்று, புதுக்கவிதை சிறப்பிழக்க வழிவகுக்கின்றது. ஈழத்துப் புதுக்கவிதைகளில் இத்தகைய பண்பு இடம்பெறல் - படிமம், குறியீடு அமைதல் - குறைவாகும். தமிழக புதுக்கவிதைக்கும் ஈழத்துப் புதுக்கவிதைக்குமிடையிலான குறிப்பிடத்தக்க வேறுபாடுகளுள் இது முக்கியமானது.

ஆயின், படிமம் குறியீடு என்பனவற்றுக்குப் பதிலாக வேறு சில பண்புகள் ஈழத்துப் புதுக்கவிதைகளில் இடம்பெற்றிருக்கின்றன. இவற்றுளொன்று, பேச்சு வழக்குச் சொற்கள், சொற்றொடர்கள், பேச்சோசைப் பண்பு முதலியன அமைவதாகும். கவிதையில் அடுக்கடுக்காக உவம, உருவகத்தொடர்கள் அதிகம் இடம்பெறுகிறபோது எளிதில் விளங்கிக்கொள்ளத் தடை ஏற்படுகின்றது. பேச்சு வழக்குச் சொற்கள், பேச்சோசைப் பண்பு சேர்கிற கவிதை மிக எளிதான தன்மை உடையதாக இருக்கிறது.

இவ்வாறு படிமம், குறியீடு முதலியன இடம்பெறாமலும் பேச்சு வழக்குச் சொற்கள் - சொற்றொடர்கள் - பேச்சமைதி, எளிமை முதலியன இடம்பெறுவதாலும் ஏற்படும் பயன் விதந்துரைக்கத்தக்க ஒன்றாகிறது. குறியீடு, படிமம், உவம, உருவகத்தொடர்கள் மிகுதியாக இடம்பெறுவதனால், தெளிவின்மை ஏற்படுவதோடு, புதுக்கவிதை வளர்ச்சிக்கும்

அது குந்தகமாகின்றது. எவ்வாறு மரபு வழிக் கவிதைகளில் கருத்துக்களை வெளிப்படுத்த சில சமயம் யாப்புத் தடையாக இருக்கிறது என்று கூறப்படுகிறதோ, அவ்வாறே புதுக்கவிதைகளில் மேற்கூறிய இயல்புகளினால், கருத்திலே விளங்கிக்கொள்ள முடியாதநிலை உருவாகும். உருவாகவே மரபு வழிக் கவிதையிலிருந்து புதுக்கவிதை கிளைத்தது போல, புதுக்கவிதையிலிருந்து பிறிதொருவகைக் கவிதை உருவாதல் சாத்தியமாகலாம்.

அது மட்டுமன்று, புதுக்கவிதையின் பயன்பாடும் இதனால் குன்றுகிறது. சமுதாயக் குறைபாடுகளைக் களையவோ, சமுதாய மாற்றுக்கான கருத்துக்களைச் சாதாரண மக்களுக்குப் புரிய வைக்கவோ இயலாது போகலாம். ஆனால், ஈழத்துப் புதுக்கவிதையில் காணப்படும் மேற்குறித்த இயல்புகள் - படிமம், குறியீடு குறைவாகக் காணப்படுதல். பேச்சு வழக்குச் சொற்கள். சொற்றொடர்கள், பேச்சோசைப் பண்பு அமைதல், எளிமை - தொடர்ந்தும் (பழமொழிகள், நாட்டுப் பாடல் தன்மைகள் முதலியனவற்றோடு) நன்முறையில் விருத்தியுறுமாயின், எதிர்காலத்தில் புதுக்கவிதை பயனுடையதாகச் செழித்து வளர, அதிக வாய்ப்பு இருக்கிறது".

~

இன்றைய நிலைமை

புதுக்கவிதை வரலாற்றை இவ்வளவு தூரம் கவனித்த பிறகு, இது இன்று எவ்வாறு உள்ளது, புதுக்கவிதை உண்மையான வளர்ச்சிப் பாதையில் போகிறதா, புதுக் கவிஞர்கள் பெரும்பாலோரின் தற்காலப் போக்கு எப்படி இருக்கிறது என்று சிந்திக்க வேண்டிய ஒரு கட்டத்தை அடைந்திருக்கிறோம்.

புதுக் கவிஞர்களின் இன்றையப் போக்கும் புதுக்கவிதைகள் என்று எழுதப்படுகின்றவையும் இலக்கியத்துக்கு வளம் சேர்ப்பதாகவுமில்லை; இலக்கிய ரசிகர்களுக்கு உற்சாகம் தருவனவாகவும் இல்லை என்பதைக் குறிப்பிடத்தான் வேண்டும்.

'தீபம்', 'கணையாழி' இதழ்களில் புதுக்கவிதை முன்புபோல் அதிகம் இடம்பெறுவதில்லை. ஆயினும், புதுக் கவிதைகளை விரும்பிப் பிரசுரிப்பதற்கு அநேக இலக்கிய வெளியீடுகள் - சதங்கை, பிரக்ஞை தெறிகள், விழிகள், நீலக்குயில் முதலியன உள்ளன.

'கசடதபற' மீண்டும் வெளிவருகிறது. மற்றும் உற்சாகமுள்ள இளைஞர்கள் குழுகுழுவாகச் சேர்ந்துகொண்டு ஏதாவது ஒரு பெயரில், சோதனை ரீதியில், வெளியீடுகள் தயாரிப்பதில் ஆர்வம் காட்டுகிறார்கள். இவற்றில் எல்லாம் புதுக்கவிதை என்ற பெயரில் யார் யாரோ, என்னென்னவோ எழுதிக்கொண்டுதான் இருக்கிறார்கள்.

இவைகளை எல்லாம் பொறுமையுடன் படித்துப் பார்க்கிற இலக்கியப் பிரியர்களுக்கு ஒன்று தெளிவாக எளிதில் விளங்கிவிடுகிறது. இன்று கவிதை எழுதக் கிளம்பியுள்ளவர்களில் பெரும்பாலருக்கு கருத்துப்பஞ்சம் கற்பனை வறட்சி மிகுதியாக இருக்கின்றன. கவிதை உணர்ச்சி இல்லை. சொல்லப்படுகின்ற விஷயங்களில் புதுமையும் இல்லை, உணர்ச்சியும் இல்லை.

இவ் இலக்கிய வெளியீடுகளை எல்லாம் தொடர்ந்து படிப்பதோடு, அயல்நாட்டு இலக்கியங்களை ஆங்கில மூலம்

அறிந்துகொள்கிற பழக்கம் பெற்ற ரசிக நண்பர்கள் சிலர் அடிக்கடி குறிப்பிடுகிறார்கள். தமிழில் கவிதை எழுதுகிறவர்கள் திரும்பத் திரும்பச் சில விஷயங்களையே தொட்டுக்கொண்டிருக்கிறார்கள். சிலிர்ப்பூட்டும் விதத்தில் நுட்பமான உண்மைகள் நுண் உணர்வுகள், கிளர்வுதரும் புதுமைகள், மென்மையான வாழ்க்கை அனுபவங்கள் முதலியவற்றை - அயல்நாட்டுக் கவிதைகளில் ரசிக்கக் கிடைக்கிற இனிய, அருமையான பலரக விஷயங்களை - இவர்கள் தொடுவதுகூட இல்லையே; ஏன் என்று கேட்கிறார்கள்.

தமிழில் - கவிதை மட்டுமல்ல, சிறுகதைகளும்கூட - எழுதமுற்படுகிறவர்களுக்கு இலக்கியவளமும் இல்லை. வாழ்க்கை அனுபவமும் போதாது. பழந்தமிழ் இலக்கியப் பயிற்சி தேவையே இல்லை என்று ஒதுக்கிவிடுகிறார்கள். இது வளர்ச்சிக்கு வகை செய்யாத எண்ணம் ஆகும். புதுமை இலக்கியத்திலும் தங்களுக்கு முந்திய தலைமுறையினரின் சாதனைகளை அறிந்துகொள்ள வேண்டும் என்ற அவாவும் இவர்களில் பெரும்பாலோருக்கு இல்லை. உலக இலக்கியத்தை அறிந்துகொள்ளும் தாகமும் துடிப்பும் மிகக் குறைவாகவே காணப்படுகிறது. கூரிய நோக்கும், விசால மனோபாவமும் இல்லாததனால், தமக்கென வாழ்க்கை பற்றிய கொள்கையோ பிடிப்போ தத்துவப்பார்வையோ லட்சிய உறுதியோ இவர்களில் பலரால் கொள்ள முடிவதே இல்லை. இக்குறைபாடுகள் இவர்களது எழுத்துக்களிலும் பிரதிபலிக்கின்றன.

ஆற்றலும் அனுபவமும் ஊக்கமும் பெற்ற படைப்பாளி இளைஞர்களது போக்கும் விபரீதமாகவே அமைந்து காணப்படுகிறது. தங்களுக்கு முந்தியதை அங்கீகரிக்க மனமில்லாத இவர்கள் அவற்றை அழித்துவிட (ஒழித்துக்கட்ட) ஆசைப்படுகிறார்கள்.

மரபுக் கவிதை படைப்பதில் சிறு வெற்றி கண்ட இளையதலைமுறைக் கவிஞர்கள், 'பாரதி என்ன சாதித்துவிட்டான்?, அவன் எழுதினது கவிதையா?, இவன் எழுதியது என்ன கவிதை?, என்று பழித்துப் பேசியும், கிண்டல் செய்தும், தம்மைத் தாமே மெச்சியும் பேசுவது சகஜமாக இருக்கிற நாட்டில், புதுக்கவிதை எழுதிப் பெயர் பெற்றவர்களும் அதையே ஒரு மரபு ஆக்கி வருகிறார்கள்!

பிச்சமூர்த்தி எழுதியது புதுக்கவிதை இல்லை. சி.மணி எழுதியது கவிதையே இல்லை என்றெல்லாம் பேசிவந்தவர்கள் இப்போது காரசாரமாகத் தங்கள் எண்ணங்களைக் கட்டுரைகளாக்க முற்பட்டிருக்கிறார்கள். திறமை காட்டிப் படைப்பு முயற்சிகளில் ஈடுபட்டுள்ள சிலரை மட்டம் தட்டுவதிலும் உற்சாகம் பெறுகிறார்கள்.

இந்தப் போக்கு 'எதையும் எழுதலாம் - எப்படியும் எழுதலாம்' என்ற நோக்குடைய கலைப் படைப்பாளிகளிடம் மட்டும்தான் நிலவுகிறது என்றில்லை. சமுதாயப் பார்வையோடு உழைப்போர் நலனுக்காகவும் உரிமைக்காகவும், புதுயுகம் படைப்பதற்காகக் கவிதை எழுதுவோம் என்று கிளம்பிய முற்போக்காளர்களிடமும் இக்குறைபாடு பரவியுள்ளது.

தங்கள் ஆற்றலை நிரூபிக்க முற்பட்டு, ஒரு இயக்க வேகத்தோடு முன்னேற்றப் பாதையில் சென்றுகொண்டிருந்த வானம்பாடிக் கவிஞர்களுக்குள்ளும் பிளவு ஏற்பட்டுவிட்டது.

1974 பிற்பகுதியில், சி.சு.செல்லப்பாவும் நானும் 'எழுத்து பிரசுர'ங்களை விற்பனை செய்வதற்காக, திருநெல்வேலி மாவட்டம் நெடுகிலுமுள்ள கல்லூரிகள் அனைத்துக்கும் போய்வந்தோம். எங்கும் தமிழ்த்துறைப் பேராசிரியர்களும், எம்.ஏ., தமிழ் மாணவர்களும் 'புதுக்கவிதை'யில் அக்கறையும் ஆர்வமும் கொண்டுள்ளதை அறிந்து மகிழ்வுற்றோம். உண்மையாகவே சந்தேகங்களைத் தெளிவுபடுத்திக் கொள்ளவேண்டும் என்றும், புதுக்கவிதைக்காரர்களை 'மட்டம்தட்ட வேண்டும்' என்ற நோக்குடனும் எங்களிடம் பலப்பல கேள்விகள் கேட்கப்பட்டன. நாங்கள் உரிய முறையில் தகுந்த பதில்களைக் கூறினோம்.

'புதுக்கவிதைக்கு எதிர்காலம் உண்டா? வளமான இலக்கணத்தையும் ஆழமான கவிதை மரபையும்கொண்ட தமிழ் இலக்கியத்தில் புதுக்கவிதைக்கு நிலையான ஒரு இடம் உண்டா?' என்று ஒரு குறிப்பிட்ட பேராசிரியர் என்னிடம் கேட்டார்.

'புதுக்கவிதையின் எதிர்காலத்தைப் பற்றி உறுதி கூறுவதற்கு, நான் புதுக்கவிதை பற்றிய சோதிடம் எதுவும் கணிக்க முற்படவில்லை. அது காலம் முடிவுக்கட்டக் கூடிய ஒரு விஷயம். ஆனாலும், புதுக்கவிதையின் வரலாற்று அடிப்படையில் தெளிவாகிற ஒரு உண்மையைச் சொல்லலாம். 1930களில் சோதனை முயற்சியாக இரண்டு பேரால் தொடங்கப்பெற்ற 'வசனகவிதை' 1940களில் வலுப்பெற்று வளர்ந்தது. நாற்பதுகளின்

கடைசிக் கட்டத்தில் ஒரு தேக்கம் ஏற்பட்டது. தமிழுக்குப் புதுசான வசன கவிதை முயற்சி செத்தொழிந்தது என்று, அதை எதிர்த்தவர்கள் சந்தோஷப்பட்டார்கள். ஆனால், 1960களில் 'எழுத்து' பத்திரிகையின் வளர்ச்சியோடு புதுக்கவிதையும் புத்துயிர் பெற்றது. அது வேக வளர்ச்சி பெறும் வகையில் திறமையாளர்கள் பலர் படைப்பு முயற்சியில் ஈடுபட்டு வெற்றி கண்டுள்ளனர். அதன் பிறகும் புதுக்கவிதைக்குப் பெரும் ஆதரவும் கவனிப்பும் கிட்டியுள்ளன. மரபுக் கவிதைகளில் சொல்ல முடியாததை - அல்லது மரபுக் கவிதையில் சொல்ல முடிகிறதைவிட அழகாகவும் நயமாகவும் சுதந்திரமாகவும் தங்கள் எண்ணங்களை - புதுக்கவிதை மூலம் வெளியிட முடியும் என்ற உணர்வு மரபுக் கவிதை எழுதி வந்தவர்களில் பலருக்கு ஏற்பட்டுள்ளது. மரபுக் கவிதை எழுதிப் பெயர் பெற்ற அநேகர் அதை ஒதுக்கிவிட்டு 'புதுக்கவிதை எழுதி வெற்றிகண்டிருக்கிறார்கள். பல பெயர்களை இதற்கு உதாரணமாகச் சொல்லமுடியும். புதுக்கவிதையின் வரலாறு இவ்வாறு இருக்கிறபோது, அதன் எதிர்காலம் குறித்து அவநம்பிக்கை கொள்ளவேண்டிய அவசியம் எதுவுமே இல்லை என்று நான் கருதுகிறேன்.' இது எனது பதில்.

இந்தத் தகவலே இவ்வரலாற்றுக்கு சரியான முடிவுரை ஆகும் என்று எனக்குத் தோன்றுகிறது.

~

எழுபதுகளின் பிற்பகுதியில்

1972 நவம்பர் முதல் 'தீபம்' இதழில் பிரசுரமாகி வந்த 'புதுக்கவிதையின் தோற்றமும் வளர்ச்சியும்' என்னும் இக்கட்டுரைத் தொடர் 1975 மே மாதம் நிறைவு பெற்றது.

அப்போது இருந்த நிலைமைகளை '39'ஆம் பகுதி கூறுகிறது. அதற்குப் பிற்பட்ட விஷயங்களை இங்கே கவனிக்கலாம்.

ஒருமுறை நின்று போய், மீண்டும் தோன்றிய 'கசடதபற' ஒரு சில இதழ்களோடு தன் வாழ்க்கையை முடித்துக்கொண்டது. புதுக்கவிதைக்கு ஆதரவு அளித்துக்கொண்டிருந்த சதங்கை, பிரக்ஞை, தெறிகள், நீலக்குயில் முதலிய ஏடுகளும் நின்று போயின.

தங்கள் படைப்புகளை வெளியிடுவதற்குப் பத்திரிகைகள் இல்லாமல் போனதாலும், தங்கள் சாதனைகளை வாசக உலகத்துக்குத் தெரியப்படுத்தும் முறையிலும், கவிஞர்கள் அவரவர் கவிதைகளைத் தொகுத்து வெளியிடும் முயற்சியில் ஆர்வம் காட்டலானார்கள். இதனால், அதுவரை வெவ்வேறு ஏடுகளில் பிரசுரமாகியிருந்த கவிதைகளும், பத்திரிகைகளில் இடம் பெற்றிராத புதிய படைப்புகளும் தொகுதிகளாக வெளிவந்தன.

1973ல் 10 புதுக்கவிதைத் தொகுப்புகள் வெளிவந்துள்ளன. 1974ல் 16 தொகுதிகள் பிரசுரமாயின. 1975ல் நான்கும், 1976ல் மூன்றும், 1977ல் ஏழு தொகுப்புக்களும், 1978ல் 14 தொகுதிகளும் வந்துள்ளன. 1979ல் 14 தொகுதிகள் இது ஏகதேசமான கணக்குதான். கணக்கெடுப்பில் விடுபட்டுப்போன தொகுப்புகள் சில இருக்கவும்கூடும்.

இவ்வாறு வெளிவந்த புதுக்கவிதைத் தொகுப்புகளில், சமூகப் பார்வையோடு எழுதியவர்களின் படைப்புகள்தான் அதிகம் உள்ளன. தனி மனிதனின் உணர்ச்சிகள், அகநோக்கு, வாழ்க்கை தரிசனம், நித்தியமான உண்மைகள் முதலியன பற்றி

எல்லாம் கவிதைகள் எழுதியவர்களின் தொகுப்புகள் அவ்வளவு அதிகமாக இல்லை.

பிந்திய ரகக் கவிஞர்களின் எழுத்துக்களை வெளியிடுவதில் குமரி மாவட்டத்திலிருந்து பிரசுரமாகும் காலாண்டு இலக்கிய ஏடு 'கொல்லிப்பாவை' ஆர்வம் காட்டியது.

1978ல் சென்னை - திருவல்லிக்கேணியிலிருந்து 'ழ' எனும் கவிதை ஏடு வரத் தொடங்கியது. ஆத்மாநாம் ஆசிரியர், ஆர். ராஜகோபாலன் இணை ஆசிரியர், ஞானக்கூத்தனின் புதிய படைப்புகளும், சோதனை முயற்சிகளும் இதழ்தோறும் இடம் பெற்றுள்ளன. மொழி பெயர்ப்புகளும் வருகின்றன. 'தமிழ்க் கவிதையின் ஆழத்தையும் அகலத்தையும் பரப்பிக் காட்டும் - காட்ட வேண்டும்... புதிய பேனாவுடன் புதிய குரலும் ஒலிக்க வேண்டும்' என்ற நோக்குடன் செயல்படுகிற 'ழ' வில் புதுமையான படைப்புகள் காணப்படுகின்றன.

புதுக்கோட்டையிலிருந்து வெளிவந்த 'சுவடு' நல்ல கவிதைகளை பிரசுரித்தது. தரமான இலக்கிய ஏடாக விளங்கிய 'சுவடு' நீண்ட காலம் வாழவில்லை.

'வானம்பாடி' கவிஞர் சிற்பியின் பொறுப்பில் திரும்பவும் தோன்றி வளர்கிறது. பாராட்டத்தகுந்த படைப்புகளையும் புத்தக மதிப்புரையையும் பிரசுரித்து வருகிறது. ஆயினும், புத்துயிர் பெற்ற 'வானம்பாடி' அதன் ஆரம்பகாலக் கவனிப்பையும் பரபரப்பான வரவேற்பையும் பெறவில்லை என்றே சொல்ல வேண்டியிருக்கிறது.

கவிதைத் தொகுப்புகள் மிகுதியாக வெளிவந்த போதிலும், அவை பற்றிய விமர்சனங்கள் ஒரு சில கூட வரவில்லை என்பது பெரிய குறைபாடேயாகும்.

ஆயினும், குறிப்பிடத்தகுந்த இரண்டு புத்தகங்கள் வந்துள்ளன.

ஒன்று: தமிழவன் எழுதிய 'புதுக்கவிதை - நாலு கட்டுரைகள்' (முதல் பதிப்பு 1977) 1. ஆதி நிலைகளைத் திரும்பிப் பார்க்கும் இன்றைய கவிஞன் 2. மொழி உருவாக்கத்துக்குரிய மொழி அழிவு ஏற்படாமையும் சமுதாய பிரக்ஞைக் கவிஞர்களும் 3. உடைபடும் புதுப் பிராந்தியங்கள் 4. வாழ்தலில் உள்ள துக்கமும், விமர்சன யதார்த்த வெளியீடும் ஆகிய கட்டுரைகளில் தமிழவனின் விசாலப் பார்வையையும் ஆழ்ந்த சிந்தனைகளையும் காணலாம்.

பலரது கவிதைகளையும் ஆராய்ந்து, உருப்படியான - பயன்படக் கூடிய - கருத்துக்களை எடுத்துச் சொல்லியிருக்கிறார் தமிழவன்.

"இலக்கியம் கெட முதலாளிகளின் பத்திரிகைகள், தீவிர சிந்தனையற்ற சூழல் போன்றன காரணங்கள் என்கிறது நன்றாகத் தெரிகிறது. முதலாளிகளின் பத்திரிகைகள் போன்ற *means of communications* வெறும் வர்ணங்களின் சாகசத்தில் மனம் பதியும் பிரமையை ஏற்படுத்தியுள்ளன. இப்படியாக, போலிப் பிரமைகளில் கண்கெட்டு கிடக்கிறான் தமிழன். இந்தப் புறப் பிரமைகளோடு கலந்தே உருவாக்கப் பெறும் அகப்பிரமைகளும் ஏற்பட்டுள்ளன. இந்திய, தமிழக அரசியலும் இம்மாதிரி போலிப் பிரமையை ஏற்படுத்த உதவுகிறது. பார்வைப் பிரமாணத்தைக்கொண்ட சினிமாக்களும் இப்படியே... சப்த நேசமான வார்த்தை ஜாலத் தன்மையில் கவிதையை ஸ்தாபிக்கும் குணம், ஒரு போலிக் கண்ணோட்டம்தான். அதனால் உள் உண்மையை தன் ரத்த ஓட்டத்தில் கலந்து, அதனை ஆக்கிரமிக்கும் மனப் பிரதிபலிப்புக்கொண்டு ஒரு கவிஞன் உருவாகப் போவதில்லை. புரட்சி மரபொன்றைத் தமிழ் மொழியில் சிருஷ்டிக்கும் பொறுப்புக்குத் தங்களை ஆளாக்கி எழுதவந்த எழுத்துக்காரர்கள் மேற்கண்ட மாதிரி, வார்த்தை வளைப்புக்களில் கவித்வசிருஷ்டி செய்யவந்தது பெரும் துரதிர்ஷ்டமே. இவர்கள் பரவிக்கிடக்கும் போலிமையின் உள் நுழைந்து, உண்மைகளை, அதன் உறவுகளைத் தன்னோடுள்ள சம்பந்தத்தில் உரைத்து உணர்ந்துகொள்ளவில்லை. வெறும் பகட்டுக் குணம், அர்த்தமற்ற சொல் சாகசம், சாமர்த்தியம், தான் உணராத - வாய்பாடாக யாரோ சொல்லிக்கொடுத்த இடதுசாரி கோஷங்கள் இவற்றை கவித்வமரபாய் மாற்ற யாராலும் முடியாது. மனிதன் பிறவற்றோடு உருவாக்கும் உறவின் அப்பட்டமான மேல்பூச்சு அகற்றிப் பார்க்கும் பார்வையின் யதார்த்த வெளியீடே உண்மையான கவித்வ மொழி மரபை ஏற்படுத்தும்".

தமிழவன் கூறும் இக்கருத்து கவிதை எழுதுவோரின் கவனத்துக்கு உரியதாகும்.

மற்றொரு புத்தகம்: ஆ, செகந்நாதன் எழுதிய 'புதுக்கவிதை - திறனாய்வு (1978). இது புதுக்கவிதையின் பூரணமான திறனாய்வு அல்ல. சமூகப் பிரக்ஞையோடு கவிதை எழுதியுள்ள முற்போக்குக் கவிஞர்களின் படைப்புகள் மட்டுமே இதில் ஆய்வு

செய்யப்பட்டுள்ளன. அதை விருப்பு வெறுப்பற்ற முறையில் ஆசிரியர் செய்துள்ளார்.

“தமிழ் இலக்கியத் துறையில் புதிய மாற்றங்களை உருவாக்கியுள்ள புதுக்கவிதை யுக மாற்றத்துக்கு வழி வகுக்கும் போர்க் கருவியாகவும் பயன்பட வேண்டும் - பயன்படும் - என்ற நம்பிக்கையோடு, புதுக்கவிதையை வரவேற்கிறோம்” என்ற முடிவுரையோடு தனது ஆய்வை முடிக்கிறார். ஆ.செகந்நாதன். புதுக்கவிதை பற்றிய முழுமையான திறனாய்வு அவசியத் தேவையாகும்.

புதுக்கவிதைக்குப் பெரும் அளவில் வரவேற்பு இருப்பதுபோலவே, எதிர்ப்பும் பரவலாக இருந்து வருகிறது.

எதிர்ப்பு பற்றி புவியரசு எழுதியுள்ள ஒரு கருத்து குறிப்பிடத்தக்கதாகும். ‘வானம்பாடி’ பதினைந்தாவது இதழில் ‘புதுக்கவிதையின் புதிய நெருக்கடி’ என்ற தலைப்பில் அவர் ஒரு கட்டுரை எழுதியிருக்கிறார். அதில் ஒரு பகுதி -

“கவிதை பல்வேறு தளைகளிலிருந்து விடுதலை பெறப்பெற - புதிய பல்வேறு துறைகளின் உண்மைகளைப் புலப்படுத்தும் ஆற்றலைப் பெறத் தொடங்கிவிடுகிறது. முன்னெப்போதும் கவிதை வட்டத்திற்குள் வந்திராத பல உள்ளடக்கங்கள். இன்றைய கவிதையில் இருப்பதன் காரணம் இதுதான்.”

“உணர்ச்சி நிலைக்கு மட்டும் பயன்படும் மற்றக் கலைகள் பின்னே தங்கி நிற்க, பாட்டுக் கலை அவற்றிலிருந்து விடுதலைபெற்று மனிதனுக்குத் தோழனாய் முன்னேறுகிறது.”

“இத்தகைய நுண்மையான - உயர்வான - மேல்மட்ட வளர்ச்சி, கல்வியறிவில் மேம்பட்ட சமூகத்தில்தான் வெற்றி பெறுவது சாத்தியமாகும். பழைமையில் ஊறிக் கிடக்கும். எதிரே பார்க்க மறுக்கும், விழிப்புணர்ச்சி எளிதில் பெறாத சமூகத்தில் கவிதையின் இப்புதிய வடிவம், தன்னை நிறுத்திக்கொள்ள மிகப்பெரிய போராட்டமொன்று - ஜீவமரணப் போராட்டமொன்று - நடத்தியே தீரவேண்டியிருக்கிறது.”

“செவிக்குப் புலப்படும் ‘ரிதம்’மைப் புறக்கணித்துவிட்டு, மனதிற்கு இதமாகும் கருத்து வழிபட்ட ‘ரிதம்’ மில்லயிப்பது அறிவு மேம்படாத சமுதாயத்தில் சாத்தியமில்லை.

“புதுக்கவிதையின் திணறலுக்கு இது ஒரு முக்கிய காரணம். தமிழாசிரியர்களின், புதுக்கவிதை மீதான எதிர்ப்புக்குக் காரணம் அவர்களின் மொழிப் பற்றோ, இலக்கியப்பற்றோ அல்ல; பழமைப்பற்றே காரணம்.

பழமை வடிவங்களில் ஊறிப் போன பழைமை மனம், உணர்வுகளைச் சற்றே தள்ளி வைத்து, அறிவு பூர்வமான கலை வடிவங்களை ஏற்றுக்கொள்ள மறுக்கிறது. அவர்கள் மனம் கடந்த காலத்தில் வாழ்வதே இதற்குக் காரணம்.”

புதுக்கவிதை படைப்பாளிகளில் முக்கியமானவர்களும், ரசிகர்களும் மரபுக்கவிதை அழிந்துவிட வேண்டும் என்றோ - புதுக்கவிதை மட்டுமே வாழ்ந்து வளரவேண்டும் என்றோ சொல்லவில்லை.

நல்ல கவிதைகளை நாடுகிறவர்கள் இரண்டு வகைக் கவிதைகளையும் வரவேற்று ரசித்து மகிழத் தயாராக இருக்கிறார்கள். மரபுக் கவிதை மூலம் தங்கள் ஆற்றலை புலப்படுத்த விரும்புவோர் அத்துறையில் அரிய சாதனைகளைப் புரிந்து காட்டுவதை யார் தடுக்கிறார்கள்? மரபுக் கவிதை வாதிகள் அப்படி புதுமைகளையும் அரிய சாதனைகளையும் புரியக் காணோம்.

முன்பு கவிதைகள் எழுதித் தங்கள் ஆற்றலைக் காட்டிய கவிஞர் பலர் இப்போதெல்லாம் கவிதை எழுதுவதேயில்லை. புதிது புதிதாக அநேகர் எழுதுகிறார்கள். அநேகரது படைப்புகளில் எளிமையும் இனிமையும் பார்வை வீச்சும் காணப்படுகின்றன. அபூர்வமாகப் சிலபேரிடம் சுயத்தன்மையும், வார்த்தை வனப்பும், உருவகச் செறிவும், கருத்து நயமும், புதுமைப் பொலிவும் காணக்கிடக்கின்றன.

இத்தகைய எழுத்துக்கள் புதுக்கவிதையின் வளமான எதிர் காலத்துக்கு நம்பிக்கை தருகின்றன.

~

ஒரு விளக்கம்

'புதுக்கவிதையின் தோற்றமும் வளர்ச்சியும் என்ற இந்த நூல் புதுக்கவிதையின் வளர்ச்சி பற்றிய முழுமையான ஆராய்ச்சியாக அமையவில்லை. இந்நூற்றாண்டின் அறுபதுகள் வரையிலான புதுக்கவிதை முயற்சிகளையே இது கவனிப்புக்கு உரியதாகக்கொண்டுள்ளது.

அதில்கூட சில குறைபாடுகள் உண்டு என்பதை நான் உணர்ந்துள்ளேன். இந்நூலின் இரண்டாம் பதிப்பு வெளிவந்த சமயத்திலேயே கவிஞர்கள் இன்குலாப், அப்துல் ரகுமான், வைரமுத்து போன்றோரின் படைப்புகள் சரியானபடி ஆய்வு செய்யப்படவில்லை என்பது ரசிகர்களால் என் கவனத்துக்குக் கொண்டுவரப்பட்டது உண்டு.

இக்கவிஞர்களும் பிறரும் எழுபதுகளிலும் பின்னரும் பல சாதனைகள் புரிந்திருக்கிறார்கள். புவியரசு தன் போக்கினை மாற்றி 'மீறல்' என்ற தலைப்பில் புதுமையான கவிதைகள் படைத்துள்ளார். சிற்பி, மு.மேத்தா, ஞானக்கூத்தன் முதலியோரும் அவரவர் திறமையை நிரூபிக்கும் விதத்தில் அநேக தொகுதிகள் வெளியிட்டிருக்கிறார்கள். ஈழக்கவிஞர்கள் பலரது தொகுப்புகள் தெரியவந்திருக்கின்றன.

எழுபதுகளிலும் எண்பதுகளிலும் புதுக்கவிதைத் தொகுப்புகள் அதிகமாகவே பிரசுரம் பெற்றுள்ளன. புதுக்கவிதை முயற்சியில் ஈடுபட்ட பலப்பல இளைஞர்கள் உற்சாகமாகத் தங்கள்கவிதைகளைத் தொகுத்து அழகு அழகான புத்தகங்களாக வெளியிட்டிருக்கிறார்கள்.

புதுக்கவிதையில் நீண்ட படைப்புகளை உருவாக்கும் முயற்சிகளும் மேற்கொள்ளப்பட்டிருக்கின்றன. அத்தகைய முயற்சியாக வைரமுத்து படைத்தளித்த 'கவிராஜன் கதை' என்கிற மகாகவி பாரதியின் வரலாறு கவனிப்புக்கு உரியதாகும். கலாப்ரியாவின் 'எட்டயபுரம்' தனிரகமானது.

கதை சார்ந்த - வாழ்க்கை நிகழ்வுகளையும் மனிதர் இயல்புகளையும் நினைவு கூர்கிற - பாடல்களாக பழமலய் கவிதைகள் எழுதி, ஒரு புதிய தடம் அமைத்துள்ளார். அவரது 'சனங்களின் கதை' பெற்ற வெற்றியைத் தொடர்ந்து, 'குரோட்டன்சுடன் கொஞ்சநேரம்' என்ற கவிதைகளைப் படைத்து அவர் சாதனை புரிந்திருக்கிறார். வான்முகில் ஒரு தனி வகையில் கவிதைகள் இயற்றியுள்ளார். 'தார்ப்பாலை' என்ற அவரது தொகுதி விசேஷமானது. கலாப்ரியாவின் 'சுயம்வரம்' என்பதும் முக்கியமானதாகும்.

சங்ககாலப் பாடல்களை - புறநானூறு, அகநானூறு போன்றவற்றை - புதுக்கவிதைகளாக எளிமைப்படுத்தித் தரும் முயற்சிகளும் நடைபெற்றுள்ளன. இவ்வகையில் வெற்றிப்பேரொளி பாராட்டப்பட வேண்டிய விதத்தில் கவிதை படைத்துவருகிறார்.

இப்படி எத்தனையோ விஷயங்கள் கவனிப்புக்கும் விமர்சனத்துக்கும் உள்ளாக்கப்பட வேண்டியனவாகும். ஒவ்வொரு கவிஞரையும் ஆய்வுசெய்யும் தனித்தனி நூல்கள் இன்னும் எழுதப்படவில்லை. ஆய்வு மாணவர்களும் புதிய விமர்சகர்களும் இத்தகைய விமர்சன முயற்சிகளில் ஈடுபட்டு இக்குறையைப் போக்க வேண்டியது அவசியம் ஆகும்.

எழுபதுகளிலும் பின்னரும், மொத்தமான புதுக்கவிதைத் தொகுப்புகள் வெளிவந்திருப்பதையும் குறிப்பிட வேண்டும். இவற்றில் 'கணையாழி கவிதைகள்', 'ழ' கவிதைகள் ஆகியவை முக்கியமானவை.

புதுக்கவிதையை - அதன் தன்மைகளை ஆய்வு செய்யும் நூல்களும் அநேகம் வந்துள்ளன. எனினும், அதை ஆழ்ந்தும் முழுமையாகவும், நேர்மையான விமர்சன உணர்வோடு ஆய்வு செய்யும் முயற்சிகள் இன்னும் மேற்கொள்ளப்படவில்லை. திறமையாளர்கள் இவ்வகை முயற்சியிலும் ஈடுபட வேண்டும்.

எழுபதுகளிலும் எண்பதுகளிலும் வந்த புதுக்கவிதையின் நோக்கையும் போக்கையும் விமர்சனம் செய்யும் முறையில் இலக்கு, முன்றில் கருத்தரங்குகளில் கட்டுரைகள் படிக்கப்பட்டு, அவை தொகுப்பு நூலிலும், சிறு பத்திரிகைகளிலும் பிரசுரமும் பெற்றுள்ளன. இவை புதுக்கவிதை பற்றிப் பேசவும் விமர்சிக்கவும் உதவி புரிந்தன. எனினும் இவை முழுமையான ஆய்வுகளாக அமையவில்லை என்றே சொல்லவேண்டும்.

புதுக்கவிதையின் வளர்ச்சிக்கு சிறு பத்திரிகைகள் தொடர்ந்து துணை புரிந்துள்ளன. எழுத்து, கசடதபற வழிக்கவிதை முயற்சிகளும், வானம்பாடி வழிக்கவிதைகளும் அதிகம் அதிகமாகவே இப் பத்திரிகைகளில் இடம்பெற்றுள்ளன.

மீட்சி, விருட்சம், காலச்சுவடு, கனவு போன்ற இதழ்களின் பங்களிப்பு கவனத்தில் கொள்ளப்பட வேண்டியதாகும். 'கவி' காலாண்டிதழ், அதன் பிறப்பு முதல், கவிதை வளர்ச்சிக்கு நற்பணி ஆற்றி வருகிறது.

கவிதைக்கு என்று எண்ணற்ற சிறுபத்திரிகைகள் தோன்றின. பலமறைந்தும் போயின. ஆனாலும் இவற்றால் புதுக்கவிதை நல்ல பலனைப் பெற்றதில்லை.

காரணம், இந்த விதமான பத்திரிகைகள் கவிதை என்ற பெயரில் எது எதையோ அச்சிட்டுப் பக்கங்களை நிரப்புகின்றனவே தவிர, தரமான கவிதைகள் தோன்றுவதற்குத் தளம் அமைத்துத்தர வேண்டும் என்ற முறையில் செயல்படுவதில்லை. பெரும்பாலான பத்திரிகைகளின் ஆசிரியர்களும், அவற்றில் கவிதை எழுதுகிறவர்களும் 'கவிதை உணர்வு' - கவிதை ஞானம் - என்பது சிறிதளவுகூட பெற்றிருக்கவில்லை. கவிதை எழுத வேண்டும் என்கிற ஆர்வம் இருக்கிறது பலருக்கும். நல்ல கவிதை எழுதுவதற்குத் தேவையான பயிற்சியோ உளப்பக்குவமோ அவர்களுக்கு இல்லை.

இடைக்காலத்தில், அதிக விற்பனை உள்ள வணிகநோக்குப் பத்திரிகைகளும் புதுக்கவிதைகளை வெளியிடுவதில் உற்சாகம் காட்டின. அதனால் சகட்டுமேனிக்கு பலப்பலரும் 'கவிதை' எழுதி, 'கவிஞர்' என்று சொல்லிக்கொள்வதில் உற்சாகம் கொண்டனர்.

புதுமையாக எழுத வேண்டும், கருத்து - கற்பனை - அழகு - ஆழம் முதலியன அமையக் கவிதை எழுத வேண்டும் என்ற உணர்வு பத்திரிகைகளுக்குக் கவிதை எழுதுவோரிடம் இல்லை. நாமும் கவிதை எழுதுகிறோம்: நம் பெயரும் அச்சில் வர வேண்டும் என்ற எண்ணத்துடனேயே மிகப் பலர் எழுதுகிறார்கள். முன்பு பலரும் எழுதிய பொருள்களையே திரும்பத் திரும்பக் கவிதைக்கு உரிய விஷயமாக்குகிறார்கள். சாரமற்ற, உணர்ச்சியற்ற, உரைநடையிலேயே எழுதுகிறார்கள். அவையே 'கவிதை' என்று பத்திரிகைகளாலும் வெளிச்சமிடப்படுகின்றன.

சமீபகாலத்தில், ‘ஹைக்கூ’ மோகம் வேறு இவர்களைப் பிடித்து ஆட்டவும், கவிதையின் பாடு மேலும் மோசமாகப் போய்விட்டது! மூன்று வரி - நான்கு வரிகளில் எதையாவது எழுதி ‘ஹைக்கூ’ என்று பெயர் பண்ணுவது சர்வசாதாரணமாக வேலை ஆகிவிட்டது. வாழ்க்கை பற்றி ஆழ்ந்த எண்ணமோ, அனுபவத்தினால் ஏற்படக்கூடிய தனித்த நோக்கோ, தத்துவப் பார்வையோ தேவையில்லை என்றாகிவிட்டது இன்றையக் கவிஞர்களுக்கு. இவற்றை எல்லாம் பெறுவதற்கு அவர்கள் தங்களைத் தாங்களே தகுதிப்படுத்திக் கொள்வதுமில்லை.

இதனால் எல்லாம் கவிதை ஒருதேக்க நிலையை அடைந்துள்ளதுபோல் தோன்றுகிறது.

உண்மையில், தமிழ்க் கவிதை வளர்ந்துகொண்டுதான் இருக்கிறது. ஆனால், மெது மெதுவாக, நல்ல கவிதைகள் வந்துகொண்டுதான் இருக்கின்றன.

காலம்தோறும் அப்படிப்பட்1ட கவிதைகள் அபூர்வமாக வேனும் வெளிவந்துள்ளன. பத்திரிகைகள் பலவற்றிலும் சிதறிக் கிடக்கின்ற இத்தகைய நல்ல படைப்புகள் தொகுக்கப்பட்டு, உரிய முறையில் நூல் வடிவம் பெறுவது கவிதைக்கு லாபமாக அமையும். அப்படிச் செய்ய வேண்டும் என்ற விழிப்பு உணர்வு சிறிது சிறிதாக ஏற்பட்டு வருகிறது. செயல் மலர்ச்சி பெறுவதற்குக் காலம் துணைபுரிய வேண்டும்.

~

புதுக்கவிதைத் தொகுப்புகள்

காட்டுவாத்து	ந.பிச்சமூர்த்தி	1962
புதுக்குரல்கள்	ந.பிச்சமூர்த்தி	1962
வழித்துணை	ந.பிச்சமூர்த்தி	1964
கோடைவயல்	தி.சோ.வேணுகோபாலன்	1965
காணிக்கை	தா. இராமலிங்கம் (கொழும்பு)	1965
உதயநிழல்	எஸ். வைத்தீஸ்வரன்	1970
கறுப்புமலர்கள்	நா. காமராசன்	1971
கனவுகள்+கற்பனைகள்= காகிதங்கள்	மீரா	1971
இன்குலாப் கவிதைகள்	இன்குலாப்	1972
ஆக்டோபஸும் நீர்ப்பூவும்	6 கவிஞர்கள்	1972
கண்ணன் என் தம்பி	ஷண்முக சுப்பையா	1972
செந்நெல் வயல்கள்	குருவிக்கரம்பை சண்முகம்	1972
வெளிச்சங்கள்	வானம்பாடிக் கவிஞர்கள்	1973
கண்ணாடியுள்ளிருந்து	தர்மு அரூப் சிவராமு	1973
அன்று வேறு கிழமை	ஞானக்கூத்தன்	1973
மண்ணின் மாண்பு	தமிழ்நாடன்	1973
காமரூபம்	தமிழ்நாடன்	1973
தீர்த்த யாத்திரை	கலாப்ரியா	1973
புதுக்குரல்கள்	எழுத்து பிரசுரம்	1973

பிச்சமூர்த்தி கவிதைகள்	ந. பிச்சமூர்த்தி	1973
தோணி வருகிறது	தமிழன்பன்	1979
விதி	(பல கவிஞர்கள்) ராஜபாளையம் செல்லம் தொகுத்தது	1973
ஊசிகள்	மீரா	1974
அந்தி	துரைசீனிச்சாமி	1974
பசப்பல்	கே. ராஜகோபால்	1974
அமர வேதனை	வல்லிக்கண்ணன்	1974
ஷண்முகம்	சுப்பையா கவிதைகள்	1974
நீ இன்று இருந்தால்	சி.சு. செல்லப்பா	1974
மாற்று இதயம்	சி.சு. செல்லப்பா	1974
மௌனத்தின் நாவுகள்	அபி	1974
பால்வீதி	அப்துல் ரகுமான்	1974
நாற்றங்கால்	32 கவிஞர்கள் (தலைஞாயிறு இலக்கிய அமைப்பு)	1974
கூட்டுப்புழுக்கள்	ப. கங்கைகொண்டான்	1974
ஆகஸ்டும் அக்டோபரும்	பரிணாமன்	1974
கனகாம்பரமும் டிசம்பர்பூக்களும்	சக்திக்கனல்	1974
வரும்போகும்	சி. மணி	1974
நீல. பத்மநாபன் கவிதைகள்	எழுத்து பிரசுரம்	1975
கண்ணீர்ப்பூக்கள்	மு. மேத்தா	1975
இதுதான்	புவியரசு	1975
சர்ப்பயாகம்	சிற்பி	1975
நடுநிசி நாய்கள்	பசுவய்யா	1975

முறையீடு	ஏ.தெ. சுப்பையன்	1975
முட்கள்	மு. கனகராஜன் (கொழும்பு)	1975
உயரும் கைகள்	ப. வேலுசாமி	1975
கண்ணாமூச்சு	நிர்மலா விஸ்வநாதன்	1976
யுகராகங்கள்	மேமன்கவி (கொழும்பு)	1976
கைப்பிடி அளவு கடல்	மீள் தருமு ஔரூப் சிவராம்	1976
இலவசத்திற்கு ஒரு விலை	வாணியம்பாடிக் கல்லூரி மாணவர்கள்	1976
திவ்யதரிசனம்	மா. தக்ஷிணாமூர்த்தி	1976
வேலி மீறிய கிளை	நாரணோ ஜெயராமன்	1976
ஒளிச்சேர்க்கை	சி.மணி	1976
சிநேகபுஷ்பங்கள்	வானம்பாடிக்கவிஞர்கள்	1976
பதியங்கள்	பொன்மணி	
சலனம்	26 கவிஞர்கள் நா. சிவசுப்பிரமணியன் தொகுத்தது	1977
தரிசனம்	மு.கு. ஜகந்நாதராஜா	1977
தாலாட்டுக் கேட்காத தொட்டில்கள்	பாப்ரியா	1977
மயன் கவிதைகள்	க.நா. சுப்ரமண்யம்	1977
நீரைத்தேடும் வேர்கள்	க. துரைப்பாண்டியன்	1977
தாஜ்மகாலும் ரொட்டித்துண்டும்	நா. காமராசன்	1977
ஊர்வலம்	மு. மேத்தா	1977
மீட்சி விண்ணப்பம்	தி.சோ. வேணுகோபாலன்	1977
பகல்நேரத்து இரவுகள்	அ.வே. முனுசாமி	1977

சகாராவைத் தாண்டாத ஒட்டகங்கள்	நா. காமராசன்	1977
விடியல் விழுதுகள்	தமிழன்பன்	1977
ஒட்டுப்புல்	பஞ்சு	1977
நீருக்குத் தாகம்	வாணியம்பாடிக் கல்லூரி மாணவர்கள்	1977
வெள்ளை இருட்டு	இன்குலாப்	1977
வேதனைகள்	கி. சுப்பிரமணியன்	1977
நேயர் விருப்பம்	அப்துல் ரகுமான்	1977
புதுக்கணக்கு	கொ.ச. பலராமன்	1977
கோழிக்குஞ்சுகளும் பன்றிக்குட்டிகளும்	கொ.மா. கோதண்டம்	1978
வெள்ளைரோஜா	தேனரசன்	1978
அம்மா அம்மா!	தமிழ்நாடன்	1978
தீவுகள் கரையேறுகின்றன	ஈரோடு தமிழன்பன்	1978
ஊமைக் குருத்துக்கள்	எழுச்சிக்கவி	1978
நெருஞ்சி	இரா. மீனாட்சி	1978
சுடுபூக்கள்	இரா. மீனாட்சி	1978
கட்டுமரங்கள்	ஆ. தனஞ்செயன்	1978
மௌனச்சிறகுகள்	முத்துவீரப்பன்	1978
மகாகாவியம்	நா. காமராசன்	1978
ஓ! ஜவஹர்லால்	க. வீரையன்	1978
குளித்துக்கரையேறாத கோபியர்கள்	தேவதேவன்	1978
எண்ணக்கோடுகள்	மாலதி ஹரீந்திரன்	1978
கண்சிமிட்டும் கல்லறைகள்	பாப்ரியா	1979

மூன்று	நகுலன்	1979
பனியால் பட்ட பத்து மரங்கள்	திரிசடை	1979
மீறல்	புவியரசு	1979
சிவப்பு நிலா	சூரியகாந்தன்	1979
வலைகள்	ஆர்.எஸ். மூர்த்தி	1979
விழிச்சன்னல்களின் பின்னாலிருந்து	சிங்கப்பூர் க. இளங்கோவன்	1979
ஆகாயகங்கை	இ. முத்துராமலிங்கம்	1979
அந்தரநடை	அபி	1979
திருத்தி எழுதிய தீர்ப்புகள்	இரா. வைரமுத்து	1979
ஓர் அப்நார்மலின் முனகல்	இளசை அருணா	1979
மற்றாங்கே	கலாப்ரியா	1979
நட்சத்திரப்பூக்கள்	தமிழ்நாடன்	1979
பொன்னீலன் கவிதைகள்	பொன்னீலன்	1979
தீபங்கள் எரியட்டும்	அப்துல் ரகுமான் முதலான எழுவர்	1979
அலையும் நுரையும்	அழகர்சாமி	1979
கீழைக் காற்று	கனல்	1979